മഹാഭാരതത്തിലൂടെ

Mahabharathathiloode

Vikkom Chandrasekharan Nair

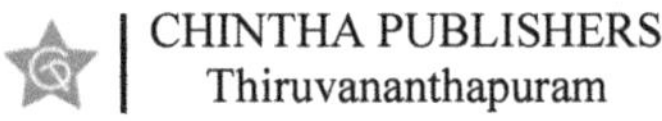

CHINTHA PUBLISHERS
Thiruvananthapuram

© Rights Reserved
All rights reserved. No part of this publication may be reproduced, transmitted, or stored in a retrieval system in any form or by any means without the written permission of the publisher.

First Edition
March 2015

Second Edition
April 2021

Published & Typesetting
Chintha Publishers, Thiruvananthapuram

Cover Design
Eswaran Namboothiri

ISBN - **978-93-85018-73-2**

CR - 2300 / 5456

Email: chinthapublishers@gmail.com
Website: www.chinthapublishers.com

Distribution
DESHABHIMANI BOOKHOUSE
H O Thiruvananthapuram 695035

Branch
Head Office Kunnukuzhi • Statue Thiruvananthapuram •
KSRTC Bus Station Thiruvananthapuram
KSRTC Bus Station Alappuzha • KSRTC Bus Station Ernakulam •
Machingal Lane Thrissur • IG Road Kozhikode •
Mavoor Road Kozhikode • NGO Union Building Kannur •
Central Bus Terminal Complex Thavakkara Kannur

മഹാഭാരതത്തിലൂടെ

വൈക്കം ചന്ദ്രശേഖരൻ നായർ

ചിന്ത പബ്ലിഷേഴ്സ്
തിരുവനന്തപുരം-695 035

വൈക്കം ചന്ദ്രശേഖരൻ നായർ (1928-2005)

കോട്ടയം ജില്ലയിലെ വൈക്കത്ത് ജനിച്ചു. നോവലിസ്റ്റ്, നാടകകൃത്ത്, മാധ്യമപ്രവർത്തകൻ, പ്രഭാഷകൻ എന്നീ നിലകളിൽ വ്യക്തിമുദ്ര പതിപ്പിച്ചു. കോട്ടയം സി എം എസ് കോളേജിൽ പഠിക്കുമ്പോൾ രാഷ്ട്രീയ പ്രവർത്തകനായി. സാമ്പത്തികക്ലേശം നിമിത്തം പഠനം തുടരാനായില്ല. *കേരളഭൂഷണം, മലയാളമനോരമ, പൗരപ്രഭ, കേരളം* എന്നീ പത്രങ്ങളിൽ പ്രവർത്തിച്ചു. കമ്യൂണിസ്റ്റ് പ്രസ്ഥാനത്തിലും അതിന്റെ സാഹിത്യ-സാംസ്കാരിക വിഭാഗത്തിലും സജീവ പ്രവർത്തകനായി. പാർട്ടി മുഖപത്രമായ *ജനയുഗ*ത്തിന്റെ സ്ഥാപക പത്രാധിപന്മാരിൽ ഒരാൾ. പിന്നീട് *കുങ്കുമം, ചിത്രകാർത്തിക* എന്നീ വാരികകളുടെ പത്രാധിപരായി. പത്രാധിപത്യം വഹിച്ചിരുന്ന പ്രസിദ്ധീകരണങ്ങളിൽ ചിത്രങ്ങളും വരച്ചിരുന്നു. നാടകങ്ങളിലും സിനിമകളിലും അഭിനയിക്കുകയും ചെയ്തിട്ടുണ്ട്.

ഗോത്രദാഹം, സ്മൃതികാവ്യം, കയീന്റെ വംശം, ഒരു മൃദുസ്പർശം, നഖങ്ങൾ, മാധവിക്കുട്ടി, പാമ്പുകളുടെ മാളം, നീലക്കടമ്പ്, ഉദ്ഘാടനം, ദാഹിക്കുന്നവരുടെ വഴി തുടങ്ങിയവയാണ് പ്രധാന നോവലുകൾ. *പഞ്ചവൻകാട്, സ്വാതിതിരുനാൾ, മാമാങ്കരാത്രി, വേണാട്ടമ്മ, തെക്കുംകൂർ, അടിയാത്തി, നീലക്കടൽ* തുടങ്ങി നിരവധി ചരിത്രാഖ്യായികകളും രചിച്ചു. *അനുഭവങ്ങളേ നന്ദി* എന്ന ആത്മകഥയും, *ബൈബിളിലേക്ക് ഒരു സഞ്ചാരം, പ്രാചീന നാടകത്തിലൂടെ ഒരു പര്യടനം* എന്നീ പഠനങ്ങളും *ഡോക്ടർ, തണ്ണീർപ്പന്തൽ, കുറ്റവും ശിക്ഷയും, കടന്നൽക്കൂട് ഉദ്യോഗപർവം, ജാതൂഗൃഹം, കാലൊച്ചകൾ, സ്വീറ്റ്സെവന്റി, വെളിച്ചം കിഴക്കു തന്നെ* തുടങ്ങി നിരവധി നാടകങ്ങളും അദ്ദേഹത്തിന്റേതായുണ്ട്.

കേരള സാഹിത്യ അക്കാദമി അവാർഡ്, കേരള സംസ്ഥാനചലച്ചിത്ര അവാർഡ് എന്നിവയ്ക്ക് പുറമേ നാടകരംഗത്തെ മികച്ച സംഭാവനകൾക്കുള്ള പുരസ്കാരം നൽകി സംസ്ഥാന സർക്കാർ ആദരിച്ചു (1994). 2000 ൽ കേരള സാഹിത്യ അക്കാദമി മലയാള ഭാഷയ്ക്കും സാഹിത്യത്തിനും നൽകിയ സമഗ്ര സംഭാവനയ്ക്കുള്ള പുരസ്കാരം നൽകി ആദരിച്ചു. 1978-81 കാലയളവിൽ കേരള സംഗീത നാടക അക്കാദമി അധ്യക്ഷനായിരുന്നു. 2005 ഏപ്രിൽ 13 ന് തിരുവനന്തപുരത്ത് അന്തരിച്ചു.

ഉള്ളടക്കം

പ്രസാധകക്കുറിപ്പ്

വൈക്കം ചന്ദ്രശേഖരൻ നായർ എന്ന പ്രതിഭാധനനായ എഴുത്തുകാരൻ കൈവയ്ക്കാത്ത സാഹിത്യമേഖലകളില്ല. *മഹാഭാരതം* എന്ന ബൃഹത്തായ ഇതിഹാസകൃതിയിലൂടെ അനുവാചകനെ കൊണ്ടുപോകുകയാണ് *മഹാഭാരതത്തിലൂടെ* എന്ന ഈ കൃതിയിൽ. മഹാഭാരതകഥയെയും കഥാപാത്രങ്ങളെയും ആധുനിക ധാരണകളുടെ തെളിവോടെ പരിശോധിക്കുകയാണ് വൈക്കം. ഭാരതകഥയുടെ വൈപുല്യവും ഈടും ചോർന്നുപോകാതെ അവതരിപ്പിച്ചിട്ടുള്ള ഈ കൃതി മലയാളസാഹിത്യത്തിന് ഒരു മുതൽക്കൂട്ടാണ്.

ചിന്ത പബ്ലിഷേഴ്സ്

1

ഭാരതകഥ എവിടെനിന്നാരംഭിക്കുന്നു?

*മഹാഭാരത*ത്തിന്റെ കഥ എവിടെയാണ് ആരംഭിക്കുന്നത്?

വിശദമായി അതു പറയാൻ സാധിക്കുമോ? അതിന് ഒരുപാടു സ്ഥലം വേണം. ആകെക്കൂടി ഒന്നറിയാൻവേണ്ടി പറയാം. *രാമായണം* പലതുണ്ട്. പക്ഷേ, *ഭാരതം* വേദവ്യാസൻ രചിച്ച രീതിയിൽ ഒന്നേ ഉള്ളൂ.

മഹാഭാരതം എഴുതിയതിന് ഒരു ഐതിഹ്യമുണ്ട്. അത് ആ ഇതിഹാസത്തിൽത്തന്നെ പറയുന്നു. *മഹാഭാരതം* അതിബൃഹത്തായ കൃതിയാണ്. അതു മനസിൽ ആകെക്കൂടി രൂപപ്പെടുത്തി, കാവ്യമായി എഴുതണമെങ്കിൽ അതിന് ഒരാളില്ല. വ്യാസൻ ഈ ബുദ്ധിമുട്ട് ബ്രഹ്മാവിനോടു പറഞ്ഞു. ബ്രഹ്മാവ് ഇങ്ങനെ മറുപടി നൽകി:

"ഇക്കാവ്യമെഴുതാനായി വിഘ്നേശനേ നിനയ്ക്ക് നീ...."

ഗണപതിയെ ധ്യാനിക്കുക. വ്യാസൻ ഗണപതിയെ ധ്യാനിച്ചു. ഗണപതി എഴുത്തുപണി ഏറ്റെടുത്തു. വ്യാസനോടൊപ്പമിരുന്ന് എഴുതിക്കൊടുത്തു.

പരശുരാമൻ ക്ഷത്രിയവംശത്തെ നശിപ്പിച്ച കഥ പുരാണ പ്രസിദ്ധമാണല്ലോ. അങ്ങനെ അവരെ നശിപ്പിച്ചിട്ട് ആ സ്ഥാനത്ത് നിർമിച്ചതാണ് 'സമന്തപഞ്ചകം' എന്ന പ്രദേശം. അവിടെയാണ് ഭാരതകഥ പതിനെട്ടാം യുദ്ധമുൾപ്പെടെ നടക്കുന്നത്. അതാണ് *മഹാഭാരത*ത്തിലെ മൗലികമായ കഥ. വ്യാസൻതന്നെ ഒരിടത്ത് *ഭാരത*ത്തെപ്പറ്റി പറയുന്നു:

"ഇതിൽപ്പെടാതെ കണ്ടുള്ള കഥ ലോകത്തിലില്ലഹോ...!"

പതിനെട്ടു പർവങ്ങളാണ് *മഹാഭാരത*ത്തിലുള്ളത്. ഈ കഥയിൽ നൂറുനൂറു കഥാപാത്രങ്ങളുണ്ട്. ആയിരക്കണക്കിനു സംഭവങ്ങളുണ്ട്. നൈമിശാരണ്യം എന്ന കാട്ടുപ്രദേശത്ത് ശൗനകൻ എന്ന മുനി പാർക്കുന്നു. ഈ മുനി, പന്ത്രണ്ടു വർഷം നീണ്ടുനിൽക്കുന്ന ഒരു യാഗം നടത്തുന്നു.

അതിനിടയ്ക്ക് ഉഗ്രശ്രവസ്സ് എന്നു പേരുള്ള ഒരു സൂതൻ അങ്ങോട്ടു കടന്നുചെല്ലുന്നു. സൂതന്മാർ കഥപറച്ചിലുകാരാണ്. പരീക്ഷിത്തുരാജാവിന്റെ പുത്രനായ ജനമേജയൻ നടത്തിയ സർപ്പസത്രത്തിൽവച്ച്, വേദവ്യാസൻ താൻ രചിച്ച *മഹാഭാരത*ത്തിലെ കഥ ആ രാജാവിനോടു വിവരിച്ചു കേൾപ്പിച്ചത് ഈ സൂതൻ കേട്ടിട്ടുണ്ട്. അത് അതേപടി വിവരിച്ചു കേൾപ്പിക്കണമെന്ന് ശൗനകന്റെ യാഗത്തിൽ കൂടിയിരുന്ന മുനിമാർ ആവശ്യപ്പെടുന്നു. സൂതൻ ആ വ്യാസകഥ പറഞ്ഞുകേൾപ്പിക്കുന്നതായിട്ടാണ് *മഹാഭാരതം* കാവ്യം രചിക്കപ്പെട്ടിട്ടുള്ളത്.

ജനമേജയരാജാവിന്റെ സർപ്പസത്രത്തിൽ വന്നെത്തിയ വേദവ്യാസൻ രാജാവിന്റെ ആഗ്രഹപ്രകാരം അദ്ദേഹത്തിന്റെ പൂർവികരുടെ വൃത്താന്തം പറഞ്ഞുകേൾപ്പിക്കാൻ തന്റെ ശിഷ്യനായ വൈശമ്പായനനോടാവശ്യപ്പെടുന്നു.

പുരുവംശത്തിന്റെ കഥയാണത്. പുരു (യയാതിയുടെ പുത്രൻ) ആണ് ഈ വംശം സ്ഥാപിച്ചത്.

ദക്ഷന്റെ അനന്തരഗാമി അദിതി, അദിതിക്കു വിവസ്വാൻ, വിവസ്വാനു മനു, മനുവിന് ഇള, ഇളയ്ക്ക് പുരൂരവസ്സ്, പുരൂരവസിന് ആയുസ്സ്, ആയുസിന് നഹുഷൻ. ഇതാണ് അതിപ്രാചീനതയിലെ പരമ്പര. നഹുഷന്റെ പുത്രനാണ് യയാതി. യയാതിയിൽനിന്നു കുറച്ചുകൂടി വ്യക്തമായ ഇതിഹാസ കഥ ആരംഭിക്കുന്നു. യയാതിക്കു രണ്ടു ഭാര്യമാരായിരുന്നു: ഒന്ന് ശുക്രന്റെ പുത്രിയായ ദേവയാനി. മറ്റേത് വൃഷപർവ്വാവിന്റെ മകൾ ശർമ്മിഷ്ഠ. ദേവയാനിയും ശർമ്മിഷ്ഠയും വനത്തിൽവച്ച് ആടകൾ അഴിച്ചുവച്ചു സരസിൽ കുളിച്ചു. കാറ്റടിച്ചു വസ്ത്രങ്ങൾ പറന്നു. അറിയാതെ ദേവയാനിയുടെ വസ്ത്രം ശർമ്മിഷ്ഠ എടുത്തു. കലഹമായി. ദേവയാനിയെ ശർമ്മിഷ്ഠ ഒരു പൊട്ടക്കിണറ്റിൽ തള്ളിയിട്ടിട്ടു പോയി. ആ വഴിക്ക് അപ്പോൾ വന്ന യയാതി അവളെ രക്ഷിച്ചു. ദേവയാനി യയാതിയെ ഭർത്താവായി സ്വീകരിച്ചു. വൃഷപർവ്വാവ് ശുക്രനെ പേടിച്ച് ശത്രുത തീർക്കാൻ ശർമ്മിഷ്ഠയെ ദേവയാനിയുടെ ദാസിയായി കൊടുത്തു. കാലക്രമത്തിൽ യയാതിക്ക് ശർമ്മിഷ്ഠയോടും അനുരാഗമായി. ദേവയാനി കോപിച്ചു. ശുക്രനെ വിവരം ധരിപ്പിച്ചു. ജരാനര ഭവിക്കട്ടെ എന്ന് ശുക്രൻ യയാതിയെ ശപിച്ചു. പുത്രന്മാരിൽ ആർക്കെങ്കിലും വാർധക്യം കൊടുത്ത് യൗവനം പ്രാപിച്ചുകൊള്ളാൻ ശുക്രമുനി പാപമോചനവും കൊടുത്തു. യദു, തുർവശു, ദ്രുഹ്യു, അനുദ്രുഹ്യു, പുരു എന്നീ പുത്രന്മാരിൽ പുരു മാത്രമാണ് അതിനു തയാറായത്.

യയാതിയുടെ കാലശേഷം ദേവയാനിയുടെ മകനായ യദുവിന്റെ പിന്മുറക്കാർ യാദവരായി. പുരുവിന്റെ പരമ്പര പൗരവന്മാർ. പുരുവിന്റെ ഭാര്യ കൗസല്യ ആയിരുന്നു. പുരുവിലും കൗസല്യയിലും നിന്നു പതിനാറു തലമുറകൾ ആകുമ്പോൾ ദുഷ്യന്തൻ എന്ന പ്രസിദ്ധനായ രാജാവിന്റെ ഭരണമായി. ദുഷ്യന്തന്റെ പിതാവിന്റെ പേര് ഈളിനൻ എന്നായിരുന്നു. മാതാവ് രഥന്തരി. ദുഷ്യന്തന്റെയും ശകുന്തളയുടെയും കഥ പ്രസിദ്ധ

മായതുകൊണ്ടു പറയുന്നില്ല. അഞ്ചു മക്കളിൽ ഒരാളായിരുന്നു ദുഷ്യന്തൻ.

ശകുന്തളയ്ക്ക് ഒരു പുത്രൻ ജനിക്കുന്നു. കുട്ടിയുടെ സാമർത്ഥ്യം കണ്ട് മുനിമാർ അവന് സർവ്വദമനൻ എന്നു പേരിടുന്നു. ആദ്യം സ്വീകരിക്കാൻ വിസമ്മതിച്ച ദുഷ്യന്തൻ ഒടുവിൽ ശകുന്തളയെ സ്വീകരിക്കുകയും മകനെ യുവരാജാവായി അഭിഷേകം നടത്തുകയും ചെയ്യുന്നു. മഹാഭാരതത്തിൽ ശകുന്തള ദുഷ്യന്തനെ പിരിഞ്ഞുപോവുകയാണ്. ശകുന്തള പറയുന്നത് ഇങ്ങനെയാണ്:

"അസത്യം ചൊല്ലി നീയേവം ശ്രദ്ധ കൈവിട്ടിരിക്കിലോ
ഞാനിതാ ഹന്ത! പോകുന്നേൻ നിന്നോടേ വേണ്ട സംഗമം"

ശകുന്തള പിരിഞ്ഞുപോകുമ്പോൾ ഇങ്ങനെ ഒരു അശരീരി കേൾക്കുന്നുണ്ട്:

"ജീവിക്കും പുത്രനെ വിട്ടു ജീവിക്കുമതികഷ്ടമാം
ഭരിക്ക് ശകുന്തളനാം ദൗഷ്യന്തിയെ നരാധിപ!
പരമീ ഞങ്ങൾ ചൊല്ലാലെ ഭരിച്ചീടുക കാരണം
നരേന്ദ്ര, നിൻ പുത്രനിവൻ ഭരതാഭിധനായ് വരും"

അങ്ങനെയാണ് ദുഷ്യന്ത-ശകുന്തളാപുത്രനായ സർവ്വദമനൻ ഭരതനായത്. ഭരതൻ ഗംഭീരമായി നാടുഭരിച്ചു എന്നാണ് കാണുന്നത്. പക്ഷേ, ഭരതന്റെ കഥ ഒരുതരത്തിൽ ദയനീയമായിരുന്നു. മൂന്നു ഭാര്യമാരിൽ ഒമ്പതു മക്കളാണ് അദ്ദേഹത്തിനുണ്ടായത്. പക്ഷേ, ആ മക്കളാരും തനിക്കു യോജിച്ചവരല്ലെന്ന് ആ രാജാവു പ്രഖ്യാപിച്ചു. ഭാര്യമാർ ഇതിൽ ക്ഷുഭിതരായി. അവർ തങ്ങളുടെ മക്കളെയെല്ലാം കൊന്നുകളഞ്ഞു! പിന്നെ അനേകം യാഗങ്ങളും മറ്റും നടത്തി ഭരദ്വാജമുനിയുടെ അനുഗ്രഹം വാങ്ങി ഭൂമന്യു എന്ന ഒരു പുത്രൻ അദ്ദേഹത്തിനുണ്ടായി. അയാളെ യുവരാജാവാക്കുകയും ചെയ്തു.

ഭരതന്റെ പുത്രൻ ഭൂമന്യുവിന്റെ മകൻ സുഹോത്രനായിരുന്നു. സുഹോത്രൻ ഇക്ഷ്വാകുവംശത്തിലെ സുവർണയെ വിവാഹംചെയ്തു. അവർക്കുണ്ടായ പുത്രനാണ് ഹസ്തി. അവൻ സമന്തപഞ്ചകപ്രദേശത്ത് (കുരുക്ഷേത്രഭൂമിയിൽ) ഒരു വലിയ നഗരമുണ്ടാക്കി. ഹസ്തി നിർമിച്ച ആ നഗരമാണ് ഹസ്തിനപുരം എന്നറിയപ്പെട്ടത്.

പിന്നെ ഒമ്പതു തലമുറകൾ കഴിഞ്ഞു. ഒമ്പതാം തലമുറക്കാരനായ പ്രതിശ്രവസ്സിന് പ്രതീപൻ എന്ന പുത്രനുണ്ടായി. പത്താം തലമുറക്കാരനായ പ്രതീപൻ സുനന്ദയെ വിവാഹം കഴിക്കുകയും അവർക്ക് മൂന്നു മക്കളുണ്ടാവുകയും ചെയ്തു. അവരാണ് ദേവാപി, ശന്തനു, ബാൽഹികൻ. ദേവാപി ബാല്യത്തിൽത്തന്നെ വനവാസം ചെയ്തു. ശന്തനു രാജാവായി വാണു. ഇക്ഷ്വാകുവംശത്തിലെ ഒരു രാജാവായ മഹാഭിഷക്ക് ഗംഗയെ കണ്ടു മോഹിച്ചു. ഇതുകണ്ട ബ്രഹ്മാവ് 'നീ മനുഷ്യനായി പിറക്കുക' എന്നു ശപിച്ചു. ഈ സമയത്ത് ഗംഗ ശന്തനുവിന്റെ അച്ഛനായ പ്രതീപനെ സമീപിച്ചു. അങ്ങനെ പോകുന്ന വഴിക്ക് ഗംഗ ദേവലോക

ജീവികളായ വസുക്കളെ കണ്ടുമുട്ടി (ധരൻ, ധ്രുവൻ, സോമൻ, ആപൻ, അനലൻ, അനിലൻ, പ്രത്യൂഷൻ, പ്രഭാസൻ എന്നിവരാണ് വസുക്കൾ). അവർ വിഷാദിച്ച് കരഞ്ഞുകൊണ്ട് പോകുന്നതാണ് അവൾ കണ്ടത്. അവരുടെ ദുഃഖമെന്തെന്ന് അവൾ അന്വേഷിച്ചു. വസിഷ്ഠമുനിയുടെ ഒരു ശാപം മൂലം മനുഷ്യസ്ത്രീയുടെ യോനി കടന്നുവരുവാൻ വിധിക്കപ്പെട്ടിരിക്കുകയാണ് തങ്ങളെന്ന് അവർ ഗംഗയെ അറിയിച്ചു. അങ്ങനെ മനുഷ്യസ്ത്രീയുടെ സന്തതിയാകാതിരിക്കാൻ ഗംഗാദേവിതന്നെ തങ്ങളെ പ്രസവിക്കണമെന്ന് അവർ പ്രാർഥിച്ചു. അവൾ അത് ഏൽക്കുകയും ചെയ്തു. "പ്രസവിച്ചു കഴിഞ്ഞാലുടൻ തങ്ങളെ വെള്ളത്തിലൊഴുക്കിയേക്കൂ. ഞങ്ങൾ വേഗം മോക്ഷം നേടിക്കൊള്ളാം" എന്നും അവർ പറഞ്ഞു.

ഗംഗ പ്രതീപരാജാവിനെ സമീപിച്ചു പ്രണയപ്രാർഥന നടത്തി. രാജാവ് താൻ പരസ്ത്രീയെ സ്വീകരിക്കയില്ലെന്നു പറഞ്ഞു. തന്റെ പുത്രന്റെ ഭാര്യയായി അവളെ സ്വീകരിക്കാമെന്നു വാക്കുകൊടുത്തു. ഗംഗ അതു സമ്മതിച്ചു. പ്രതീപൻ പുത്രനായ ശന്തനുവിനോട് വിവരം പറഞ്ഞു. ചില പ്രത്യേക വ്യവസ്ഥകളോടുകൂടി താൻ ശന്തനുവിന്റെ ഭാര്യയായിരുന്നുകൊള്ളാമെന്ന് ഗംഗ അറിയിച്ചു. ശന്തനു സന്തുഷ്ടനായി. അവർ ഒരുമിച്ചു ജീവിച്ചു. കുട്ടികൾ ജനിച്ചു. ആ കുട്ടികളെയെല്ലാം അവൾ ഗംഗയിൽ വലിച്ചെറിയുന്നു. എട്ടാമത്തെ തവണയും അവൾ അങ്ങനെ പ്രവർത്തിക്കാനാരംഭിച്ചപ്പോൾ ശന്തനു അവളെ തടസപ്പെടുത്തി. ഗംഗ തന്റെ കൃത്യത്തിനുള്ള കാരണം ശന്തനുവിനെ പറഞ്ഞുകേൾപ്പിച്ചു. ഒരിക്കൽ അഷ്ടവസുക്കൾ വസിഷ്ഠമുനിയുടെ ആശ്രമത്തിൽ ചെന്നു. അവരിൽ ഒരു വസുവിന്റെ ഭാര്യ ആശ്രമത്തിലെ കറവപ്പശുവായ ധേനുവിനെ സ്വഗൃഹത്തിലേക്കു കൊണ്ടുപോയി. ഇതിൽ ക്ഷുഭിതനായ വസിഷ്ഠൻ 'നിങ്ങൾ മനുഷ്യസ്ത്രീയുടെ യോനിയിൽ ജനിക്കട്ടെ' എന്ന് വസുക്കളെ ശപിച്ചു. വസുക്കൾ, അവരെ താൻ പ്രസവിക്കണമെന്ന് അപേക്ഷിച്ചു. അവരുടെ മോക്ഷമാർഗവും നിർദേശിച്ചു. അതനുസരിച്ച് തന്നിൽ ജനിച്ചവരെയാണ് താൻ ഗംഗാജലത്തിൽ നിക്ഷേപിച്ചത്. ഈ വസ്തുതയാണ് അവൾ ശന്തനുവിനോട് പറഞ്ഞത്.

ഇത്രയും പറഞ്ഞ് ഗംഗ മറഞ്ഞു. എട്ടാമത്തെ ആ കുമാരൻ മാത്രം ഗംഗയിലേക്കു പോകാതെ രക്ഷപ്പെട്ടു. അവന് ദേവവ്രതനെന്നായിരുന്നു പേര്. അതാണ് ഭീഷ്മർ. ഭീഷ്മർ വസിഷ്ഠാശ്രമത്തിൽനിന്നു കറവപ്പശുവിനെ കൊണ്ടുപോയ ദ്യോവ് എന്ന വസുവിന്റെ പുനർജന്മമായിരുന്നു. വസിഷ്ഠൻ ശാപമോക്ഷത്തിനുള്ള മാർഗം പറഞ്ഞപ്പോൾ ദ്യോവ് അനേകവർഷം മർത്യലോകത്തിൽ പാർക്കുമെന്നു വിധിച്ചിരുന്നു. അയാൾ സർവധർമജ്ഞനും സർവശാസ്ത്രവിശാരദനും ആയിരിക്കും. അയാൾ സ്ത്രീഭോഗം കൈവെടിഞ്ഞിടും.

സംയമനം, ദാനശീലം, ബുദ്ധി, ധൈര്യം, ക്ഷമ എന്നിവകൊണ്ട് ശന്തനു പ്രതാപിയും പ്രസിദ്ധനുമായിത്തീർന്നു. പുത്രനായ ദേവവ്രതൻ അതിമസർഥനായി വളർന്നു. ഒരിക്കൽ യമുനാതീരത്തെ കാട്ടിൽ സഞ്ച

രിക്കവേ ശന്തനു ഒരു സുഗന്ധംകേട്ടു കാര്യമന്വേഷിച്ചു. അപ്പോൾ ദാശ കന്യകയായ സത്യവതിയെ കണ്ടുമുട്ടി. അവളിൽ രാജാവിനു മോഹ മായി. സത്യവതിയുടെ അച്ഛൻ ഒരു വ്യവസ്ഥ പറഞ്ഞു: "സത്യവതി ക്കുണ്ടാകുന്ന കുട്ടിക്ക് രാജ്യഭരണാവകാശം കൊടുക്കണം. എങ്കിലേ കന്യ കയെ കൊടുക്കൂ" ശന്തനു ദുഃഖിതനായി. കാര്യമറിഞ്ഞ് ഭീഷ്മർ സത്യ വതിയുടെ അച്ഛന്റെ അടുത്തുചെന്നു പറഞ്ഞു: "എനിക്ക് രാജ്യാവകാശം വേണ്ട. ഞാൻ ഇന്നു മുതൽക്ക് നിത്യബ്രഹ്മചര്യം ദീക്ഷിക്കുവാൻ നിശ്ചയി ച്ചിരിക്കുന്നു." ശന്തനു മകനെ അനുഗ്രഹിച്ചു: "മരണം നിന്നെ ബാധി ക്കുകയില്ല, നീ ആഗ്രഹിക്കുമ്പോഴേ നീ മരിക്കൂ."

ശന്തനുവിന് സത്യവതിയിൽ ചിത്രാംഗദനെന്നും വിചിത്രവീര്യ നെന്നും രണ്ടു മക്കളുണ്ടായി. ശന്തനു ഇഹലോകം വെടിഞ്ഞു. ചിത്രാം ഗദൻ ഒരു ഗന്ധർവനാൽ വധിക്കപ്പെട്ടു. വിചിത്രവീര്യൻ രാജാവായി.

സത്യവതിക്ക് നേരത്തെ പരാശരമുനിയിൽനിന്ന് ഒരു പുത്രനുണ്ടായി. ഉപരിചരൻ എന്ന വസുവിന്റെ രേതസ് കാളിന്ദീനദിയിൽ വീണു. അവിടെ ശാപംമൂലം മത്സ്യമായിക്കിടന്ന അദ്രിക എന്ന അപ്സരസിൽ അതു പ്രവേശിച്ചുണ്ടായവളാണ് സത്യവതി. അവൾക്ക് മത്സ്യഗന്ധിയെന്നും ഗന്ധകാളിയെന്നും പേരുകളുണ്ട്. തന്റെ അച്ഛനായിത്തീർന്ന മുക്കുവനു വേണ്ടി ആറ്റിൽ വഞ്ചി കടത്തിക്കഴിയവേ, പരാശരൻ എന്ന മുനി അവ ളിൽ പ്രേമംപൂണ്ട് ഒരു കുട്ടിയെ ജനിപ്പിച്ചു. ആ സന്തതിയാണ് വേദവ്യാ സനായിത്തീർന്നത്. യമുനയിലെ ഒരു ദ്വീപിൽ വസിച്ചു തപസുചെയ്ത തുകൊണ്ട് വ്യാസൻ ദ്വൈപായനനായി; വേദങ്ങൾ വിസ്തരിച്ചെഴുതിയ തുകൊണ്ട് വേദവ്യാസനായി. അപ്പോൾ ശന്തനുവിന് ഗംഗയിലുണ്ടായ പുത്രൻ ഭീഷ്മർ; പരാശരമുനിക്ക് സത്യവതിയിലുണ്ടായ പുത്രൻ വേദ വ്യാസൻ. ആ സത്യവതിയെത്തന്നെ ശന്തനു പിൽക്കാലത്ത് ഭാര്യയാ ക്കി. അപ്പോൾ അവരുടെ പുത്രരായ ചിത്രാംഗദനും വിചിത്രവീര്യനും വ്യാസന്റെ സഹോദരരായി.

ഭീഷ്മർ രാജ്യാധികാരം ഉപേക്ഷിച്ചു. വിചിത്രവീര്യൻ യൗവനയു ക്തനായപ്പോൾ അയാളെ വിവാഹംകഴിപ്പിക്കേണ്ടത് ആവശ്യമാണെന്ന് ഭീഷ്മർ മനസിലാക്കി. വംശം നിലനിൽക്കാൻ അതാവശ്യമാണ്. തനിക്കോ ഭാര്യയും സന്താനങ്ങളും ഇല്ലല്ലോ. കാശിരാജ്യത്തെ അംബ, അംബിക, അംബാലിക എന്ന മൂന്നു രാജകന്യകകളെ അവരുടെ സ്വയം വരപ്പന്തലിൽനിന്ന് ഭീഷ്മർ വിചിത്രവീര്യനുവേണ്ടി അപഹരിച്ചു. താൻ സാല്വരാജാവിനെ സ്നേഹിക്കുന്നു എന്നു പറഞ്ഞതുകൊണ്ട് അംബയെ വിട്ടയച്ചു. അംബികയും അംബാലികയും വിചിത്രവീര്യന്റെ പത്നിമാരാ യി. പക്ഷേ, അവരിൽ കുട്ടികളുണ്ടാകുന്നതിനു മുമ്പുതന്നെ വിചിത്രവീ ര്യൻ ക്ഷയരോഗം പിടിച്ചു മരിച്ചു.

സത്യവതി ദുഃഖിതയായി. ദുഷ്യന്തന്റെ വംശം നശിച്ചുപോകരുതല്ലോ. വംശം നിലനിർത്താൻ സഹോദരപത്നിമാരിൽ പുത്രോൽപ്പാദനം നട ത്തണമെന്ന് അവൾ ഭീഷ്മരോടപേക്ഷിച്ചു. പക്ഷേ, താൻ തന്റെ ശപഥ

ത്തിൽനിന്ന് ഒരിക്കലും മാറുകയില്ലെന്ന് ഭീഷ്മർ പ്രഖ്യാപിച്ചു. സത്യവതി വേദവ്യാസനെ ധ്യാനിച്ചു വരുത്തി വിവരം പറഞ്ഞു. വ്യാസൻ സമ്മതിച്ചു.

വ്യാസന് അംബികയിൽ ധൃതരാഷ്ട്രരുണ്ടായി. അംബാലികയിൽ പാണ്ഡുവും ജനിക്കുന്നു. ഈ രണ്ടു കുട്ടികൾക്കും ന്യൂനതകളുണ്ടെന്ന് സത്യവതിക്കു മനസിലാകുന്നു. അവൾ അംബികയോട് കാര്യം പറഞ്ഞു. അംബിക തന്റെ ദാസിയെ വ്യാസന്റെ അടുക്കലേക്കയയ്ക്കുന്നു. ആ ദാസിയിൽ ഉണ്ടായ കുട്ടിയാണ് വിദുരർ. ആദ്യം ധൃതരാഷ്ട്രർ ജനിക്കുമ്പോൾ വ്യാസൻ പറഞ്ഞു: "മഹാവീരനായ പുത്രനായിരിക്കും ഇത്. അവന് നൂറു മക്കളുണ്ടാവും. പക്ഷേ, എന്റെ മഞ്ഞച്ച ജഡയും ദീപ്തദൃഷ്ടിയും ചെമ്പിച്ച മീശയും കണ്ട് അമ്മയ്ക്ക് പേടിവന്നല്ലോ. തന്മൂലം ഈ കുട്ടി അന്ധനായിരിക്കും." സത്യവതി ദുഃഖിച്ചു. അടുത്ത പുത്രനുവേണ്ടി പ്രാർഥിച്ചു. വ്യാസനെക്കണ്ട അംബാലിക വിവർണയായി നിന്നു. വ്യാസൻ അവളോടു പറഞ്ഞു: "വിരൂപനായ എന്നെക്കണ്ട് വിളറിനിന്ന നിന്റെ സന്തതി പാണ്ഡുവായിത്തീരും. അവന്റെ പേരും അതാവും!"

വിദുരരുടെ ജനനത്തിൽ വ്യാസൻ സന്തുഷ്ടനായിരുന്നു. അദ്ദേഹം ദാസിയോടു പറഞ്ഞു: "നീ ഇനി ദാസിയല്ല. നിന്റെ മകൻ തേജസ്വിയും ബുദ്ധിമാനുമായിരിക്കും. വിദുരർക്ക് ഒരു മുജ്ജന്മകഥയുണ്ട്. അണിമാണ്ഡവ്യൻ എന്ന ഋഷി തപസുചെയ്തുകൊണ്ടിരുന്നു. അധികാരികളാൽ പിന്തുടരപ്പെട്ട ചില കള്ളന്മാർ കട്ട മുതൽ മാണ്ഡവ്യന്റെ ആശ്രമത്തിൽ വലിച്ചെറിഞ്ഞിട്ടു പോയി. കള്ളന്മാരെയും മാണ്ഡവ്യനെയും പിടിച്ച് രാജാവിന്റെ മുമ്പിൽകൊണ്ടാക്കി. എല്ലാവരേയും ശൂലത്തിൽ കയറ്റാൻ രാജകൽപ്പനയായി. വളരെക്കാലം ശൂലത്തിൽ കിടന്നിട്ടും മാണ്ഡവ്യൻ മരിച്ചില്ല; അദ്ദേഹത്തെ രാജാവിന്റെ മുമ്പിൽ വരുത്തി. ധർമത്തിനു വിരുദ്ധമായി പ്രവർത്തിച്ച രാജാവ് ദാസിയുടെ യോനിയിൽ ജനിക്കും എന്ന് മാണ്ഡവ്യൻ കൽപ്പിക്കുന്നു. അതനുസരിച്ച് ജനിച്ച ആളാണ് വിദുരർ.

ഭീഷ്മർ ധർമാനുസൃതമായി രാജ്യം ഭരിച്ചു. നാട് അഭിവൃദ്ധിപ്പെട്ടു. ആ പിതാമഹൻ പാണ്ഡവരെയും കൗരവരെയും തുല്യ സ്നേഹത്തോടുകൂടി വളർത്തുന്നു. പ്രായപൂർത്തി വന്ന പാണ്ഡുവിനെ ഭീഷ്മർ രാജാവായി അഭിഷേകം ചെയ്തു. ഭീഷ്മർ വിദുരനോടാലോചിച്ച് ഗാന്ധാര രാജാവിന്റെ മകളായ ഗാന്ധാരിയെ ധൃതരാഷ്ട്രരെക്കൊണ്ടു വിവാഹം ചെയ്യിച്ചു. ഭർത്താവിനു കണ്ണില്ലാത്ത സ്ഥിതിക്ക് തനിക്കും കാഴ്ച ആവശ്യമില്ലെന്നു പറഞ്ഞ് ഗാന്ധാരി സ്വന്തം കണ്ണ് കൂട്ടിക്കെട്ടി. ശൂരൻ എന്ന യാദവന്റെ പുത്രിയായ കുന്തി പാണ്ഡുവിനെയും ഭർത്താവായി സ്വീകരിച്ചു.

2

പാണ്ഡവരും കൗരവരും

കുന്തിക്ക് ഒരു പൂർവകഥയുണ്ട്. ശൂരൻ എന്ന യാദവന്റെ മകളായിരുന്നു, പൃഥ. മുൻപു നൽകിയ ഒരു വാക്കനുസരിച്ച് ശ്രീകൃഷ്ണന്റെ പിതാമഹനും വസുദേവന്റെ പിതാവുമായ ശൂരൻ തന്റെ സഹോദരീപുത്രനായ കുന്തീഭോജന് പൃഥയെ ദത്തുപുത്രിയായി നൽകി. ഉഗ്രതപസ്വിയായ ദുർവ്വാസാവു മുനിയെ പൃഥ ഒരിക്കൽ ശുശ്രൂഷിച്ചു. തപസ്വി പ്രീതനായി, പൃഥയ്ക്ക് ഒരു വരമന്ത്രം കൊടുത്തു. ഈ മന്ത്രം ചൊല്ലി ഏതേതു ദേവന്മാരെ ധ്യാനിക്കുന്നുവോ അവരിൽനിന്ന് പുത്രനുണ്ടാകുമെന്നാണ് വരം. സന്തോഷംപൂണ്ട കുന്തിഭോജപുത്രി സൂര്യനെ ധ്യാനിച്ചു വിളിച്ചു. സൂര്യൻ വന്നു. കുന്തി സത്യം പറഞ്ഞു. ക്ഷമിക്കണമെന്ന് സൂര്യനോടു യാചിച്ചു. പക്ഷേ, തന്നെ വെറുതെ ആഹ്വാനംചെയ്യരുതെന്നും അതു ദോഷകരമാണെന്നും സൂര്യൻ അറിയിച്ചു. അവൾക്ക് ദോഷമൊന്നും വരികയില്ലെന്ന് ആശ്വസിപ്പിച്ച് സൂര്യൻ അവളുമായി സംഗമിച്ചു. കുട്ടിയുണ്ടായി. കുന്തിക്ക് വീണ്ടും സൂര്യൻ കന്യകാത്വം കൊടുത്തു. ജന്മനാ പടച്ചട്ടയോടും കുണ്ഡലങ്ങളോടുംകൂടിയാണ് കുട്ടി ജനിച്ചത്. അതാണ് കർണ്ണൻ. കുന്തി കുഞ്ഞിനെ യമുനാതീരത്തു കിടത്തി. ധൃതരാഷ്ട്രരുടെ മന്ത്രിയായ അധിരഥൻ, ആ കുട്ടിയെ കണ്ടു. അതിനെ എടുത്തുകൊണ്ടുപോയി തന്റെ ഭാര്യയായ രാധയെ ഏൽപ്പിച്ചു. കർണ്ണൻ സൂതനന്ദനനെന്ന നിലയിൽ വളർന്നു. സർവശാസ്ത്രപടുവായി. വില്ലാളിവീരനായ യോദ്ധാവായി. ദാനധർമകുശലനുമായി. ഒരിക്കൽ ഇന്ദ്രൻ, ഒരു ബ്രാഹ്മണന്റെ വേഷത്തിൽ കർണനെ സമീപിച്ച് കവചകുണ്ഡലങ്ങൾ വേണമെന്നു യാചിച്ചു. കർണ്ണൻ ഭക്തിപൂർവം അത് ബ്രാഹ്മണനു നൽകി. ഇന്ദ്രൻ സന്തോഷിച്ച് ഒരു അമ്പും വില്ലും കൊടുത്തു. ഇന്ദ്രൻ അനുഗ്രഹിച്ചു:

"ദേവാസുര മനുഷ്യന്മാർ ഗന്ധർവോരഗ രാക്ഷസർ
ഇവരാരിൽ പ്രയോഗിപ്പൂ നീയിതെന്നാലവൻ മൃതൻ"

കർണനൻ അതിശക്തനായ യോദ്ധാവായി മാറി എന്നർഥം. കർണന്റെ മറ്റു കഥകൾ പുറകെ പറയാം. കുന്തിയുടെ ജീവിതത്തിൽ ഏറ്റവും വലിയ ദുഃഖത്തിനു കാരണമായത് കർണനൻ എന്ന ഈ പുത്രനാണ്.

പിന്നെയാണ് കുന്തി പാണ്ഡുവിനെ വിവാഹം ചെയ്യുന്നത്. പാണ്ഡുവുമായി കുന്തി ഹസ്തിനപുരത്തിൽ പോയി താമസിച്ചു. തുടർന്ന് പാണ്ഡു ശല്യരുടെ സഹോദരിയായ മാദ്രിയെയും വിവാഹം കഴിക്കുന്നു. നൂറ് അശ്വമേധങ്ങൾ നടത്തി ദിഗ്വിജയം നേടി. എന്നാലും, രാജമന്ദിരത്തിൽനിന്ന് മാറി കാട്ടിൽപ്പോയി താമസിച്ചു. അക്കാലത്ത് വിദുരർ വിവാഹം ചെയ്തു.

ഗാന്ധാരിക്ക് നൂറു പുത്രന്മാരുണ്ടാവട്ടെ, എന്ന് വ്യാസൻ അനുഗ്രഹിച്ചത് മുമ്പു പറഞ്ഞിട്ടുണ്ടല്ലോ. ഗർഭിണിയായി. പക്ഷേ, പ്രസവിക്കാതെ കുറെനാൾ കഴിഞ്ഞപ്പോൾ അവരുടെ വയറു പിളർന്ന് ഒരു മാംസപിണ്ഡത്തെ വയറ്റിൽനിന്നെടുത്തു. ആ മാംസപിണ്ഡം ഉടഞ്ഞ് നൂറ്റൊന്നു ശകലങ്ങളായി. അവയെ പ്രത്യേകം പ്രത്യേകം കുടങ്ങളിൽ നിക്ഷേപിച്ചു സുരക്ഷിതമായ സ്ഥലത്തുവച്ചു. ഈ മാംസപിണ്ഡങ്ങളിൽനിന്നും ദുര്യോധനൻ തുടങ്ങിയ നൂറു പുത്രന്മാരുണ്ടായി. ഒടുവിൽ ഗാന്ധാരിയുടെ ആഗ്രഹം സതൃപ്തിപ്പെടുമാറ് ദുശ്ശള എന്ന പുത്രിയുമുണ്ടായി.

ഒരിക്കൽ പാണ്ഡു നായാട്ടിനു പോയി. അവിടെ മൃഗരൂപം ധരിച്ചു സംഭോഗത്തിലേർപ്പെട്ടിരുന്ന ഒരു മഹർഷിയെ വധിച്ചു. കിന്ദമൻ എന്ന മഹർഷിയുടെ മൃഗരൂപം പോയി. അദ്ദേഹം പാണ്ഡുവിനെ ശപിച്ചു. കാമവികാരത്തോടുകൂടി സ്ത്രീകളെ തൊട്ടാൽ അപ്പോൾ മരിച്ചുപോകും എന്നായിരുന്നു ശാപം. ഇതുകേട്ടു വിരക്തബുദ്ധിയായിത്തീർന്ന പാണ്ഡു സന്യസിക്കാൻ നിശ്ചയിക്കുന്നു. തങ്ങളെ അനാഥരാക്കരുതെന്നു ഭാര്യമാരായ കുന്തിയും മാദ്രിയും അപേക്ഷിച്ചു. പാണ്ഡു വാനപ്രസ്ഥം മതിയെന്നു നിശ്ചയിച്ചു. വിവരം ഭീഷ്മരെ ധരിപ്പിക്കാൻ ആളയച്ചിട്ട് ശതശൃംഗത്തിലെത്തി പാണ്ഡു തപസിലേർപ്പെടുന്നു.

വംശം നിലനിർത്തണം. പിതൃക്കളുടെ കടം തീർക്കണം. അതുകൊണ്ട് സന്താനോൽപ്പാദനം നടത്തണമെന്ന് കുന്തിയോട് പാണ്ഡു ആവശ്യപ്പെടുന്നു. ഋഷിമാരുടെകൂടെ സ്വർഗത്തേക്കു പോകാനും അദ്ദേഹം തയാറായി. വ്യുഷിതാശ്വൻ എന്ന പ്രതാപിയായ രാജാവു ക്ഷയരോഗം പിടിച്ചു മരിച്ചതും ഭാര്യയായ ഭദ്ര എന്ന സുന്ദരി മക്കളില്ലാതെ ഭർത്താവു വേർപിരിഞ്ഞതിൽ ദുഃഖിച്ചതും കുന്തി പാണ്ഡുവിനെ പറഞ്ഞു കേൾപ്പിച്ചു. രജസ്വലയായി പതിന്നാലാം ദിവസമോ എട്ടാം ദിവസമോ തന്റെ ശവം കെട്ടിപ്പിടിച്ചു കിടന്നാൽ പുത്രോൽപ്പാദനം ഉണ്ടാകുമെന്നു പറഞ്ഞുപോയ രാജാവ് അവൾക്കു വരം കൊടുത്തു. അങ്ങനെ സംഭവിക്കുകയും ചെയ്തു. അവരാണ് സാല്വർ മൂന്നുപേർ. നാലു മാദ്രന്മാർ. അങ്ങനെ തപോബലംകൊണ്ടു തന്നിൽ പുത്രനെ ഉണ്ടാക്കിയാൽ മതിയെന്ന് കുന്തി

പാണ്ഡുവിനോടു പറഞ്ഞു. പക്ഷേ, വ്യുഷിതാശ്വൻ ദേവതുല്യനായതു കൊണ്ടാണ് അതു സാധിച്ചതെന്നും മനുഷ്യനായ തനിക്ക് അതു സാധിക്കുകയില്ലെന്നും പാണ്ഡു പറഞ്ഞു; കുന്തി മറ്റുവിധത്തിൽ പുത്രോൽപ്പാദനം സാധിക്കണം. പണ്ട് ദുർവ്വാസാവ് കൊടുത്ത വരം ഉപയോഗിച്ച് അങ്ങനെ ചെയ്യാമെന്ന് കുന്തി സമ്മതിച്ചു.

യമധർമരാജാവ്, വായുഭഗവാൻ, ഇന്ദ്രൻ എന്നിവരെ കുന്തി പ്രാർഥിച്ചു. ആദ്യം ധർമദേവനെയാണ് ധ്യാനിച്ചത്. അദ്ദേഹം പ്രത്യക്ഷപ്പെടുകയും കുന്തിയിൽ സന്താനമുണ്ടാവുകയും ചെയ്തു. ധർമിഷ്ഠനും സത്യവാനുമായിത്തീരും ആ പുത്രനെന്ന് അപ്പോൾ ഒരു അശരീരി ഉണ്ടായി. പിന്നെ, ബലവാനായ ഒരു പുത്രനെ നേടുവാൻ കുന്തിയെ പാണ്ഡു ഉപദേശിച്ചു. അവർ വായുവിനെ പ്രാർഥിച്ചു. വായു വന്നു. വായുവിൽ, കുന്തിക്ക് മഹാബാഹുവും പരാക്രമിയുമായ ഭീമസേനൻ ജനിച്ചു. ഭീമൻ ജനിച്ച ദിവസംതന്നെയാണ്, ഗാന്ധാരീപുത്രനായ ദുര്യോധനനും ജനിച്ചത്. മൂന്നാമതു ദേവന്മാരുടെ രാജാവായ ഇന്ദ്രനെത്തന്നെയാണ് പാണ്ഡുവിന്റെ ഉപദേശപ്രകാരം കുന്തി പ്രാർഥിച്ചത്. ഇന്ദ്രനിൽ അർജുനനുണ്ടായി. നീതിമാനും, മഹാത്മാവും പ്രാതാപിയും അധൃഷ്യനും ക്രിയാവാനും ദിവ്യസ്വരൂപനുമായ അർജുനൻ, ഖാണ്ഡവവനം ദഹിപ്പിക്കും, മൂന്ന് അശ്വമേധം നടത്തും, ശിവന്റെ പക്കൽനിന്നു പാശുപതാസ്ത്രം കൈവരിക്കും, ദിവ്യാസ്ത്രങ്ങൾ പലതും കിട്ടും, നശിച്ചുപോയതെല്ലാം വീണ്ടെടുക്കും എന്നിങ്ങനെ അർജുനന്റെ ഭാവിയെപ്പറ്റി ആ അവസരത്തിൽ അശരീരി ഉണ്ടായി. പാണ്ഡുവും കുന്തിയും മാദ്രിയും ശതശൃംഗത്തിലെ മുനികളും എല്ലാവരും സന്തോഷിച്ചു.

തനിക്കും കുട്ടികളുണ്ടാകണമെന്ന് മാദ്രി ആഗ്രഹിച്ചു. പാണ്ഡുവിനോടു അറിയിച്ചു. പാണ്ഡു കുന്തിയോടു വിവരം പറഞ്ഞു. കുന്തി ദുർവാസാവിന്റെ മന്ത്രം മാദ്രിയെ ഉപദേശിച്ചു. അവർ അശ്വനീദേവന്മാരെ ധ്യാനിക്കുകയും അവരിൽ നകുലനും സഹദേവനും ജനിക്കുകയും ചെയ്തു.

അങ്ങനെ നൂറ്റുപേരും (കൗരവർ) പാണ്ഡുപുത്രന്മാരും (പാണ്ഡവർ) ഹസ്തിനപുരത്തിൽ ജാതരായി.

അൽപ്പകാലം കഴിഞ്ഞ്, ഒരു വസന്തത്തിൽ പാണ്ഡുവിന്റെ ദുരന്ത പര്യവസാനം ഉണ്ടായി. കാട്ടിൽ ഭാര്യയുമൊത്തു നടക്കുമ്പോൾ കാമപരവശനായി പാണ്ഡു മാദ്രിയെ, അവളുടെ എതിർപ്പു വകവയ്ക്കാതെ, പ്രാപിക്കുന്നു. മുനിയുടെ ശാപപ്രകാരം പാണ്ഡു അതോടെ മരിച്ചു. മാദ്രി ദുഃഖിതയായി പാണ്ഡുവിനെ പുണർന്നുപിടിച്ചു കരഞ്ഞു. കുന്തി അതു വന്ന് കണ്ട്, ഹൃദയംപൊട്ടി നിന്നുപോയി. തന്റെ മക്കളെ, സ്വന്തം മക്കളെപ്പോലെ കാക്കണമെന്നു പറഞ്ഞിട്ട്, മാദ്രി, പാണ്ഡുവിന്റെ ചിതയിൽ പ്രവേശിച്ചു മരിച്ചു.

മഹർഷിമാർ കുന്തിയെയും മക്കളെയുംകൂട്ടി, ഹസ്തിനപുരിയിൽ ചെന്ന്, ധൃതരാഷ്ട്രരെയും ഭീഷ്മരെയും വിവരം അറിയിച്ചു. ധൃതരാഷ്ട്രരുടെ നിർദേശപ്രകാരം പാണ്ഡുവിന്റെയും മാദ്രിയുടെയും സംസ്കാരവും

ഉദകക്രിയയും രാജോചിതമായി നടത്തപ്പെട്ടു. വിദുരരാണ് അതെല്ലാം നടത്തിച്ചത്.

ഇവിടംതൊട്ട് കൗരവർ പാണ്ഡവരോട് അസൂയയും എതിർപ്പും കാട്ടിത്തുടങ്ങുകയാണ്. കുരുക്കളുടെ ദുർഗതിമൂലം ഭൂതലത്തിൽ കഷ്ടതകൾ വരുമെന്നും അതുകൊണ്ട് മാതാവായ സത്യവതിയും ധൃതരാഷ്ട്രരുടെ അമ്മയും പാണ്ഡുവിന്റെ അമ്മയും ഈ നാശങ്ങൾ കാണാനിരിക്കാതെ തപോവനത്തിൽ പോയി തപസുചെയ്യുന്നതാണ് നല്ലതെന്നും വ്യാസൻ സത്യവതിയോട് ഉപദേശിച്ചു. അവർ അംബികയോടും അംബാലികയോടുമൊത്ത് കാട്ടിലേക്കു പോയി. ഘോരതപസനുഷ്ഠിച്ചു ദേഹത്യാഗം ചെയ്തു. പാണ്ഡവർ കൗരവരുമൊത്ത് പിതൃഗേഹത്തിൽ കളിച്ചുവളർന്നു. ബാലക്രീഡകളിലൊക്കെ പാണ്ഡവരാണ് മുൻപന്തിയിൽ നിന്നിരുന്നത്. ദ്രോഹബുദ്ധിയോടല്ലെങ്കിലും ഭീമൻ, ധൃതരാഷ്ട്രപുത്രന്മാരെ പലവിധത്തിലും തോൽപ്പിച്ചുകൊണ്ടിരുന്നു. ദുര്യോധനന് ഇത് സഹിച്ചില്ല. ഭീമനോട് അയാൾ വൈരാഗ്യത്തോടെ പെരുമാറിത്തുടങ്ങി. ഭീമനെ നിഗ്രഹിക്കണമെന്നുവരെ അയാൾ വിചാരിച്ചു. ഭീമനെ ആറ്റിലാഴ്ത്തിയിട്ട്, ജ്യേഷ്ഠൻ ധർമപുത്രരെയും അനിയന്മാരെയും കെട്ടി തടവിലിട്ട്, തനിക്കു രാജ്യം ഭരിക്കണമെന്ന് അയാൾ തീരുമാനിച്ചു. വെള്ളത്തിൽ ഒരു കളി ഏർപ്പെടുത്തി, ഭീമനെ ചതിച്ചുകൊല്ലാൻ പദ്ധതിയിട്ടു. ഗംഗാതീരത്തു ഭക്ഷ്യപാനീയങ്ങൾ ഒരുക്കി എല്ലാവരുംകൂടി അങ്ങോട്ടു പുറപ്പെട്ടു. ധൃതരാഷ്ട്രരെ ദുര്യോധനൻ ഇതു രഹസ്യമായി ധരിപ്പിച്ചിരുന്നു. എല്ലാവരും ജലക്രീഡയ്ക്കിടയ്ക്ക് ഭക്ഷണം കഴിച്ചപ്പോൾ, സ്നേഹം ഭാവിച്ച് ഭീമനു കാളകൂടവിഷം ചേർന്ന ഭക്ഷണം കൊടുത്തു. ദോഷവിചാരം കൂടാതെ ഭീമൻ അതു ധാരാളം വാങ്ങി കഴിക്കുകയും ചെയ്തു. കളി കഴിഞ്ഞ് ക്രീഡാഗൃഹത്തിലേക്കു കയറുമ്പോൾ ഭീമൻ ചേഷ്ട നഷ്ടപ്പെട്ടു വീണു. ദുര്യോധനൻ ഭീമനെ വെള്ളത്തിൽ തള്ളിയിട്ടു. ഭീമൻ ജലത്തിനടിയിലേക്കുപോയി. നാഗങ്ങൾ പാർക്കുന്ന ദേശത്തെത്തി, അവ അയാളെ കടിച്ചു. പക്ഷേ, നേരത്തെ ഉള്ളിൽപ്പോയ വിഷം, വിഷംകൊണ്ടുതന്നെ ഒഴിവായി. വള്ളിക്കയർകൊണ്ട് ദുര്യോധനൻ കെട്ടിയിരുന്ന കെട്ടുകൾ, ബോധംവീണ ഭീമൻ പൊട്ടിച്ചു കളഞ്ഞു. പാമ്പുകളെ ഭീമൻ മർദിച്ചോടിച്ചു. ശേഷിച്ചവർ സർവശ്രേഷ്ഠനായ വാസുകിയോടു വിവരം ചെന്നറിയിച്ചു. വാസുകി നാഗങ്ങളോടൊപ്പം വന്ന് ഭീമനെ കണ്ടപ്പോൾ തന്റെ ദൗഹിത്രദൗഹിത്രനാണെന്നു മനസിലാക്കി. അയാൾക്കു രത്നവും ധനവും കൊടുക്കണമെന്നു നാഗങ്ങൾ പറഞ്ഞു. അതുവേണ്ട, സഹസ്രനാഗബലം (ആയിരം ആനകളുടെ ശക്തി) നൽകുന്ന രസം പാനംചെയ്യാൻ ഇഷ്ടംപോലെ കൊടുക്കാൻ വാസുകി കൽപ്പിച്ചു. ഭീമൻ അത് കഴിച്ചു ബലവാനായി.

ഭീമൻ വൈകിയാണെങ്കിലും (എട്ടാം ദിവസം) ഭവനത്തിലെത്തി. വ്യഥ പൂണ്ടിരുന്ന കുന്തിയോടും മക്കളോടും മറ്റും സംഭവിച്ച കഥ പറഞ്ഞപ്പോൾ അവർ അത്ഭുതപ്പെട്ടു. ഇനി കരുതലോടെ ഇരിക്കണമെന്ന്

വിദുരർ എല്ലാവരേയും ഉപദേശിച്ചു. ദുര്യോധനനും കർണ്ണനും ശകുനിയും മറ്റും പിന്നെയും പാണ്ഡവരെ കൊല്ലാൻ ശ്രമിച്ചുകൊണ്ടിരുന്നു. കൃപരുടെയും കൃപയുടെയും കഥയാണ് ഇനി അറിയാനുള്ളത്. തുടർന്ന്, ദ്രോണരുടെ ഉത്ഭവവും.

ബ്രഹ്മാവിന്റെ പുത്രൻ ഉചത്ഥ്യൻ, അദ്ദേഹത്തിന്റെ പുത്രൻ ദീർഘതമാവ്, അദ്ദേഹത്തിന്റെ പുത്രൻ ഗൗതമൻ, ഗൗതമ മുനിയുടെ പുത്രനായിരുന്നു ശരദ്വാൻ. ശരദ്വാന് വേദപഠനത്തിലൊന്നും താൽപ്പര്യമുണ്ടായില്ല. ധനുർവിദ്യയിൽത്തന്നെ ശ്രദ്ധചെലുത്തി. തപസും ധനുർവിദ്യയുംകൊണ്ട് ദേവേന്ദ്രനെത്തന്നെ ശരദ്വാൻ വിഷമിപ്പിച്ചു. ഇന്ദ്രൻ പതിവുപോലെ മുനിയുടെ തപസിനു വിഘ്നം വരുത്തുവാൻ ജ്വാലാവതി എന്ന അപ്സരസിനെ അയച്ചു. മുനി ഒറ്റമുണ്ടുമാത്രമുടുത്ത അവളെക്കണ്ട് മനസിളകി നിന്നു. പക്ഷേ, അദ്ദേഹം മനഃശക്തി ഉപയോഗിച്ച് സ്ഥലംവിട്ടു. പക്ഷേ, അതിനിടയ്ക്ക് അദ്ദേഹത്തിന്റെ രേതസ് (ശുക്ലം) ശരസ്തംബത്തിൽ വീണു. അത് രണ്ടായിപ്പിരിഞ്ഞു. കൃപയെന്ന പെണ്ണും കൃപനെന്ന ആണുമായി അവർ. വില്ലും അമ്പുമായി മൃഗത്തോലിൽ കിടക്കുന്ന ഈ കുട്ടികളെ ശന്തനുമഹാരാജാവ് വേട്ടയ്ക്കു സഞ്ചരിക്കുമ്പോൾ, കണ്ടെത്തി, രാജധാനിയിലേക്കു കൊണ്ടുപോയി വളർത്തി. കൃപയോടെ വളർത്തിയ കുട്ടികളായതുകൊണ്ട് അവർ കൃപയും കൃപരുമായി. ഇത് തപശക്തിയിൽ ശരദ്വാൻ അറിഞ്ഞ് അവിടെയെത്തി വേദവും ആയുധവിദ്യയുമെല്ലാം കൃപർക്കു പറഞ്ഞുകൊടുത്തു. കൗരവരും പാണ്ഡവരും ഉൾപ്പെടെ നാനാദേശത്തുനിന്നും രാജകുമാരന്മാർ കൃപരുടെ അടുക്കലെത്തി ആയുധവിദ്യ അഭ്യസിച്ചു. അങ്ങനെ പാണ്ഡവ-കൗരവരാജകുമാരന്മാർ ആദ്യം ധനുർവേദം പഠിച്ചത് കൃപരുടെ അടുക്കലാണ്.

പിന്നെ അവർ ദ്രോണാചാര്യരുടെ ശിഷ്യന്മാരായി. കുരുക്കൾക്ക് അതിഗംഭീരനായ ഒരു ആചാര്യൻ ഗുരുവായി വേണമെന്നാഗ്രഹിച്ച ഭീഷ്മരാണ് ദ്രോണരെ കണ്ടുപിടിച്ച് കുട്ടികളുടെ അഭ്യാസത്തിനേൽപ്പിച്ചത്. ദ്രോണരുടെ ഉത്ഭവകഥ ഇതാണ്. ഗംഗാമുഖത്തു പാർത്തിരുന്ന മഹർഷിയാണ് ഭരദ്വാജമുനി. അവിടെയും ഒരു മദാലസയായ കന്യകയുടെ സാന്നിധ്യമാണ് സംഭവങ്ങൾക്കു കാരണം. ധൃതാചി എന്നായിരുന്നു ആ അപ്സരകന്യകയുടെ പേര്. ഭരദ്വാജന്റെ മനസിളകി. പക്ഷേ, സംഗമത്തിനൊരുങ്ങാതിരുന്നതുകൊണ്ട് രേതസ് തൂവിപ്പോയി. അത് ഒരു ദ്രോണത്തിൽ (യാഗത്തിനുപയോഗിക്കുന്ന കുടം) സൂക്ഷിച്ചു. അതിൽനിന്നു ദ്രോണർ ജനിച്ചു. വേദവേദാംഗങ്ങളെല്ലാം ഭരദ്വാജൻ പഠിപ്പിച്ചുകൊടുത്തു. അഗ്നിവേശനെന്ന മുനി, ദ്രോണർക്ക് ആഗ്നേയാസ്ത്രം ഉപദേശിച്ചു.

എല്ലാ പഠനങ്ങളും കഴിഞ്ഞപ്പോൾ ഭരദ്വാജൻ ദ്രോണരെ പാഞ്ചാലരാജാവായ പൃഷതനെ ഏൽപ്പിച്ചു. പൃഷതരാജാവിന് ഒരു മകനുണ്ടായി, ദ്രുപദൻ. ദ്രോണരും ദ്രുപദനും സതീർഥ്യരായി കളിച്ചുവളർന്നു. പഠിച്ചു. പക്ഷേ, പൃഷതരാജാവിന്റെ കാലശേഷം ദ്രുപദൻ രാജാവായി. ദ്രോണർ ശാരദ്വജമുനിയുടെ പുത്രിയും കൃപരുടെ സഹോദരിയുമായ കൃപിയെ

യാണു വിവാഹം കഴിച്ചത്. ദ്രോണരുടെയും കൃപിയുടെയും പുത്രനായി അശ്വത്ഥാമാവ് ജനിച്ചു. പിറന്നവേളയിൽ കുതിരയെപ്പോലെ കൂവിയതിനാലാണ് അശരീരിപ്രകാരം 'അശ്വത്ഥാമാവെ'ന്ന പേര് ഉണ്ടായത് (കൃപർ ഒരു ചിരഞ്ജീവിയാണ്. അശ്വത്ഥാമാവും ചിരഞ്ജീവിയാണ്). അശ്വത്ഥാമാവും ധനുർവേദം അഭ്യസിച്ചു.

മഹേന്ദ്രപർവതപ്രദേശത്ത് ജമദഗ്നി മഹർഷിയുടെ പുത്രൻ പരശുരാമൻ ബ്രാഹ്മണർക്കു ധനുർവിദ്യ പഠിപ്പിച്ചുകൊടുക്കുന്നുവെന്നു കേട്ട് ദ്രോണർ അവിടെയെത്തി. ധനമഭ്യർഥിച്ച ദ്രോണരോട് താൻ സർവവും ബ്രാഹ്മണർക്കു കൊടുത്തുവെന്നും അവസാനം എല്ലാം കാശ്യപനു നൽകിയെന്നും അവശേഷിച്ചിട്ടുള്ളത് തന്റെ ദേഹവും അസ്ത്രവിദ്യയും മാത്രമാണെന്നും രണ്ടിലേതും തരാമെന്നും പരശുരാമൻ ദ്രോണരോടു പറഞ്ഞു. അസ്ത്രവിദ്യ മതിയെന്നു പറഞ്ഞതനുസരിച്ച്, പരശുരാമൻ അതിന്റെ സകല ഗൂഢതത്വങ്ങളും ദ്രോണർക്ക് ഉപദേശിച്ചുകൊടുത്തു അതുകഴിഞ്ഞ് ദാരിദ്ര്യപീഡിതനായ ദ്രോണർ പണ്ടത്തെ സൗഹൃദമോർമിച്ചു. സതീർഥ്യനും കൂടിയായിരുന്ന ദ്രുപദനെ ചെന്നു കാണുന്നു. പഴയ സൗഹൃദം കാര്യമല്ലെന്നു പറഞ്ഞ് ദ്രുപദൻ ഗർവിഷ്ടനായി ദ്രോണരെ ഉപേക്ഷിച്ചു. ദ്രോണർ വെറുംകൈയോടെ പോയി, കൃപാചാര്യരുടെ ഗൃഹത്തിൽ താമസിക്കുന്നു. ആളറിയിക്കാതെ കഴിഞ്ഞുകൂടിയ ദ്രോണരെ ആരുമറിഞ്ഞില്ല. ഒരിക്കൽ പാണ്ഡവ-കൗരവകുമാരന്മാർ കാര (തോട്ട അല്ലെങ്കിൽ അപ്പമുണ്ടാക്കുന്ന പാത്രം) കൊണ്ടു കളിക്കുമ്പോൾ അതു കിണറ്റിൽ വീണുപോയി. അതെടുക്കാൻ നിവർത്തിയില്ലാതെ നിൽക്കുമ്പോൾ ദ്രോണർ അതുകണ്ടു കുട്ടികളുടെ അടുത്തുചെന്ന് അത് അസ്ത്രവിദ്യകൊണ്ട് എടുക്കാമെന്നു പറഞ്ഞു. കൂടെ തന്റെ മോതിരവും കിണറ്റിലേക്കിട്ടു. എന്നിട്ടു പറഞ്ഞതുപോലെ അതു രണ്ടും എടുത്തു. കുട്ടികൾ അത്ഭുതപരതന്ത്രരായി, ദ്രോണർ ആരെന്നു ചോദിച്ചു. കണ്ടത് ഭീഷ്മാചാര്യനോടു ചെന്നു പറയണമെന്നും അദ്ദേഹം ബാക്കിയെല്ലാം ചെയ്തുകൊള്ളുമെന്നും ദ്രോണർ പറഞ്ഞു. കഥ കേട്ടപ്പോൾ അത് ദ്രോണാചാര്യരാണെന്ന് ഭീഷ്മർക്കു മനസിലായി. ഉടനെ ദ്രോണരെ വരുത്തി വിവരങ്ങൾ ചോദിച്ചു. ദ്രുപദനുമായുള്ള സൗഹൃദവും പരശുരാമനോടു നേടിയ അസ്ത്രവിദ്യയും തിരിച്ച് ദ്രുപദനെ കണ്ടപ്പോഴുണ്ടായ അപമാനവും അശ്വത്ഥാമാവെന്ന പുത്രന്റെ വിവരവും എല്ലാം പറഞ്ഞു കേൾപ്പിച്ചു. ഭീഷ്മർ ദ്രോണരെ പാണ്ഡവ-കൗരവകുമാരന്മാരുടെ ആചാര്യനായി അസ്ത്രവിദ്യ പഠിപ്പിക്കാൻ ഏൽപ്പിച്ചു. ധനപദവികളും നൽകി.

3

മഹാഭാരതത്തിലെ ശ്രീകൃഷ്ണൻ ആര്?

എല്ലാ മനുഷ്യരും അസംതൃപ്തരാണ്. ആ അസംതൃപ്തി രണ്ടു തരത്തിലാണ് ഉണ്ടാവുക; ഒന്ന്, തനിക്ക്, താൻ സ്വീകരിച്ച പ്രവൃത്തി പൂർണമായും വിജയിപ്പിക്കാൻ കഴിയുന്നില്ലല്ലോ എന്ന തോന്നലുണ്ടാവുക; മറ്റൊന്ന്, ഒരു കാര്യത്തിലല്ലാതെ മറ്റു പലതിലും കൈവയ്ക്കുവാൻ കഴിയുന്നില്ലല്ലോ എന്നതാണ്. ഇതിൽ ആദ്യത്തേതു ചുരുക്കം ചിലർക്കേ ഉണ്ടാവൂ. അവർ ഒരു കാര്യത്തിൽത്തന്നെ പരമാവധി ഏകാഗ്രത ഉള്ളവരാകും. എന്നിട്ടും ഇത്രയല്ലേ ആയുള്ളൂ എന്ന അസ്വസ്ഥതയാണ്. സോക്രട്ടീസിനും ശങ്കരാചാര്യർക്കും മഹാത്മാഗാന്ധിക്കുംവരെ ഇതുണ്ടായിരുന്നിരിക്കും. രണ്ടാമത്തേതു വലിയ അടിസ്ഥാനമില്ലാത്തതും പൊതുവെ ധാരാളംപേർക്കുള്ളതുമായ വികാരമാണ്. എഴുത്തുകാരൻ നല്ല എഴുത്തുകാരനായാൽ മതി; കച്ചവടക്കാരൻ നല്ല കച്ചവടക്കാരനായാൽ മതി. രാഷ്ട്രീയനേതാവ് നല്ല രാഷ്ട്രീയനേതാവായാൽ മതി. അതൊന്നും സാധിക്കാതെ മറ്റു പലതിനെപ്പറ്റിയും ഓർമിക്കുന്നത്, മനുഷ്യസഹജമായ ബലമില്ലാത്ത മനോഗതി മാത്രം.

ഇതിനെല്ലാം വ്യത്യസ്തമായി ഒരു കഥാപാത്രത്തെ വേദവ്യാസൻ സൃഷ്ടിച്ചതാണെന്നു തോന്നുന്നു. *മഹാഭാരത*ത്തിലെ ശ്രീകൃഷ്ണൻ. മനുഷ്യന്റെ ദുർബലതകളെല്ലാം ആ കഥാപാത്രത്തിലുണ്ട്. മനുഷ്യജന്മത്തിൽ സാധിക്കാവുന്ന ഏറ്റവും വലിയ കർമങ്ങൾ അദ്ദേഹം നിർവഹിക്കുന്നു; ഒടുവിൽ വളരെ സാധാരണവും എന്നാൽ, ഏറ്റവും അസാധാരണവുമായ ഒരു പര്യവസാനത്തിൽക്കൂടി അതിമാനുഷനായ ഒരു മനുഷ്യകഥാത്ഭുതമായി ശ്രീകൃഷ്ണൻ അവശേഷിക്കുകയും ചെയ്യുന്നു. ഭാരതീയ പുരാണകഥയിൽ ശ്രീകൃഷ്ണനുണ്ട്; *മഹാഭാരത*ത്തിലും ശ്രീകൃഷ്ണനുണ്ട്; *മഹാഭാരതം* ധാരാളം ചരിത്രവസ്തുതകളുടെ രേഖകളട

ങ്ങുന്ന ഇതിഹാസമാണ്. *മഹാഭാരത*ത്തിലെ ശ്രീകൃഷ്ണൻ ഇല്ലായിരുന്നെങ്കിൽ അദ്ദേഹത്തിന് ഇന്നത്തെ സർവാതിശായിയായ പദവി ഉണ്ടാകുമായിരുന്നില്ല. പുരാണത്തിലെ ശ്രീകൃഷ്ണൻ സങ്കൽപ്പ കഥാപാത്രം മാത്രമായിട്ടേ നിൽക്കുകയുണ്ടായിരുന്നുള്ളൂ. മഹാഭാരതയുദ്ധമാണ് ആ ഇതിഹാസത്തിലെ കഥാബീജവും കഥാകേന്ദ്രവും. അതിന്റെ ഓരോ നിമിഷത്തിലും നാം കൃഷ്ണനെ കാണുന്നു. അങ്ങനെ വ്യാസൻ സൃഷ്ടിച്ചു വച്ചത്, നേരത്തെ സൂചിപ്പിച്ചതുപോലെ ആ കഥാപാത്രത്തിന്റെ പൂർണതയ്ക്കുവേണ്ടിയാണ്. ലോകത്തിൽ മറ്റൊരു പാത്രസൃഷ്ടി ഇങ്ങനെയില്ല.

ഈ ശ്രീഷ്ണൻ ആരാണ്? അദ്ദേഹം എവിടെനിന്നു വന്നു? അദ്ദേഹം എന്തുകൊണ്ട് ഇങ്ങനെയൊക്കെയായി? ഭാരതകഥ ഇനിയുള്ള ഭാഗം മനസിലാകാൻ, ഇത് അറിയേണ്ടത് ആവശ്യമാണ്. ഇത് ചർച്ചചെയ്യുമ്പോൾ വിഷയം കൃഷ്ണഭക്തിയല്ല; കൃഷ്ണസത്യമാണ്. ചരിത്രപരമായി ശ്രീകൃഷ്ണൻ ആരാണ് എന്ന് ഒന്നറിയണം. പുരാണത്തിൽ പറയുന്ന സിദ്ധികളെല്ലാം ഭാരതത്തിലെ കൃഷ്ണനിൽ വ്യാസൻ നിബന്ധിച്ചിട്ടുണ്ട്; അതേസമയം യുക്തിയുടെയും ബുദ്ധിയുടെയും വിശദാംശങ്ങളെല്ലാം ഒരു യുഗസ്രഷ്ടാവായ അദ്ദേഹത്തിൽ നിവേശിപ്പിച്ചിട്ടുമുണ്ട്.

ദ്രൗപതി(പാഞ്ചാലി)യുടെ സ്വയംവര സമയത്താണ് *മഹാഭാരത*ത്തിൽ ശ്രീകൃഷ്ണൻ ആദ്യമായി ഒരു കഥാപാത്രമായി പ്രത്യക്ഷപ്പെടുന്നത്. പക്ഷേ, വംശപരമായി കുരുക്കളുമായി ഉറ്റബന്ധമുള്ള ആളാണ് ശ്രീകൃഷ്ണൻ. അയോധ്യയിൽ ശ്രീരാമനെ രാജാവായി പട്ടാഭിഷേകം ചെയ്യപ്പെട്ടതോടെ ദ്വാപരയുഗം ആരംഭിച്ചുവെന്നാണ് പുരാണമതം. മഹാഭാരതയുദ്ധം തീർന്നതോടെ ആ യുഗവും പര്യവസാനിച്ചുവെന്നു പറയപ്പെടുന്നു. ഈ ദ്വാപരത്തിൽ പാഞ്ചാലർ, പൂരുക്കൾ, യാദവർ എന്നീ മൂന്നു വംശങ്ങളാണ് ഭാരതപൗരാണിക കഥകളിൽ മുഖ്യമായി മുൻപന്തിയിൽ നിൽക്കുന്നത്. അയോധ്യാനഗരവും മറ്റും വിസ്തൃതങ്ങളായി.

പാഞ്ചാലദേശം രണ്ടായിരുന്നു: ഉത്തരപാഞ്ചാലവും ദക്ഷിണപാഞ്ചാലവും. ഉത്തരപാഞ്ചാലം ആദ്യഘട്ടത്തിൽത്തന്നെ പ്രാഭവമുള്ള രാജ്യമായി. ദ്രുപദൻ ഉത്തരപാഞ്ചാലത്തിന്റെ അവകാശിയായത് കഴിഞ്ഞ അധ്യായത്തിൽ നാം കണ്ടു. ആ ദ്രുപദന് ദ്രോണരോടുള്ള വിരോധവും കണ്ടല്ലോ. ദ്രോണരെ വധിക്കാൻതക്ക കരുത്തുള്ള ഒരു മകനുണ്ടാകണമെന്ന് ദ്രുദൻ പ്രാർഥിച്ചതനുസരിച്ച് ധൃഷ്ടദ്യുമ്നനുണ്ടായി. ഭാരതയുദ്ധത്തിൽ പാഞ്ചാലന്മാർ പ്രധാന പങ്കുവഹിച്ചു. ദ്രുപദന്റെ മകളാണ് പാണ്ഡവരുടെ ഭാര്യയായ ദ്രൗപദി-പാഞ്ചാലി. ദക്ഷിണപാഞ്ചാലത്തിലും ചില പ്രമുഖ രാജാക്കന്മാരുണ്ടായി. പാഞ്ചാലരാജാവായിരുന്ന സുദാസൻ പൂരുവംശരാജാവായ സംവരണനെ തോൽപ്പിച്ച് അയാൾ സിന്ധുപ്രദേശത്തേക്ക് ഓടിപ്പോയി. പിന്നെ വസിഷ്ഠന്റെ സഹായത്തോടെ അയാൾ തന്റെ രാജ്യം വീണ്ടെടുത്തു. സംവരണന് തപതിയിൽ ഉണ്ടായ മകനാണ് കുരു. കുരു അത്യന്തം ആദരവു നേടിയ രാജാവായിരുന്നു. അദ്ദേഹത്തിൽനിന്നാണ് കുരുക്ഷേത്രം എന്ന പേര്, ആ പ്രദേശത്തിനുണ്ടായ

തെന്നു ചില പണ്ഡിതന്മാർ പറയുന്നു. ഈ കുരുവിന്റെ ഏറ്റവും ഇളയ മകനായിരുന്ന സുധന്വന്റെ പിന്മുറ ചേദി-മഗധ എന്നിങ്ങനെ രണ്ടായി പിരിഞ്ഞു. കുരുക്കളുടെ പേരും രാജ്യവും പിന്നെ പ്രാധാന്യം നേടുന്നത് പ്രതീപന്റെ കാലത്താണ്. പ്രതീപന്റെ പുത്രനായിരുന്നു ശന്തനു. അദ്ദേഹത്തിന്റെ കഥകൾ നാം കണ്ടു. സുധന്വന്റെ നാലാം തലമുറക്കാരനായ വസുവിന് അഞ്ചു പുത്രന്മാരുണ്ടായതിൽ പ്രധാനിയായിരുന്നു ബൃഹദ്രഥൻ. മഗധയായിരുന്നു അയാളുടെ രാജ്യം. അയാളുടെ വംശത്തിലാണ് ജരാസന്ധൻ ജനിച്ചത്. ജരാസന്ധന്റെ രാജ്യം മഥുരവരെ വികസിച്ചു. ആ മഥുരയിലാണ് യാദവരാജാവായ കംസൻ ഭരിച്ചിരുന്നത്. കംസന്റെ സഹോദരിയുടെ പുത്രനാണ് ശ്രീകൃഷ്ണൻ.

കുരുപാഞ്ചാലന്മാരോടൊപ്പം മഥുരയിൽ യാദവവംശക്കാരും വളർന്നുവന്നു എന്നർഥം. വിശാലമായ യാദവരാജ്യം അവിടത്തെ രാജാവായ ഭീമസാത്വകൻ, മക്കളായ ഭജമാനൻ, ദേവാവൃഥൻ, അന്ധകൻ, വൃഷ്ണി എന്നിവർക്കായി വിഭജിച്ചുകൊടുത്തു. ഇവരിൽ അന്ധകനാണ് മഥുരയിൽ അധിപതിയായത്. അന്ധകന്റെ നാലു മക്കളിൽ കുരുരന്റെ സന്താനങ്ങളാണ് കംസൻവരെ പരമ്പരയായി നാടുവാണത്. ഭജമാനന്റെ പിന്മുറക്കാരെ അന്ധകന്മാർ എന്നാണ് വിളിച്ചുവന്നത്. മഥുരയ്ക്കടുത്ത് എവിടെയോ ആയിരുന്നു അവരുടെയും രാജ്യം. ഈ മുറക്കാരിൽ വൃദികൻ മഹാഭാരതയുദ്ധത്തിൽ ദുര്യോധനന്റെകൂടെ യുദ്ധം ചെയ്തു. ഭീമസാത്വകൻ എന്ന ആദ്യത്തെ രാജാവിന്റെ നാലാമത്തെ പുത്രൻ, വൃഷ്ണിയുടെ മകനായിരുന്നു അനമൃതൻ. അയാളുടെ മകൻ നിഘ്നൻ. നിഘ്നന്റെ പുത്രന്മാരാണ് പ്രസിദ്ധരായ പ്രസേനനും സത്രാജിത്തും. 'സ്യമന്തകമണി'യുടെ പ്രസിദ്ധ കഥയിലെ പ്രധാന കഥാപാത്രമായ സത്രാജിത്തിന്റെ മകളാണ് സത്യഭാമ - ശ്രീകൃഷ്ണന്റെ എട്ടു പ്രധാന ഭാര്യമാരിൽ ഒരുവൾ. ഈ പരമ്പരയിൽപ്പെട്ട ദേവമിഢുഷൻ ഒരു ഇക്ഷ്വാകുരാജകുമാരിയായ അശ്മകിയെ വിവാഹം ചെയ്തു. അവരുടെ മകൻ ശൂരന് മാരിഷ എന്ന ഭോജരാജകുമാരിയിൽ അഞ്ചു പെൺമക്കളും പത്ത് ആൺമക്കളുമുണ്ടായി. ആൺമക്കളിൽ മൂത്ത ആളായിരുന്നു വസുദേവൻ. ഒരു മകളാണ് പൃഥ. പൃഥയെ പിന്നീട് കുന്തിഭോജൻ ദത്തെടുത്തു. അങ്ങനെ പിന്നെ അവർ കുന്തിയായി. കുന്തി അപ്പോൾ വസുദേവന്റെ സഹോദരിയാണ്. കുന്തിയുടെ ഒരു സഹോദരിയായ ശ്രുതദേവ വൃദ്ധാശർമ്മ എന്ന ഒരു രാജാവിനെ വിവാഹംചെയ്തു. ശ്രുതശ്രവ, എന്ന മറ്റൊരു സഹോദരി ചേദിരാജാവായ ദമഘോഷനെ കല്യാണംകഴിച്ചു. അവർക്കുണ്ടായ മകനാണ് ശിശുപാലൻ. കംസന്റെ വംശത്തിൽപ്പെട്ട ദേവകിയെ വസുദേവൻ വിവാഹം ചെയ്തു. അവർക്ക് ബലഭദ്രരാമൻ, കൃഷ്ണൻ എന്നീ പുത്രന്മാരുണ്ടായി. വസുദേവന്റെ മകൾ സുഭദ്രയെ പാണ്ഡവരിൽ മൂന്നാമനായ അർജ്ജുനൻ വിവാഹം കഴിച്ചു.

പാണ്ഡവരും ശ്രീകൃഷ്ണനുമായുള്ള വംശപരമായ ബന്ധം ഇതാണ്. മഗധയിലെ രാജാവായ ജരാസന്ധൻ ശ്രീകൃഷ്ണന്റെ നാടായ മഥുരവരെ

രാജ്യം വികസിപ്പിച്ചു എന്നു മുമ്പേ പറഞ്ഞല്ലോ. യാദവരാജാവായ കംസൻ ജരാസന്ധന്റെ പുത്രീഭർത്താവായിരുന്നു. കൃഷ്ണൻ കംസനെ വധിച്ചു. അപ്പോൾ ജരാസന്ധൻ രോഷംപൂണ്ടു. മഥുരയിൽവച്ച് ജരാസന്ധൻ കൃഷ്ണനെ പതിനെട്ടു പ്രാവശ്യം എതിർത്തു. കൃഷ്ണൻ യാദവവംശജരുമായി മഥുരയിൽനിന്ന് ദ്വാരകയിലേക്കു പോയി. ജരാസന്ധൻ തടവിലാക്കിയിരുന്ന രാജാക്കന്മാരെ മോചിപ്പിക്കുവാൻ കൃഷ്ണൻ ഭീമാർജ്ജുനന്മാരോടുകൂടി ജരാസന്ധനെ സമീപിച്ചു. അദ്ദേഹം വഴങ്ങിയില്ല. ഒടുവിൽ, ഭീമൻ ജരാസന്ധനെ കൊന്നു.

ശ്രീകൃഷ്ണന്റെ പിൽക്കാലകഥകൾ, മഹാഭാരതകഥയ്ക്കിടയ്ക്കു വരും. ഇപ്പോൾ ആ കഥാപാത്രത്തിന് ചരിത്രപരമായും വംശപരമായും ഒരു സൂചന മാത്രമായ മുഖവുര പറയുകയായിരുന്നു. അത്രകണ്ട് ബൃഹദ്വ്യക്തിത്വമുള്ള ഒരു പുരുഷനായതുകൊണ്ട്, അദ്ദേഹത്തെപ്പറ്റി ഒട്ടേറെ അവ്യക്തമായ ധാരണകളുണ്ട്. ശ്രീകൃഷ്ണൻ വിഷ്ണുവിന്റെ ഒമ്പതാമത്തെ അവതാരമാണെന്ന് വിശ്വസിക്കപ്പെടുന്നു. വിഷ്ണുവോ? അതു ഭാഗികമായെങ്കിലും ഒരു ആര്യൻ സങ്കൽപ്പമാണ്. വേദത്തിൽ വിഷ്ണു സൂര്യന്റെ പര്യായമായിട്ടേ നിൽക്കുന്നുള്ളൂ. ദ്രാവിഡ ശബ്ദമായ വിണ്ണ്, ആകാശം, എന്നതുമായും വിഷ്ണുപദത്തിന് ബന്ധമുണ്ട്. പ്രാകൃതഭാഷയിലും ഇതേ രൂപസാമ്യം കാണാം. 'ശ്രീ' എന്നത് ലക്ഷ്മിയുടെ മറ്റൊരു പേരായും പറയുന്നുണ്ട്. ലക്ഷ്മിയും വിഷ്ണുവും തമ്മിൽ ബന്ധമുണ്ട്. പക്ഷേ, 'ശ്രീ' എന്നുള്ള പദം, ആര്യകാലഘട്ടത്തിനും മുമ്പുള്ളതാണ്. കൃഷ്ണൻ എന്നതിനു പ്രാകൃത ഭാഷയിൽ 'കാണാ' എന്നും തമിഴിൽ 'കണ്ണൻ' എന്നുമാണ്. ഋഗ്വേദത്തിൽ അത് ഇന്ദ്രന്റെ വിരോധിയായ ഒരു അസുരനാണ്. അത് ദ്രാവിഡ സങ്കൽപ്പത്തിൽ യൗവനത്തിന്റെ പ്രതീകമായ ഒരു ദേവതയാണെന്ന് പി റ്റി ശ്രീനിവാസ അയ്യങ്കാർ പറയുന്നു. പിൽക്കാലത്ത് അത് വിഷ്ണുവുമായി ബന്ധപ്പെട്ട പേരായി വന്നു.

*മഹാഭാരത*ത്തിൽ അനേകം ജാതി (നരവർഗങ്ങൾ) മനുഷ്യരെപ്പറ്റി പറയുന്നുണ്ട്. അവരുടെ കൂട്ടത്തിൽ പരിഷ്കൃതി കുറെയൊക്കെ പ്രാപിച്ചവരും പരിഷ്കൃതി തീരെ ഇല്ലാത്തവരുമായ പല വിഭാഗക്കാരുമുണ്ട്. യുദ്ധകുതുകികളും യുദ്ധംചെയ്യാൻ നിർബന്ധിതരായവരുമുണ്ട്. അവരുടെ പലതരം ആചാരങ്ങളും വംശമര്യാദകളും നാം *മഹാഭാരത*ത്തിൽ കാണുന്നു. അവരെ ദേവനെന്നോ രാക്ഷസനെന്നോ അസുരനെന്നോ വിളിക്കുന്നതിൽ അർഥമില്ല. അതൊക്കെ നാം പരമ്പരകളായി സങ്കൽപ്പിച്ചും വിശ്വസിച്ചും പോന്ന കാര്യങ്ങൾ എന്ന നിലയ്ക്കേ എടുക്കാവൂ. അങ്ങനെ നാനാവിഭാഗം ജനങ്ങളുണ്ടായിരുന്നതിൽ ഒരു വംശത്തിൽപ്പെട്ട ആളാണ് ശ്രീകൃഷ്ണൻ. നമുക്കു ധരിക്കാൻ വിഷമമുള്ള പല ആചാര മര്യാദകളെയും അംഗീകരിച്ചാണ് കൃഷ്ണൻ തന്റെ സാമൂഹ്യജീവിതം നയിച്ചത്. കംസകഥതന്നെ അതു തെളിയിക്കുന്നു. പല ട്രൈബു (കുലങ്ങൾ, പ്രാചീന വർഗങ്ങൾ) കളിലും പ്രധാന പിന്തുടർച്ചാവകാശി സ്വന്തം മകനല്ല, സഹോദരിയുടെ പുത്രനാണ്. കംസനു വന്ന ഭീതിയും അതാണ്; തന്റെ അന

ന്തരവൻ കിരീടാവകാശിയാവുക. എട്ടാമത്തെ പുത്രൻ എന്നു പറഞ്ഞത് അതിനു മുൻപുള്ള ഏഴുപേരെയുംകൂടി കൊല്ലാനുള്ള തന്ത്രപരമായ 'അശരീരി'യാണ്. അങ്ങനെ ആചാരമുള്ള വർഗങ്ങൾക്കിടയിൽ അനന്ത രവൻ അമ്മാവനെ കൊല്ലേണ്ടിവരും. അതാണ് മഥുരയിൽ നടന്നത്. ഗോകുലത്തിൽ പലതരം രാക്ഷസന്മാർ കൃഷ്ണനെ ആക്രമിച്ചതായും അവരെയൊക്കെ ബാലനായ കൃഷ്ണൻ വധിച്ചതായും കഥകളുണ്ടല്ലോ. അവർ കംസന്റെ കിങ്കരന്മാരായിരുന്നു, അത്രമാത്രം. പൂതന ഒരു പ്രത്യേ കപ്രശ്നമാണ്. അവർ അസുരസ്ത്രീയല്ല. കൃഷ്ണന്റെ ബാല്യകാല ജീവി തത്തിൽ പലതരം വർഗങ്ങളും ജീവിതരീതികളും സമ്മിശ്രമായ തോതിൽ നാം കാണുന്നു. പൈയ്ക്കളെ മേയ്ക്കുന്ന വർഗം. അവർ പിതൃമേധാവിത്വ സമുദായത്തിന്റെ പ്രതിനിധികളാണ്. അതേസമയം കാടുവെട്ടിത്തെളിച്ച് കാർഷികോൽപ്പാദനം നടത്താൻ ശ്രമിക്കുന്നവരേയും കാണുന്നു. അവർ മാതൃമേധാവിത്വപരമായ കാർഷിക സമൂഹങ്ങളാണ്. അവരുടെ ഒരു പ്രധാനിയോ ആരാധനാമൂർത്തിയോ ആണ് പൂതന. അവരെ അസുര സ്ത്രീയാക്കി, കൊന്നു. അത് പിതൃമേധാവിത്വസമുദായം കാർഷികസമൂ ഹത്തിന്റെ മേൽ നടത്തിയ ആക്രമണവും വധവുമാണ്. ഇതുപോലെതന്നെ കാളിയമർദനം. യമുനയിൽ കാളകൂടവുമായിക്കിടന്ന കാളിയനെ ഫണ ത്തിൽ കയറി നൃത്തംചെയ്ത് കൊന്നു എന്ന് പുരാണസങ്കൽപ്പം. കാളി യൻ നാഗമാണ്. അത് നാഗന്മാർ എന്ന വർഗത്തിന്റെ പ്രതീകമാണ്. അവർ വനഹൃദയങ്ങളിൽ പാർത്തിരുന്ന സമാധാനജീവികളായിരുന്നു. അവരെ ആക്രമിച്ചാൽ കാട്ടിനുള്ളിലേക്കു മടങ്ങും. പക്ഷേ, ഭക്ഷണസാ ധനങ്ങൾ തേടി അവർ നാട്ടുപ്രദേശങ്ങളിലേക്കു വന്നെന്നു വരാം. കാളിയനാഗത്തിനെ മർദിച്ചത് അങ്ങനെ നാഗസമൂഹത്തെ ആക്രമിച്ചു പിൻതിരിപ്പിച്ച കഥയാണ്.

എന്നാൽ, കൃഷ്ണന്റെ കാലത്തുതന്നെ സമൂഹത്തിൽ ഈ പിതൃ മേധാവിത്വ-മാതൃമേധാവിത്വപ്പോരിന് കുറേ ശമനമുണ്ടായെന്നും അവർ പരസ്പരം ബന്ധമുണ്ടാക്കാൻ തുടങ്ങിയെന്നും കാണാവുന്നതാണ്. കൃഷ്ണന്റെ ജ്യേഷ്ഠഭ്രാതാവായ ബലരാമൻതന്നെ അതിന്റെ പ്രധാന കണ്ണിയായി നിൽക്കുന്നു. ബലഭദ്രൻ ആദിശേഷന്റെ അവതാരമായിട്ടാണ് വച്ചിരിക്കുന്നത്. ശേഷൻ പുരാണകൽപ്പനകൊണ്ടുതന്നെ ഭൂമിയുടെ മൗലിക ബലമാണ്. പല രാജ്യങ്ങളിലും ഈ സങ്കൽപ്പമുണ്ട്. അദ്ദേഹ ത്തിന്റെ ഒരു പേര് സങ്കർഷ്ണൻ എന്നാണ്. അതായത്, കൃഷിപ്പണിചെ യ്യുന്നവൻ എന്നാണർഥം. അദ്ദേഹം ഹലായുധനാണ്-കലപ്പ ആയുധ മായിട്ടുള്ളവൻ. അദ്ദേഹത്തിന്റെ മഹൽകൃത്യങ്ങളിലൊന്ന്, യമുനയെ തന്റെ വഴിക്കു കൊണ്ടുപോയി എന്നുള്ളതാണ്. ജലസേചനത്തിന്റെ അർഥമല്ലാതെ അതിന് എന്തു പറയാൻ കഴിയും? ഇങ്ങനെ ജന്മോദ്ദേ ശ്യവും ആയുധവും പ്രവൃത്തിയും കാർഷികമായിട്ടുള്ള ഒരു പുരുഷനാണ് ബലഭദ്രൻ, ശ്രീകൃഷ്ണന്റെ സഹോദരനുമാണ്. പഴയ കാലിമേയ്ക്കൽ ക്രിയയായിട്ടുള്ള പിതൃമേധാവിത്വ വ്യവസ്ഥയിൽനിന്ന് ഭക്ഷ്യോൽപ്പാദ

നത്തിനുള്ള കാർഷികവൃത്തിയിലേക്ക് കൃഷ്ണന്റെ സമുദായം നീങ്ങുന്നുവെന്നതിന് ഇതിൽ കൂടുതൽ വ്യക്തമായ തെളിവ് എന്താണ്?

ഭാരതീയ ചരിത്രവിജ്ഞാനത്തിൽ പ്രമുഖ പണ്ഡിതനായ ഡി ഡി കൊസാംബി ചൂണ്ടിക്കാട്ടിയിട്ടുള്ള ഒരു സംഗതി ഇവിടെ പറയേണ്ടിയിരിക്കുന്നു. ജനമേജയന്റെ സർപ്പസത്ര സമയത്താണ് ഭാരതകഥ പറയുന്നത്; അതു കേട്ടിട്ടാണ് ആ രാജാവിന് പാപനിവൃത്തിയും ആത്മമോചനവും ലഭിച്ചത്. കഥ എന്താണ്? സർപ്പങ്ങളുടെ വംശത്തെ നശിപ്പിക്കാതിരിക്കാൻ ആസ്തികൻ എന്ന ഗംഭീരനായ മുനി നടത്തിയ ശ്രമമാണ്. ഒരു നാഗകന്യകയായിരുന്നു ആസ്തികന്റെ അമ്മ. ജനമേജയന്റെ യാഗത്തിലെ മുഖ്യ പുരോഹിതന് ഒരു ബ്രാഹ്മണനായ പിതാവും നാഗകന്യകയായ മാതാവുമാണ് ഉണ്ടായിരുന്നത്. ആ കാലഘട്ടത്തിൽ, നാഗവംശക്കാരുമായി ആര്യന്മാർക്ക് സമ്പർക്കവും സമന്വയവും ഉണ്ടായതിന്റെ പ്രതീകാത്മകമായ കഥാവതരണമാണിതെന്ന് കൊസാംബി പറയുന്നു.

ശ്രീകൃഷ്ണനെപ്പറ്റി കൂടുതൽ ഇവിടെ വിവരിക്കുന്നില്ല. ഒരു ഒറ്റ ചരിത്രപുരുഷന്റെ രൂപഭാവചിത്രീകരണമല്ല അദ്ദേഹത്തിൽ കാണുന്നത്. ഒരു പുതിയ സമൂഹത്തിന് രൂപംനൽകാൻ പ്രാപ്തമായവിധം ഒരു ചരിത്രകാലഘട്ടത്തിൽ നിർണായകങ്ങളായ കർമങ്ങളും ധർമങ്ങളും നടത്തുകയും പ്രഖ്യാപിക്കുകയും ചെയ്ത അനവധി ഐതിഹ്യപുരുഷന്മാരുടെ ആകെത്തുകയാണ് ആ കഥാപാത്രം. കൃഷ്ണന്റെ പതിനാറായിരത്തെട്ടു ഭാര്യമാരും രാധയുമായുള്ള പ്രേമവും എപ്പോഴും ഒരു പ്രശ്നമായിത്തോന്നാറുണ്ട്. പതിനാറായിരത്തെട്ടു ഭാര്യമാർ ഒരു സങ്കൽപ്പമാണെന്നു പ്രത്യേകം പറയേണ്ടതില്ല. അതിനു ചിലർ ആത്മീയ വ്യാഖ്യാനംകൊടുത്തു സംതൃപ്തിപ്പെടുന്നതു കേൾക്കാറുണ്ട്. അതിന്റെയും ആവശ്യമില്ല. കുറേക്കൂടി സത്യമായ ഒരു വസ്തുതയുണ്ട്. മാതൃമേധാവിത്വപരമായി സമൂഹത്തിൽ സ്ത്രീക്ക് പ്രാധാന്യം കൂടും. കാർഷികപ്രധാനമായ ജീവിതത്തിന്റെ ലക്ഷണമാണത്. സ്ത്രീകളുടെ സംരക്ഷണത്തിന്റെ ബൃഹത്തായ ഒരു സങ്കൽപ്പമാണ് പതിനാറായിരത്തെട്ടു ഭാര്യമാർ. അതുപോലെ ശ്രീകൃഷ്ണനെ സംബന്ധിച്ച മിത്തുകളിലൊന്നും രാധ ഇല്ല. ആ സ്ത്രീ ഇന്ത്യയുടെ കിഴക്കൻ പ്രദേശത്ത് ആരാധിക്കപ്പെട്ടിരുന്ന ഒരു മാതാദേവതയായിരിക്കണം. കൃഷ്ണഭക്തി അവിടെ എത്തിയപ്പോൾ (ഭക്തിപ്രസ്ഥാനകാലത്ത്) അവിടെ ആ ദേവത കൃഷ്ണന്റെ സഖിയായി. അത് ചരിത്രപരവും സാമൂഹ്യവുമായ ഒരു യാഥാർഥ്യമാണ്. ബംഗാളുകാരനാണ് രാധാമാധവ കഥ പ്രചാരമുള്ളതാക്കിയത്. പിന്നെ അത് നമുക്ക് ഇഷ്ടമുള്ള ഒരു സങ്കൽപ്പമായിത്തീർന്നു.

കന്നുകാലികളെ മേയ്ച്ച് അവയെക്കൊണ്ട് മുഖ്യമായും ഉപജീവിച്ച ആര്യന്മാരുടെ ജീവിതസമ്പ്രദായത്തിൽനിന്ന് കാർഷികോൽപ്പാദനത്തിന് പ്രാമുഖ്യം നൽകുന്ന സമൂഹക്രമത്തിലേക്കുള്ള പരിവർത്തനമാണ് ശ്രീകൃഷ്ണന്റെ ജന്മകർമങ്ങൾകൊണ്ട് നാം കാണുന്നത്. അതോടെ വേദങ്ങളിലെ ദൈവങ്ങൾ മാറി. ആചാരങ്ങൾ മാറി. വേദങ്ങളിൽ സ്ത്രീകൾക്ക്

ഒരു പ്രാധാന്യവുമില്ല. കൃഷ്ണകഥ മുഖ്യസ്ഥാനത്തു നിൽക്കുന്ന *മഹാഭാരത*ത്തിൽ പുരുഷന്മാരെക്കാൾ എത്രയോ ഉന്നതവും മഹത്തുമായ സ്ഥാനമാണ് സ്ത്രീക്കുള്ളത്. ഇന്നും ഭാരതസ്ത്രീയെപ്പറ്റി നമുക്കുള്ള സങ്കൽപ്പം *മഹാഭാരത*ത്തിലെ സ്ത്രീകളിൽ നിന്നാണു ലഭിച്ചത്. ഗാന്ധാരി, കുന്തി, മാദ്രി, പാഞ്ചാലി, സത്യവതി, ശകുന്തള, സാവിത്രി, ദുശ്ശള, അംബ.... ഇവരെക്കാൾ വലിയ സ്ത്രീകളാരുണ്ട്?

4

അംബയുടെ കഥ

മഹാഭാരതം വായിക്കുമ്പോൾ മനസിൽ പതിഞ്ഞുപോകുന്ന പല സ്ത്രീകഥാപാത്രങ്ങളുടെ കൂട്ടത്തിൽ അംബ ഒരു പ്രത്യേക സ്ഥാനത്തു നിൽക്കുന്നു. കാശിരാജാവിന്റെ പുത്രിമാരായ അംബ, അംബിക, അംബാലിക എന്നിവരെ ഭീഷ്മർ സത്യവതീപുത്രനായ വിചിത്രവീര്യനുവേണ്ടി അപഹരിച്ചുകൊണ്ടുവന്ന കഥ മുമ്പെ പറഞ്ഞിട്ടുണ്ട്. ഏറ്റവും മൂത്തവളാണ് അംബ. ഭീഷ്മരുടെ പ്രതിജ്ഞ പ്രസിദ്ധമാണ്. എന്നാൽ, അംബയുടെ പ്രതിജ്ഞ അതിലും വലുതാണെന്ന് എനിക്കു തോന്നുന്നു. ഭീഷ്മർ പലതും ത്യജിച്ചും പലതിൽനിന്നും പിൻവാങ്ങിയുമാണ് തന്റെ പ്രതിജ്ഞ നിറവേറ്റിയത്. പക്ഷേ, അംബ, സ്ത്രീയുടെ പ്രതികാരേച്ഛയുടെ അനുപമമായ നിദർശനമാണ്. ഏകാഗ്രബുദ്ധിയോടെ പലതും ചെയ്താണ് അവർ തന്റെ പ്രതിജ്ഞ സാധിച്ചത്.

അംബയുടെ കഥ പറയുന്നതിനുമുമ്പ് ഭീഷ്മർ കാശി രാജകന്യകമാരെ ബലാൽക്കാരമായി പിടിച്ചുകൊണ്ടുപോയതിനെപ്പറ്റി ഒന്നാലോചിക്കുക. ഭീഷ്മർ എന്തുകൊണ്ട് അങ്ങനെ ചെയ്തു? ഭീഷ്മർ വേദശാസ്ത്രധർമപാരംഗതനാണ്. അദ്ദേഹം ഇങ്ങനെ ചെയ്തതിലെ ഔചിത്യമെന്ത്? വിചിത്രവീര്യന് ഒരു പെൺകുട്ടിയെ ലഭിക്കാൻ പ്രയാസമായതുകൊണ്ടാണോ, ഭീഷ്മർ കാശിയിലെത്തി പെൺകുട്ടികളെ ബലാൽ കൊണ്ടുപോന്നത്? ആകെക്കൂടി അതു നമുക്കു പിടികിട്ടാത്ത ഒരു വിഷയമായി കിടക്കുന്നു.

ഇതിന് സാമൂഹ്യശാസ്ത്രപരമായ ഒരു ന്യായം ചിന്തിക്കാവുന്നതാണെന്നു തോന്നുന്നു. ഭാരതീയ ധർമശാസ്ത്രകാരന്മാർ അംഗീകരിച്ചിട്ടുള്ള എട്ടുതരം വിവാഹങ്ങളുണ്ടായിരുന്നു. അവ ബ്രാഹ്മം, ദൈവം, ആർഷം, പ്രജാപത്യം, ഗാന്ധർവം, ആസുരം, രാക്ഷസം, പൈശാചം എന്നിവയാണ്.

ഇവയിൽ രാക്ഷസം എന്ന ഇനത്തിൽപ്പെടുന്നതാണ് ഭീഷ്മർ കാശിയിൽ സ്വീകരിച്ചത്. ബന്ധുക്കളോടും മിത്രങ്ങളോടും യുദ്ധംവെട്ടി കന്യകയെ പിടിച്ചുകൊണ്ടു പോവുക എന്നതാണ് രാക്ഷസവിവാഹം. ഏത് ആചാരത്തിന്റെയും അടിസ്ഥാനം, ആ ആചാരം സ്വീകരിച്ച് അനുവർത്തിക്കുന്ന ഒരു ജനവിഭാഗം ഉണ്ട് എന്നുള്ളതാണ്. ധർമശാസ്ത്രങ്ങളിൽ വിവിധ തരം വിവാഹങ്ങൾക്ക് അംഗീകാരം നൽകിയിരുന്നതും അതുകൊണ്ടാണ്. അത്തരം കാര്യങ്ങളിൽ പാരംഗതനായ ഭീഷ്മർക്ക് അതുകൊണ്ട് അങ്ങനെയൊരു കന്യാസംഗ്രഹത്തിന് മടി തോന്നിയില്ല. ലോകത്തിലെ പല ഗണങ്ങളിലും ഗോത്രങ്ങളിലും (ട്രൈബുകൾ) പണ്ടുമുതൽക്കേ ഇത്തരം സമ്പ്രദായങ്ങൾ നിലനിന്നുപോന്നിട്ടുണ്ട്.

ഇതേ ധർമശാസ്ത്രത്തിന്റെ മറ്റൊരു വശമായിരിക്കണം അടുത്തപടിക്ക് ഭീഷ്മരെ പ്രേരിപ്പിച്ചത്. താൻ സാല്വരാജാവുമായി പ്രണയബന്ധത്തിലാണെന്നും തന്നെ സ്വതന്ത്രയാക്കി വിടണമെന്നും ഏറ്റവും മൂത്ത പുത്രിയായ അംബ ഭീഷ്മരോട് അപേക്ഷിച്ചു. മനസിനിണങ്ങിയ ആളിനെ വേണം പരിണയിക്കാനെന്ന് (അത് പുരുഷഭാഗത്തുനിന്നാണ് പറഞ്ഞിട്ടുള്ളത്) ആപസ്തംഭൻ എന്ന ആചാര്യന്റെ ധർമശാസ്ത്രത്തിൽ പ്രസ്താവിക്കുന്നു. സാല്വരാജാവ് തന്നെ കാത്തിരിക്കുകയാണെന്ന് അംബ പറയുന്നു. ഭീഷ്മർ അതിനു സമ്മതം കൊടുക്കുന്നു.

മൂന്നു പെൺകുട്ടികളെയും സത്യവതിയുടെ മുമ്പിൽ കൊണ്ടുവന്ന് ഭീഷ്മർ വിവരം ധരിപ്പിച്ചു. അപ്പോഴാണ് അംബയുടെ പ്രസ്താവന. അവൾ സാല്വരാജാവിന്റെ ആസ്ഥാനത്തേക്കു പോയി. അവിടംതൊട്ടാണ് യഥാർഥത്തിൽ അവളുടെ കഥ ആരംഭിക്കുന്നത്. അംബ സാല്വരാജാവിന്റെ അടുത്തു ചെന്നപ്പോൾ അദ്ദേഹം അവളെ സ്വീകരിച്ചില്ല. ഭീഷ്മർ സ്വന്തമാക്കി അവളെ കൊണ്ടുപോയതാണ്. അന്യന്റെ കൂടെപ്പോയ സ്ത്രീയെ സ്വീകരിക്കാൻ താൻ തയാറല്ല. ഇതായിരുന്നു സാല്വന്റെ നിലപാട്. അങ്ങനെ പറയരുതെന്ന് അവൾ സാല്വനോട് അപേക്ഷിച്ചു. ഭീഷ്മർ, കരഞ്ഞുവിളിച്ച തന്നെ ബലമായി കൊണ്ടുപോവുകയാണ് ചെയ്തത്. താൻ ആഹ്ലാദത്തോടെ അദ്ദേഹത്തിന്റെ കൂടെ പോയവളല്ല. സ്നേഹിച്ച പുരുഷനെ വിട്ട് അന്യരെ ആരെയും താൻ സ്മരിച്ചിട്ടുപോലുമില്ല. അവൾ എത്ര താണുകേണപേക്ഷിച്ചിട്ടും സാല്വൻ ചെവിക്കൊണ്ടില്ല. 'നീ ഭീഷ്മരുടെ സ്വത്താണ്. ഞാൻ ആ മനുഷ്യനെ ഭയപ്പെടുന്നു' എന്നു പറഞ്ഞ് സാലൻ അംബയെ സമ്പൂർണമായും കൈവെടിഞ്ഞു.

നിസ്സഹായയായ അവൾ അവിടെനിന്നു പോന്നു. ഹസ്തിനപുരത്തേക്ക് മടങ്ങിച്ചെല്ലാൻ നിവൃത്തിയില്ല. അച്ഛന്റെയും അമ്മയുടെയും മുമ്പിലേക്ക് ചെല്ലാൻ വയ്യ. അവളുടെ വിചാരം മുഴുവനും ഭീഷ്മരെപ്പറ്റിയായി. അദ്ദേഹമല്ലേ തന്നെ ഈ സ്ഥിതിയിലെത്തിച്ചത്? അവളുടെ വികാരം മുഴുവനുണർന്നു. ഭീഷ്മരോടു പകരംചെയ്യാൻ അവളുറച്ചു. അതിനുള്ള മാർഗം കണ്ടുപിടിക്കുക എന്നതാണ് തന്റെ ലക്ഷ്യമെന്ന് അവൾ തീരുമാനിച്ചു.

അവൾ ശൈഖാവത്യൻ എന്ന മുനിയുടെ അടുക്കലെത്തി വിവരങ്ങൾ പറഞ്ഞു. ശൈഖാവത്യനും മറ്റു മുനികളും അതേപ്പറ്റി ആലോചിച്ചുകൊണ്ടിരിക്കുമ്പോൾ ഹോത്രവാഹനൻ എന്ന രാജർഷി അവിടെയെത്തി. അദ്ദേഹം അംബയുടെ മാതാവിന്റെ അച്ഛനാണ്. തന്റെ പൗത്രിയുടെ ദുഃഖം മനസിലാക്കി താൻ അതിന് പരിഹാരമുണ്ടാക്കാമെന്ന് അദ്ദേഹമേറ്റു. പരശുരാമന്റെ സുഹൃത്താണ് അകൃതവ്രണൻ. പരശുരാമനോട് കാര്യം പറഞ്ഞാൽ ആ വീരപുരുഷൻ വേണ്ടവിധം പ്രശ്നത്തിനു പരിഹാരമുണ്ടാക്കുമെന്ന് ആകൃതവ്രണൻ ഹോത്രവാഹനനെ ഉപദേശിച്ചു. പരശുരാമൻ ആ ആശ്രമത്തിലെത്തി. അംബയുടെ ദുഃഖം ആ ദമദഗ്നി പുത്രന്റെ മുമ്പാകെ അവൾ സമർപ്പിച്ചു. തന്റെ അപമാനത്തെപ്പറ്റി പറഞ്ഞു. ഭീഷ്മരോടു പ്രതികാരം വീട്ടണമെന്ന് അവൾ അപേക്ഷിച്ചു. പരശുരാമൻ ശാന്തത കൈവെടിയാതെ അവളോടു സമാധാനവാക്കുകൾ പറഞ്ഞു. താൻ ഭീഷ്മരെ കാണാം. താൻ പറഞ്ഞാൽ ഭീഷ്മർ അനുസരിക്കും. ഇല്ലെങ്കിൽ അയാളെ വധിക്കാം. അല്ലെങ്കിൽ സാലനെ കണ്ട് അവളെ അയാളുമായി യോജിപ്പിലെത്തിക്കാം. സാലനെ കണ്ട വിവരം അംബ ഉണർത്തിച്ചു. ഇനി ഒന്നും ചെയ്യാനില്ല. തന്റെ ദുഃഖത്തിനു കാരണക്കാരനായ ഭീഷ്മരെ കൊല്ലണം.

പരശുരാമനും ഭീഷ്മരും തമ്മിൽ കണ്ടു. അവരുടെ സംഭാഷണം കൊണ്ട് ഒരു പരിഹാരത്തിലും എത്തിയില്ല. പരസ്പരം യുദ്ധംചെയ്ത് തീരുമാനമുണ്ടാക്കുകയല്ലാതെ വേറെ മാർഗമില്ലെന്ന് ഇരുകൂട്ടർക്കും ബോധ്യമായി. അവർ രണ്ടുപേരും കുരുക്ഷേത്രത്തിൽ സന്ധിച്ചു. ഇതിനിടയ്ക്ക് യുദ്ധം ഒഴിവാക്കാൻ ഗംഗാദേവിയും ശ്രമം നടത്തിനോക്കി. ഫലിച്ചില്ല. ഒടുവിൽ രണ്ടുപേരും തമ്മിൽ ഗംഭീരയുദ്ധമായി. ഗുരുസ്ഥാനീയനായ പരശുരാമനോട് യുദ്ധം ചെയ്യേണ്ടിവന്നതിൽ ഭീഷ്മർ വ്യസനിച്ചു. എങ്കിലും ധീരമായി പോരാടി. ഇരുകൂട്ടരും തമ്മിൽ ശരപ്രയോഗവും വേൽപ്രയോഗവും എല്ലാം നടത്തി. ഭീഷ്മർ മോഹാലസ്യപ്പെട്ടു. വീണ്ടും ഉണർന്ന് അദ്ദേഹം പരശുരാമനെതിരെ പ്രസ്വാപനാസ്ത്രം പ്രയോഗിക്കാൻ തീരുമാനിച്ചു. വസുക്കൾ കൊടുത്ത അസ്ത്രമാണത്. പക്ഷേ, അത് പ്രയോഗിക്കുന്നതിനുമുമ്പ് ഇരുവരും ബ്രഹ്മാസ്ത്രം പ്രയോഗിച്ചു. പ്രസ്വാപനാസ്ത്രം ഉപയോഗിക്കരുതെന്ന് ദേവന്മാർ ഭീഷ്മരെ ഉപദേശിച്ചു. നാരദാദികളായ മുനികളുടെയും മറ്റും നിർദേശമനുസരിച്ച് പരശുരാമ-ഭീഷ്മയുദ്ധം പര്യവസാനിക്കുന്നു. ഭീഷ്മരെ തോൽപ്പിക്കാൻ കഴിഞ്ഞില്ല.

തന്റെ പരമാവധി താൻ ചെയ്തുവെന്നും അതുകൊണ്ടൊന്നും ഭീഷ്മർ പരാജയപ്പെട്ടില്ലെന്നും പരശുരാമൻ തന്റെ തോൽവി സമ്മതിച്ചുകൊണ്ട് അംബയോടു പറഞ്ഞു. എന്തായാലും താൻ ഭീഷ്മരുടെയടുക്കൽ ഇരക്കാനായി ഇനി ചെല്ലുകയില്ലെന്ന് അംബ ദൃഢമായി അറിയിച്ചു.

അംബ കാട്ടിലേക്കു പ്രവേശിച്ചു. തപസനുഷ്ഠിക്കാൻ തുടങ്ങി. ഭീഷ്മർ വലിയ കുണ്ഠിതത്തിലായി. ആഹാരവും ഉറക്കവുമില്ലാതെ വെറും യമുനാജലം കഴിച്ച് അവൾ വർഷം തപസുചെയ്തു. പിന്നെ ഒരു

വർഷം പെരുവിരൽ കുത്തി തപംചെയ്തു. അവൾ ഋഷിമാരുടെ ആശ്രമങ്ങളൊക്കെ സന്ദർശിച്ചുകൊണ്ടിരുന്നു. എങ്ങും കാര്യപ്രാപ്തിക്കു മാർഗം കണ്ടില്ല. ഇടയ്ക്ക് ഗംഗാദേവിയെയും കണ്ടു. അവളുടെ ആശ ഉപേക്ഷിക്കുകയാണു നല്ലതെന്ന് ഗംഗ ഉപദേശിച്ചു. അംബ തീവ്രനിശ്ചയത്തോടെ പിന്നെയും തപംചെയ്തു കഴിഞ്ഞു.

ശ്രീപരമേശ്വരൻ അംബയുടെ മുമ്പിൽ പ്രത്യക്ഷപ്പെട്ടു. അദ്ദേഹം അവൾക്കു വരം കൊടുത്തു: "നീ ഭീഷ്മരെ യുദ്ധത്തിൽ കൊല്ലും. നിനക്ക് പുരുഷത്വം ലഭിക്കും. അപ്പോഴും നിന്റെ ദുഃഖം നീ മറക്കുകയില്ല. ദ്രുപദരാജാവിന്റെ കുലത്തിലാണ് നീ ജനിക്കുക." ഇത്രയും പറഞ്ഞ് ശ്രീപരമേശ്വരൻ മറയുകയും ചെയ്തു.

അംബ കാട്ടിലെ വിറകുകൊണ്ടു ചിതയുണ്ടാക്കി അതിൽ ചാടി ജീവത്യാഗം ചെയ്തു.

പാഞ്ചാലത്തിലെ ദ്രുപദരാജാവിനും പത്നിക്കും മക്കളുണ്ടായിരുന്നില്ല. അവർ വളരെക്കാലം വ്യസനിച്ചു കഴിഞ്ഞുകൂടി. ഇക്കാലമത്രയും ശ്രീപരമേശ്വരനെ അവർ പ്രാർഥിച്ചുകൊണ്ടിരുന്നു. ശ്രീപരമേശ്വരൻ പ്രത്യക്ഷപ്പെട്ട് ഒരു പെണ്ണായ പുത്രൻ ജനിക്കുമെന്നു വരം നൽകി. പരമശിവൻ അനുഗ്രഹിച്ചതുപോലെ അവർക്ക് ഒരു പെൺകുട്ടി ജനിച്ചു. പക്ഷേ, തങ്ങൾക്ക് ആൺകുട്ടിയാണ് ഉണ്ടായതെന്ന് രാജ്ഞിയും രാജാവും മറ്റുള്ളവരെ അറിയിച്ചു. അവർ അത് വിശ്വസിക്കുകയും ചെയ്തു. ആ കുട്ടിയെ ദ്രുപദരാജാവ് ആണായിട്ടു വളർത്തി. ശിഖണ്ഡി (ശിഖണ്ഡിനി) എന്നായിരുന്നു കുട്ടിയുടെ പേര്.

പരമശിവന്റെ ആഗ്രഹമനുസരിച്ച് അംബയാണ് ദ്രുപദന്റെ പത്നിയുടെ ഉദരത്തിൽ ശിഖണ്ഡിനിയായി പിറന്നത്.

(ഭീഷ്മരുടെ ഈ കഥയിൽ പല കാര്യങ്ങളും ഇണക്കിച്ചേർത്തു വച്ചിട്ടുണ്ട്. അങ്ങനെയാണ് ഒരു സമ്പൂർണത കൈക്കൊള്ളുന്നത്. ഭീഷ്മർ സകല വേദങ്ങളും ശാസ്ത്രങ്ങളും ധർമനീതികളും ഹൃദിസ്ഥമാക്കി. ധനുർവേദത്തിന്റെ എല്ലാ വിദ്യകളും പഠിച്ചു. പരശുരാമനോടുവരെ സകല ഗൂഢമന്ത്രങ്ങളും വശത്താക്കി. അങ്ങനെ ആർക്കും വധിക്കാനാവാത്ത പുരുഷനാണ് അദ്ദേഹം. പിന്നെ ആണും പെണ്ണുമല്ലാത്ത ഒരാൾക്കേ അദ്ദേഹത്തെ കൊല്ലാനാവൂ. ദ്രുപദന്റെ ആഗ്രഹം ഭീഷ്മരെ കൊല്ലണമെന്നതാണ്. അംബയുടെ ജന്മാന്തരപ്രതിജ്ഞയും അതുതന്നെ. രണ്ടുപേരും പ്രാർഥിച്ചത് ശ്രീപരമേശ്വരനെയാണ്. അദ്ദേഹം രണ്ടുപേർക്കും ഒരേ രൂപത്തിലുള്ള വരമാണു നൽകുന്നത്. പെണ്ണായി ജനിക്കും, ആണായി മാറും. ദ്രുപദൻ വീണ്ടും വീണ്ടും ഇരന്നിട്ടും പെൺകുട്ടി ഉണ്ടാവും. അത് ആണായി മാറും എന്നാണ് ശ്രീപരമേശ്വരൻ പറയുന്നത്.

ഭീഷ്മർക്ക് അംബയുടെ വരലബ്ധിയും ദ്രുപദന്റെ സന്താനലബ്ധിയും അറിയാം. അതായത്, ശിഖണ്ഡിയുടെ ഉത്ഭവവും അവസ്ഥയും അറിയാം. *ഭാരത*ത്തിലെ ഉദ്യോഗപർവത്തിൽ ദുര്യോധനന്റെ ചോദ്യത്തി

നുത്തരമായി ഭീഷ്മർ കൗരവസൈന്യത്തെയും പാണ്ഡവസൈന്യത്തെയും രണ്ടിലെയും നേതാക്കളെയും കുറിച്ചു വിവരിച്ചു കേൾപ്പിക്കുന്നുണ്ട്. അതിൽ പാണ്ഡവരെപ്പറ്റി പറയുമ്പോൾ ഒരു കാര്യം അദ്ദേഹം ദുര്യോധനനോടു പറയുന്നു: കൃഷ്ണൻ മഹാബലവാനാണ്. അർജുനനും അങ്ങനെതന്നെ. അവരെയെല്ലാം താൻ തടുക്കാം. പക്ഷേ, പാഞ്ചാലപുത്രനായ ശിഖണ്ഡിയെ താൻ കൊല്ലുകയില്ല. അയാൾ ബാണവുമായി വന്നാലും യുദ്ധംചെയ്താലും അതു ചെയ്യുകയില്ല. കാരണം, പെണ്ണിനെയും ഒരിക്കൽ പെണ്ണായിരുന്നവനെയും താൻ കൊല്ലുകയില്ല. അതുപോലെ മറ്റെല്ലാവരെയും കൊല്ലാം. കുന്തിയുടെ പുത്രന്മാരെ കൊല്ലുകയില്ല.

അതായത്, യുദ്ധത്തിൽ താൻ മരിക്കണം, ആർക്കും തന്നെ കൊല്ലാനാവില്ല. ആണും പെണ്ണുമായ അല്ലെങ്കിൽ ആണും പെണ്ണുമല്ലാത്ത ശിഖണ്ഡിക്ക് അതിനുള്ള അവസരം കൊടുക്കും എന്നർഥം.

ശ്രീപരമേശ്വരന്റെ വരങ്ങൾ അങ്ങനെ ഭീഷ്മരുടെ സ്വർഗപ്രാപ്തിക്കുള്ള ഉപാധിയായിത്തീരുകയാണ്.)

ശിഖണ്ഡിനി വളർന്നപ്പോൾ ദശാർണരാജ്യത്തെ രാജാവായ ഹിരണ്യവർമന്റെ മകളെ അയാളെ (ശിഖണ്ഡിയെ) ക്കൊണ്ടു വിവാഹംചെയ്യിച്ചു. ദിവസങ്ങൾ കഴിഞ്ഞപ്പോൾ ശിഖണ്ഡി പെണ്ണാണെന്നറിഞ്ഞ് ഹിരണ്യവർമൻ ക്ഷോഭിച്ചു. അയാൾ ദ്രുപദന്റെ അടുക്കൽ ദൂതനെ അയച്ചു. ചെയ്ത കൃത്യത്തിന് ദ്രുപദനോട് യുദ്ധംചെയ്ത് തോൽപ്പിക്കുമെന്നും അയാളെ വധിക്കുമെന്നുമാണ് ഹിരണ്യവർമൻ അറിയിച്ചത്. ദ്രുപദൻ ഭയപ്പെട്ടു. എന്തു ചെയ്യണമെന്നറിയാതെ കുഴങ്ങി. ശിഖണ്ഡിനി അച്ഛന്റെയും അമ്മയുടെയും വിഷമത കണ്ടിട്ടു നാടുവിട്ടു. കാടുകളിലേക്കു പോയി. അവിടെ സ്ഥൂണകർണനെന്ന യക്ഷനെ അഭയംപ്രാപിച്ചു. തന്നോടു പ്രസാദിച്ച് തന്നെ ഒരു പുരുഷനാക്കണമെന്ന് ശിഖണ്ഡിനി അയാളോട് അഭ്യർഥിച്ചു. തന്റെ അച്ഛനെ എതിർക്കാൻ വരുന്ന ദശാർണരാജാവ് തിരിച്ചു പൊയ്ക്കഴിഞ്ഞാൽ താൻ വീണ്ടും സ്ത്രീയായിക്കൊള്ളാമെന്നും ശിഖണ്ഡിനി അറിയിച്ചു. യക്ഷൻ തന്റെ പുരുഷത്വം നൽകി, അവളുടെ സ്ത്രീത്വം ഏറ്റുവാങ്ങാമെന്നു സമ്മതിച്ചു. അതുപ്രകാരം പുരുഷത്വം വാങ്ങി. ശിഖണ്ഡി ദ്രുപദ രാജധാനിയിലെത്തി. രാജാവ് വിവരം ഹിരണ്യവർമനെ അറിയിച്ചു. അയാൾ വേണ്ട പരിശോധനകൾ നടത്തി. ബോധ്യംവന്ന് ശിഖണ്ഡിയെ സ്വീകരിച്ചു.

സ്ഥൂണാകർണൻ കുബേരന്റെ ആശ്രിതനായിരുന്നു. കുബേരൻ വന്നപ്പോൾ സ്ഥൂണൻ പെണ്ണായിരിക്കുന്നു. അയാൾ വിവരം മനസിലാക്കി ക്ഷോഭിച്ചു. ജീവിതകാലം മുഴുവൻ പെണ്ണായിരിക്കട്ടെ എന്നു പറഞ്ഞു. ശിഖണ്ഡി മരിച്ചുകഴിഞ്ഞ് സ്ഥൂണൻ വീണ്ടും പുരുഷനാകുമെന്ന് ശാപമോചനവും നൽകി. അൽപ്പനാൾ കഴിഞ്ഞ് ശിഖണ്ഡി വന്ന് യക്ഷനെ കണ്ടപ്പോൾ കുബേരന്റെ ശാപം ശിഖണ്ഡിയെ അറിയിച്ചു. സമാധാനമായി നാട്ടിൽ പോയി ജീവിക്കാൻ സ്ഥൂണൻ ശിഖണ്ഡിയെ പറഞ്ഞയ

യ്ക്കുകയും ചെയ്തു.

മഹാഭാരതയുദ്ധത്തിൽ പത്തു ദിവസം കൗരവർക്ക് നേതൃത്വം കൊടുത്തത് ഭീഷ്മരായിരുന്നു. അദ്ദേഹം പിന്നെ നിപതിച്ചു. ശിഖണ്ഡിയാണ് അദ്ദേഹത്തെ യുദ്ധംചെയ്ത് വീഴ്ത്തിയത്. ധൃതരാഷ്ട്രർ ആ കഥ കേട്ടു വിലപിച്ചു. ശിഖണ്ഡിക്ക് യുദ്ധരംഗത്ത് അർജുനൻ പ്രോത്സാഹനം കൊടുത്തു. ശിഖണ്ഡി ഏറ്റുമുട്ടി അമ്പെയ്തപ്പോൾ ഭീഷ്മർ പറഞ്ഞു:

"യഥേഷ്ടമെയ്യാ, മില്ലെങ്കിൽ വേണ്ടാ, പൊരുതുകില്ല ഞാൻ
ബ്രഹ്മാവു സൃഷ്ടിച്ച പടി നീ, പെണ്ണാണ് ശിഖണ്ഡിനി"

ഇതിനിടയ്ക്ക് ദുര്യോധനൻ വന്ന് കൗരവപ്പടയെ പാണ്ഡവപക്ഷം അരിഞ്ഞു വീഴ്ത്തുന്നതു ചൂണ്ടിക്കാട്ടി. ഇതിൽനിന്നു രക്ഷിക്കാൻ ഭീഷ്മരോട് അപേക്ഷിക്കുന്നു. അതിന് ഭീഷ്മർ പറയുന്ന മറുപടി അർഥവത്താണ്. ആയിരക്കണക്കിന്, പതിനായിരക്കണക്കിന് പാണ്ഡവപോരാളികളെ താൻ കൊന്നൊടുക്കി. ദുര്യോധനനോടും കൗരവരോടുമുള്ള കടപ്പാടു താൻ ഇന്നു വീട്ടാം.

ഇന്നു ഞാൻ പുരുഷവ്യാഘ്ര, നിൻ കടം തീർത്തു വയ്ക്കുവാൻ
സ്വാമിച്ചോറ്റിൻ പാടു ഭൂപ, പടത്തലയിൽ വീണുമേ

എന്നാണു പറയുന്നത്.

ഭീഷ്മർ പാണ്ഡവപ്പടയുടെ ഇടയിലേക്ക് ഇരച്ചു കയറി. പാണ്ഡവർ എല്ലാവരും അദ്ദേഹത്തെ പൊതിഞ്ഞു. ദുശ്ശാസനൻ ഭീഷ്മരുടെ രക്ഷയ്ക്കായെത്തി. അയാൾ അർജുനനെ ഏതാനും മുറിവുകൾ ഏൽപ്പിക്കുകയും ചെയ്തു. ശിഖണ്ഡിയെ മുൻനിറുത്തിക്കൊണ്ട് അർജുനാദികൾ ഭീഷ്മരോടേറ്റു. ഭീഷ്മർ ആലോചിച്ചു:

കൊല്ലുന്നില്ല പാണ്ഡവരെ രണ്ടു കാരണമോർത്തു ഞാൻ
പാണ്ഡവന്മാർക്കവധ്യത്വം ശിഖണ്ഡി സ്ത്രീത്വമെന്നതും

പാണ്ഡവരെ കൊല്ലുകയില്ല. ശിഖണ്ഡി സ്ത്രീയായതുകൊണ്ടും കൊല്ലുകയില്ല. തന്റെ പിതാവായ ശന്തനുമഹാരാജാവ് സത്യവതിയെ വിവാഹംകഴിക്കുമ്പോൾ തനിക്ക് യുദ്ധത്തിൽ സ്വച്ഛന്ദമരണത്തിന് അനുഗ്രഹിച്ചിട്ടുണ്ട്. യുദ്ധത്തിൽ ആരും തന്നെ വധിക്കുകയില്ലെന്നും അദ്ദേഹം അനുഗ്രഹിച്ചിട്ടുണ്ട്. ഭീഷ്മർ ഇത് ആലോചിക്കുന്ന സമയത്ത് വസുക്കൾ സ്വർഗത്തിൽനിന്ന് യുദ്ധശ്രമത്തിൽ നിന്നു പിന്മാറുവാൻ ഭീഷ്മരോട് ഉപദേശിക്കുകയും ചെയ്തു. തന്റെ മരണകാലം അടുത്തിരിക്കുന്ന കാര്യവും ഭീഷ്മർ ഓർമിച്ചു.

ദേവന്മാരുടെ വാക്കുകൾ കേട്ടശേഷം ഭീഷ്മർ പിന്നെ അർജുനനെ എതിർത്തില്ല. ശിഖണ്ഡി അനേകം അസ്ത്രങ്ങൾ ഭീഷ്മരുടെ ശരീരത്തിലേക്കിട്ടു. ഭീഷ്മർ അവയെ തടുത്തതേയുള്ളൂ. അദ്ദേഹം കുലുങ്ങിയില്ല. അർജുനൻ പാഞ്ഞെത്തി. ബാണങ്ങൾ എയ്യാൻ തുടങ്ങി. ഒടുവിൽ ഭീഷ്മർ തേരിൽനിന്നു വീണു. ശംഖനാദങ്ങൾ മുഴങ്ങി. എല്ലാവരും ബ്രഹ്മജ്ഞരിൽ ശ്രേഷ്ഠനായ ഭീഷ്മരുടെ അപദാനങ്ങൾ വാഴ്ത്തിപ്പാടി.

പാണ്ഡവരും കുരുക്കളും ദുഃഖവും ബഹുമാനവും ഇടകലർന്ന മനസോടെ ഭീഷ്മരുടെ അരികിൽ നിന്നു.

തന്റെ ശരീരത്തിലാകെ അമ്പു കൊണ്ടതുകൊണ്ട് ഭീഷ്മർ അതുമായാണ് തേരിൽനിന്നും മണ്ണിൽ പതിച്ചത്. ശിരസ്സ് തൂങ്ങുന്നുവെന്ന് ഭീഷ്മർ അർജുനനോട് പറഞ്ഞു. അർജുനൻ മൂന്ന് അമ്പുകളെയ്ത് ശിരസു താങ്ങാനുള്ള ഉപധാനമുണ്ടാക്കി. ഭീഷ്മർ അതിൽ സന്തോഷിച്ചു. ക്ഷത്രിയൻ പോർക്കളത്തിൽ കിടക്കേണ്ടത് ശരതൽപ്പത്തിലാണെന്നും അതുകൊണ്ട് താൻ സംതൃപ്തനാണെന്നും അദ്ദേഹം അർജുനനോട് പറഞ്ഞു.

യുദ്ധം നിറുത്താൻ ഭീഷ്മർ ആ കിടപ്പിൽ ഉപദേശിച്ചു. തന്റെ ചുറ്റും ഒരു കിടങ്ങ് ഉണ്ടാക്കണമെന്നും അവിടെക്കിടന്ന് താൻ മരണംവരെ സൂര്യനെ ധ്യാനിച്ചുകൊള്ളാമെന്നും അദ്ദേഹം പറഞ്ഞു. ഉത്തരായനം വരുംവരെ താൻ ഇങ്ങനെ ശരശയ്യയിൽ കിടക്കുമെന്നും പിന്നെ പ്രാണൻ കൈവെടിയുമെന്നും ഭീഷ്മർ അറിയിച്ചു. അന്ന് എല്ലാ പ്രിയജനങ്ങളെയും വിട്ട് സ്വർഗത്തിലേക്കു പോവുകയും ചെയ്യും. ആണുംപെണ്ണടക്കം രാജാക്കന്മാരും യോദ്ധാക്കളും നടന്മാരും നർത്തകരുംവരെ ഭീഷ്മരുടെ സന്നിധിയിലെത്തി. അമ്പുകൊണ്ടു വ്രണപ്പെട്ട അദ്ദേഹം അർജുനനോട് ജലം ചോദിച്ചു. അർജുനൻ പാർജന്യാസ്ത്രം പ്രയോഗിച്ച് ഭൂമി പിളർന്ന് അവിടെനിന്നു ശുദ്ധമായ ജലം ഭീഷ്മർക്കു കൊടുത്തു. ഭീഷ്മർ അതു കുടിച്ചു ദാഹം ശമിപ്പിച്ചു.

പാണ്ഡവരോട് സന്ധിചെയ്ത് യുദ്ധം നിർത്താൻ ഭീഷ്മർ പലവുരു ദുര്യോധനനോടു പറഞ്ഞു. കൃഷ്ണനും അർജുനനും ചേർന്നാൽ അവരുടെ മുമ്പിൽ യുദ്ധത്തിൽ ജയിപ്പാൻ സാധ്യമല്ലെന്ന് അദ്ദേഹം മുന്നറിയിപ്പു നൽകി.

ഭീഷ്മരുടെ പര്യവസാനം ഇങ്ങനെയാണ്. ഞാൻ ഇപ്പോൾ പറഞ്ഞ കഥ ഭീഷ്മപർവത്തിലാണുള്ളത്. യുദ്ധം തുടങ്ങി പത്താമത്തെ ദിവസമാണത്. ഇതിൽ നാം കാണുന്ന പ്രധാന കാര്യങ്ങൾ അംബയുടെ ചരിത്രവും ഭീഷ്മവധവുമാണ്. ഒരു ജന്മകാലം മുഴുവനും അംബ ഭീഷ്മരോട് പ്രതികാരം ചെയ്യാൻവേണ്ടി തപസുചെയ്ത് വലഞ്ഞു. ശ്രീപരമേശ്വരനെ ധ്യാനിച്ച് വരം വാങ്ങി. ആത്മാഹൂതിയും ചെയ്തു. അവൾ ശിവനോട് വരം വാങ്ങി ഉടനെ ആത്മാഹൂതി ചെയ്തത് അടുത്ത ജന്മത്തിൽ ആഗ്രഹം സഫലമാകുമെന്ന് ശിവൻ പറഞ്ഞതുകൊണ്ടാണ്. ജന്മാന്തരംകൊണ്ടെങ്കിലും ആ പ്രതിക്രിയാകർമം നടക്കണം. എന്തു ധർമശാസ്ത്രം പറഞ്ഞാലും ഒരു സ്ത്രീയുടെ ദുഃഖം യഥാർഥ ദുഃഖംതന്നെയാണെന്ന് ശ്രേഷ്ഠപുരുഷനായ ഭീഷ്മർക്കും അറിയാമായിരുന്നു. അംബ ശിഖണ്ഡിയായി ജനിച്ച് തന്നെ വധിക്കുന്നത് മനസാ കണ്ടുകൊണ്ടാണ് അദ്ദേഹം പിന്നെ ജീവിച്ചത്. മനുഷ്യവികാരത്തെ സംബന്ധിച്ചുള്ള ഏറ്റവും ശക്തമായ കഥയാണിത്.

5

പാണ്ഡവരെ നശിപ്പിക്കാൻ

സത്യവതിയുടെ താൽപ്പര്യമനുസരിച്ച് രാജാവിനു പകരം രാജ്യകാര്യങ്ങൾ നോക്കിപ്പോന്നത് ഭീഷ്മരാണ്. അതിനുശേഷമാണ് അംബികയിലും അംബാലികയിലും ധൃതരാഷ്ട്രരും പാണ്ഡുവും ജനിക്കുന്നത്. വിദുരരും ഭൂജാതനായി. പിന്നെ ധൃതരാഷ്ട്രർക്ക് നൂറ്റൊന്നു മക്കളും പാണ്ഡുവിന് അഞ്ചു മക്കളുമുണ്ടായി. കുന്തിക്ക് കർണ്ണൻ നേരത്തെ ജനിച്ചിരുന്നു. കുരുവംശക്കാരായ കൗരവരും പാണ്ഡവരും ആദ്യം കൃപരുടെയും പിന്നെ ദ്രോണരുടെയും ശിഷ്യന്മാരായി.

കൗരവർക്ക് പാണ്ഡവരോട് ചെറുപ്പത്തിൽത്തന്നെ ഉണ്ടായ അസൂയയും എതിർപ്പും ദിവസം ചെല്ലുംതോറും വളർന്നുവന്നുകൊണ്ടിരുന്നു. ഭീമനെ വധിക്കണമെന്ന് ദുര്യോധനൻ നിശ്ചയിച്ചു; എന്നിട്ട് പാണ്ഡവരെ മുഴുവൻ ഹസ്തിനപുരിയിൽനിന്നു കെട്ടുകെട്ടിക്കണം. പക്ഷേ, ഭീമനു വിഷംകൊടുത്തെങ്കിലും അയാൾ പതിന്മടങ്ങ് ശക്തിയോടെ തിരിച്ചുവരികയാണ് ചെയ്തത്.

അർജ്ജുനന്റെ പ്രാഗത്ഭ്യം:

ദ്രോണശിഷ്യന്മാരിൽ ഭീമസേനനും ദുര്യോധനനും ഗദായുദ്ധത്തിൽ വിദഗ്ധന്മാരായി. ആയുധവിദ്യയുടെ ഗൂഢതത്വങ്ങളിൽ അശ്വത്ഥാമാവായി പ്രതാപവാൻ. വാൾപ്രയോഗത്തിൽ മാദ്രീപുത്രന്മാർ (നകുലനും സഹദേവനും) മുൻപന്തിക്കാരായിത്തീർന്നു. തേരോട്ടത്തിൽ ധർമപുത്രർ അജയ്യനായിരുന്നു. ഇതിലെല്ലാറ്റിലും അർജ്ജുനൻ ഏറ്റവും വലിയ പ്രാഗത്ഭ്യം നേടുകയും ചെയ്തു. ശിഷ്യന്മാരിൽ മുമ്പനെന്ന സ്ഥാനവും അസ്ത്രവിദ്യയിൽ മാത്രമല്ല, ഏറ്റവും ഭക്തിയുള്ള അനുയായി എന്ന നിലയും അർജുനനാണ് ലഭിച്ചത്. ഭീമന്റെ ബലവും അർജുനന്റെ വിദ്യാശക്തിയും

കണ്ടിട്ട് ദുര്യോധനാദികളുടെ അസൂയ പതിന്മടങ്ങു വർധിച്ചു.

ശിഷ്യന്മാരുടെ ആയുധവിജ്ഞാനം പരീക്ഷിക്കുവാൻ ദ്രോണർ തീരുമാനിച്ചു. ഒരു ഉയർന്ന മരത്തിന്റെ കൊമ്പിൽ ഒരു കൃത്രിമക്കിളിയെ ഉണ്ടാക്കിച്ച് ആരുമറിയാതെ വയ്പിച്ചു. ആ കിളിയെ അമ്പെയ്തു വീഴ്ത്തണം. അതാണ് പരീക്ഷ. ഉന്നം നോക്കുമ്പോൾ എന്താണു കാണുന്നത് എന്ന് ദ്രോണർ ചോദിച്ചു. ദ്രോണരെയും തന്റെ അനിയന്മാരെയും കിളിയെയും കാണുന്നുണ്ട് എന്ന് ധർമപുത്രർ പറഞ്ഞു. തുടർന്ന് മറ്റു പാണ്ഡവരോടും ഇതേ ചോദ്യം ദ്രോണർ ചോദിച്ചു. എല്ലാം കാണുന്നുണ്ട് എന്ന് അവരെല്ലാംവരും മറുപടി പറഞ്ഞു. അവരാരും കിളിയെ എയ്യുവാൻ യോഗ്യരല്ലെന്ന് ദ്രോണർ പരിഹസിച്ചു. ഒടുവിൽ അർജുനനോടു ചോദിച്ചു, "പക്ഷിയുടെ കഴുത്തുമാത്രമേ ഞാൻ കാണുന്നുള്ളൂ, ശരീരംപോലും കാണുന്നില്ല." അർജുനൻ പറഞ്ഞു. അയാൾക്ക് അമ്പെയ്യാൻ അനുമതി നൽകി. അതു ചെയ്തു. അർജുനൻ പരീക്ഷയിൽ വിജയംനേടി. മറ്റൊരിക്കൽ ഗംഗയിൽ കുളിക്കുമ്പോൾ ഒരു മുതല ദ്രോണരുടെ കാലിൽ പിടിച്ചു. അന്നും അർജുനനാണ് മുതലയെ ഖണ്ഡിച്ച് ഗുരുവിനെ മോചിപ്പിച്ചത്. ദ്രോണർ പ്രീതനായി. അർജുനന് ബ്രഹ്മാസ്ത്രം നൽകി. അതിനൊപ്പം ഭൂമിയിൽ മറ്റൊരസ്ത്രമില്ല. മനുഷ്യരിൽ ഇത് പ്രയോഗിക്കരുത്. മനുഷ്യനല്ലാത്ത ആരെങ്കിലും ആക്രമിച്ചാൽ അപ്പോൾ ഉപയോഗിക്കുക എന്നു പറഞ്ഞ് ദ്രോണർ തന്റെ പ്രിയശിഷ്യനെ അനുഗ്രഹിച്ചു.

ആയുധാഭ്യാസ പ്രദർശനം:

കൗരവപാണ്ഡവന്മാരുടെ ആയുധാഭ്യാസം കഴിഞ്ഞു. ധൃതരാഷ്ട്രരുടെ അനുമതിയോടുകൂടി ഒരഭ്യാസപ്രദർശനം നടത്തി. കൃപർ, ഭീഷ്മർ, വിദുരർ, സോമദത്തൻ, ബാൽഹനീകൻ തുടങ്ങിയ പ്രമുഖരുടെ സാന്നിധ്യത്തിലാണ് ഇതു നിശ്ചയിച്ചതും നടത്തിയതും. ദ്രോണരുടെ നേതൃത്വത്തിൽ ഭൂമി അളന്നു. രംഗഭൂമിയൊരുക്കി. രാജാവിനും സ്ത്രീജനങ്ങൾക്കുമിരിക്കാൻ കാഴ്ചപ്പുരകളുണ്ടാക്കി. എല്ലായിടവും അലങ്കരിച്ചു. രാജാവും ഭീഷ്മരും കൃപരും ഗാന്ധാരിയും കുന്തിയും ദാസിമാരും സന്നിഹിതരായി. പിന്നെ കൊട്ടാരത്തിലെ അന്തേവാസികളും കാണികളായി നാട്ടുകാരും എല്ലാം വന്നുചേർന്നു. ആകെക്കൂടി ആ രംഗം ഒരു ഗന്ധർവനഗരംപോലെ കാണപ്പെട്ടു. ആയുധപരിശീലനം കഴിഞ്ഞ രാജകുമാരന്മാർ പ്രായത്തിന്റെ മുറയനുസരിച്ച് അരങ്ങത്തേക്കെത്തി അവരുടെ അഭ്യാസങ്ങൾ ആരംഭിച്ചു. അമ്പും വില്ലും, വാൾപ്രയോഗം, കുതിരയോട്ടം, ആനയോടിക്കൽ എന്നിവ കാണികളെ ആഹ്ലാദിപ്പിച്ചു. അത്ഭുതപ്പെടുത്തി. പിന്നെ ദുര്യോധനനും ഭീമനും തമ്മിൽ ഗദായുദ്ധമാരംഭിച്ചു.

അവർ തമ്മിൽ ഭയങ്കരമായ യുദ്ധം നടന്നു. കാണികൾ രണ്ടു പക്ഷമായി തിരിഞ്ഞു. രംഗം ക്ഷുബ്ധമാകുമെന്നു കണ്ടപ്പോൾ രണ്ടുപേരെയും പിടിച്ചുമാറ്റുവാൻ ദ്രോണർ തന്റെ പുത്രനായ അശ്വത്ഥാമാവിനോടു പറഞ്ഞു. അയാൾ അതുപോലെ ചെയ്തു.

തുടർന്ന് അർജുനൻ അരങ്ങത്തു വന്നു. അഭ്യാസങ്ങൾ പ്രകടിപ്പിച്ചു. അത് എല്ലാവരെയും വിസ്മയിപ്പിച്ച ഒരു അഭ്യാസക്കാഴ്ചയായിരുന്നു. കുന്തിയുടെ ഹൃദയം ദ്രവിച്ചു. അവർ കണ്ണുനീർ വാർത്തു.

കർണന്റെ അഭിഷേകം:

കർണൻ അരങ്ങത്തേക്ക് വന്നത് അതിനു ശേഷമാണ്. ആയുധ നൈപുണ്യത്തിൽ എല്ലാവരെയും ആകർഷിച്ചിട്ടുള്ള ആളാണ് കർണൻ. ജന്മസിദ്ധമായ കവചകുണ്ഡലങ്ങളണിഞ്ഞാണ് അയാൾ രംഗത്തു വന്നത്. ദ്രോണകൃപന്മാരെ വന്ദിച്ച് അയാൾ അർജുനൻ കാട്ടിയ എല്ലാ അഭ്യാസങ്ങളും രംഗത്തവതരിപ്പിച്ചു. അത് തീർന്നയുടൻ അയാൾ അർജുനനെ പോരാടാൻവേണ്ടി വെല്ലുവിളിച്ചു. അതുകേട്ട് ദുര്യോധനൻ തന്റെ സുഹൃത്തായ കർണനെ പ്രോത്സാഹിപ്പിച്ചു. അപഹാസം നേരിട്ട അർജുനനും നിന്ദാവാക്കുകൾ പറഞ്ഞ കർണനും തമ്മിൽ വാഗ്വാദം നടന്നു. ദുര്യോധനനും അനുജന്മാരും സന്തോഷത്തോടെ നിന്നു. കർണൻ പോരിനു തയാറായി നിന്നു.

ദ്രോണരും കൃപരും ഭീഷ്മരും അർജുനന്റെ പക്ഷത്ത് ഇരിക്കുകയാണ്. രംഗമാകെ രണ്ടു പക്ഷത്തായി തിരിഞ്ഞിരിക്കയായിരുന്നു. കുന്തി മാനസികമായി ആലസ്യംപൂണ്ടു. വിദുരരും മറ്റു ദാസികളും ചേർന്ന് അവരെ സമാശ്വസിപ്പിച്ചു.

അപ്പോഴാണ് കൃപർ ഒരു പ്രശ്നമുന്നയിച്ചത്. കർണൻ, രാജകുമാരന്മാരുമായി യുദ്ധത്തിലേർപ്പെടുവാൻ ഏത് വിധത്തിലാണ് അർഹനാകുന്നത്? കർണൻ ഏതു കുലത്തിൽ പിറന്നവനാണ്? അർജുനൻ കുന്തീപുത്രനാണ്. രാജകുമാരനാണ്. കർണന്റെ കുലമേതാണ്? സമമായ കുലമോ ആചാരമോ ഇല്ലാത്തവരുമായി എങ്ങനെ പടപൊരുതും? ഈ ചോദ്യം ഉയർന്നപ്പോൾ കർണൻ ലജ്ജിതനായി. പക്ഷേ, ദുര്യോധനൻ ചൊടിച്ചു. അങ്ങനെയെങ്കിൽ കർണനെ യുദ്ധംചെയ്യാൻ യോഗ്യനാക്കുമെന്ന് അയാൾ പറഞ്ഞു. കർണനെ അവിടെത്തന്നെ അംഗരാജ്യത്തിലെ രാജാവായി ദുര്യോധനൻ പ്രഖ്യാപിച്ചു. സ്വർണപീഠത്തിൽ വാഴിച്ച് കർണന് കുടയും ചാമരവും ശംഖപടഹാഘോഷവും നൽകി. കർണന്റെ വളർത്തച്ഛനായ അധിരഥൻ ആ രംഗത്തേക്ക് ഓടിക്കിതച്ചെത്തി. കർണൻ അധിരഥനെ വന്ദിച്ചു. അപ്പോൾ ഭീമസേനൻ പറഞ്ഞു: “കർണാ, നിനക്ക് അസ്ത്രമല്ല, ചമ്മട്ടിയാണ് പറ്റിയ ആയുധം.” ഈ അപഹാസം കേട്ട ദുര്യോധനൻ പറഞ്ഞു: “വീരന്മാരുടെ കുലം നോക്കേണ്ടതില്ല. അവർക്കു ബലം പരാക്രമമാണ്!” ഈ വാഗ്വാദത്തോടെ, യുദ്ധംകൂടാതെ രംഗം പര്യവസാനിച്ചു.

ദ്രോണരുടെ ഗുരുദക്ഷിണ

ആയുധാഭ്യാസപ്രദർശനം കഴിഞ്ഞ് ഗുരുദക്ഷിണയുടെ സമയം വന്നു. ദ്രോണർ ശിഷ്യന്മാരെയെല്ലാം വിളിച്ചുകൂട്ടി ഗുരുദക്ഷിണയുടെ

കാര്യം പറഞ്ഞു:

"ഒരു സമയത്ത് എന്നെ കൈവിട്ടുകളഞ്ഞ ദ്രുപദരാജാവിനെ പോരിൽ തോൽപ്പിച്ച് പിടിച്ചുകെട്ടിക്കൊണ്ടുവരണം. അതാണ് എനിക്കു വേണ്ട ഗുരുദക്ഷിണ."

ഇതുകേട്ട ഉടനെതന്നെ ദുര്യോധനാദികൾ യുദ്ധസന്നാഹവുമായി ദ്രുപദരാജാവിന്റെ ദേശത്തേക്ക് ഓടി. അവിടെ ചെന്ന് ദ്രുപദനുമായി ഏറ്റുമുട്ടി. ദ്രുപദനും സൈന്യവും വീറോടെ പോരാടുകയും കൗരവരെ തോൽപ്പിച്ചോടിക്കുകയും ചെയ്തു. അവർ തിരിച്ചുവന്ന് പാണ്ഡവരെ അഭയം പ്രാപിച്ചു. തുടർന്ന് അർജുനനും ഭീമസേനനുംകൂടി ദ്രുപദന്റെ അടുക്കലേക്കു പോയി. അവർ ഘോരമായ യുദ്ധംതന്നെ നടത്തി. അർജുനൻ ദ്രുപദനെ അമ്പെയ്തു നിരായുധനാക്കി പിടിച്ചു. ഭീമസേനൻ സൈന്യങ്ങളെ കൊന്നൊടുക്കാൻ ഭാവിച്ചപ്പോൾ അർജുനൻ തടഞ്ഞു. ദ്രുപദൻ കുരുക്കൾക്കു ബന്ധുവാണ്. അദ്ദേഹത്തിന്റെ സൈന്യത്തെയും നമുക്ക് ഗുരുദക്ഷിണയായി നൽകാം.

ദ്രുപദനെ പിടിച്ചുകെട്ടി ദ്രോണരുടെ മുൻപിൽ കൊണ്ടുവന്നു. പണ്ട് "പഴയ സൗഹൃദം സൗഹൃദമൊന്നുമല്ലെന്നു" പറഞ്ഞാണ് ദ്രുപദൻ ദ്രോണരെ പരിഹസിച്ചുവിട്ടത്. ഇപ്പോൾ ദ്രോണർ ചോദിച്ചു: "പഴയ വേഴ്ച വേഴ്ചയാണോ? നാം ഒരുമിച്ചു കളിച്ചു വളർന്നവരാണ്. എന്നിട്ടും നീ എന്നെ ഉപേക്ഷിച്ചു. അതുകൊണ്ടുതന്നെയാണ് ഞാൻ നിന്റെ രാജ്യം വേണമെന്നുവച്ചത്. ഭാഗീരഥി നദിക്ക് തെക്ക് നീ രാജാവ്, വടക്ക് ഞാനും. സമ്മതമാണോ?"

ദ്രുപദൻ സമ്മതിച്ചു. ദ്രോണർ അയാളെ സ്വതന്ത്രനാക്കി വിട്ടു.

ചില സംവത്സരങ്ങൾ കഴിഞ്ഞു. ധൃതരാഷ്ട്രർ ധർമ്മപുത്രരെ യുവരാജാവായി അഭിഷേകം ചെയ്തു. തുടർന്ന് അർജുനനും ഭീമനും ദിക്കാകെ സഞ്ചരിച്ച് പല രാജ്യങ്ങളും കീഴടക്കി. ഇതിനിടയ്ക്ക് അർജുനനും ദ്രോണരും തമ്മിൽ ഒരു സംഭാഷണമുണ്ടായി. അർജുനൻ ദ്രോണരുടെ ഏറ്റവും പ്രിയപ്പെട്ട ശിഷ്യനാണല്ലോ. ആ ശിഷ്യൻ തനിക്ക് ഒരു ഗുരുദക്ഷിണ ബന്ധുക്കളുടെയെല്ലാം മുൻപിൽവച്ച് തരണമെന്നാണ് ദ്രോണർ ആ സംഭാഷണത്തിൽ ആവശ്യപ്പെട്ടത്. ഗുരുദക്ഷിണ നൽകാമെന്ന് അർജുനൻ സമ്മതിച്ചു. അപ്പോൾ ദ്രോണർ പറഞ്ഞു: "ഞാൻ നിന്നെ എതിർക്കുകയാണെങ്കിൽ, നീ എനിക്കെതിരായിട്ടു പൊരുതണം." അർജുനൻ തന്റെ വാക്ക് നിറവേറ്റാമെന്ന് ഏൽക്കുകയും ചെയ്തു.

ധർമ്മപുത്രർക്കുവേണ്ടി അർജുനനും കൂടെ ഭീമനും രാജ്യങ്ങളിൽ നടത്തിയ സഞ്ചാരവും യുദ്ധങ്ങളുംമൂലം അനവധി പ്രദേശങ്ങൾ കുരുക്കളുടെ രാജ്യത്തോടു ചേർന്നു. ധൃതരാഷ്ട്രർ പാണ്ഡവരുടെ ഈ വർധിച്ചുകൊണ്ടിരിക്കുന്ന ബലത്തെ കണ്ടു വിഷാദമഗ്നനായിത്തീർന്നു. തന്റെ മക്കൾക്ക് ഇതൊന്നും സാധിക്കുന്നില്ല. എല്ലാം പഞ്ചപാണ്ഡവന്മാരെ പ്രബലന്മാരാക്കിക്കൊണ്ടിരിക്കുന്നു. തന്റെ മനസിലെ ഈ അസ്വസ്ഥത അദ്ദേഹം മന്ത്രിയായ കണികനെ വിളിച്ചുവരുത്തി പറഞ്ഞുകേൾപ്പിച്ചു.

എന്താണ് ചെയ്യേണ്ടതെന്നു മന്ത്രിയോട് ഉപദേശം ചോദിച്ചു. ശത്രുക്കളെ എങ്ങനെയെങ്കിലും നശിപ്പിക്കുകയാണ് വേണ്ടതെന്ന് കണികൻ ധൃതരാഷ്ട്രരെ ഉപദേശിച്ചു.

അരക്കില്ലം

ഇതേസമയത്തുതന്നെ സ്വഭാവഗുണവും മറ്റു കഴിവുകളുംകൊണ്ട് ധർമപുത്രരെ രാജാവായി വാഴിക്കണമെന്ന് പൗരന്മാർ അഭിപ്രായം പറയുവാൻ തുടങ്ങി. ഈ വാർത്ത ദുര്യോധനന്റെ കാതിലുമെത്തി. ദുര്യോധനനും കർണനും ശകുനിയുംകൂടി പാണ്ഡവരെ നശിപ്പിക്കാൻ എന്തു മാർഗമെന്നു ഗൂഢമായി ആലോചിച്ചുകൊണ്ടിരുന്നു. അവരുടെ പ്രയോഗങ്ങൾ തടുത്തുകൊണ്ട് പാണ്ഡവരും കഴിഞ്ഞുകൂടി. വിദുരർ ഉപദേശിച്ചിരുന്നതുകൊണ്ട് ഒന്നും പാണ്ഡവർ പുറത്തു പറയാറുമില്ല. ധൃതരാഷ്ട്രർ കുരുടനാണ്. അയാൾക്കു രാജ്യം ഭരിക്കാനാവില്ല. ഭീഷ്മരാണെങ്കിൽ തന്റെ പ്രതിജ്ഞമൂലംതന്നെ രാജാവാവുകയില്ല. അതുകൊണ്ട് പാണ്ഡവരുടെ ജ്യേഷ്ഠനായ ധർമപുത്രരെ രാജാവാക്കണമെന്നായിരുന്നു ജനങ്ങളുടെ യുക്തിവാദം. ഇതുകേട്ടു സഹിക്കവയ്യാതായ ദുര്യോധനൻ ധൃതരാഷ്ട്രരുടെ അടുത്തുചെന്ന് പൗരന്മാരുടെ ഈ വാദഗതി അറിയിച്ചു. ഒന്നിലധികം തവണ അയാൾ അച്ഛനോട് സങ്കടമുണർത്തിച്ചു. പാണ്ഡവർക്ക് രാജ്യഭരണം കൊടുത്താൽ തങ്ങൾ അനാഥരായിപ്പോകുമെന്ന് ആവലാതിപ്പെട്ടു. ദുശ്ശാസനനും കർണനും ശകുനിയുമായാലോചിച്ച് ഒരു ഉപായം പറഞ്ഞുകൊടുത്തു. പാണ്ഡവരെ എങ്ങനെയെങ്കിലും നല്ലവാക്കു പറഞ്ഞ് വാരണാവതത്തിലേക്ക് അയയ്ക്കണം. ഭീഷ്മരും ദ്രോണരും മറ്റും പാണ്ഡവരുടെ പക്ഷത്താണ്. അവർ ഈ നിർദേശത്തെ അനുകൂലിക്കുകയില്ല. വിദുരരും കൃപരും അങ്ങനെതന്നെ. അവരാരും ഇതു സമ്മതിക്കുകയില്ലെന്ന് ധൃതരാഷ്ട്രർ പറയുന്നു. ദുര്യോധനൻ ബുദ്ധിപൂർവം അതിനു മറുപടി പറഞ്ഞു. ഭീഷ്മർക്ക് പക്ഷമില്ല, അദ്ദേഹം മധ്യസ്ഥനാണ്. ദ്രോണർ തന്റെ മകൻ ഉള്ളയിടത്തേ നിൽക്കൂ. അവർ നിൽക്കുന്നിടത്തല്ലേ കൃപരും നിൽക്കൂ? അദ്ദേഹം ദ്രോണരെയും മരുമകനെയും കൈവിടുകയില്ല എന്നർഥം. വിദുരരും ഗൂഢമായി ശതുപക്ഷത്താണെങ്കിലും തങ്ങളുടെ കൂടെയുണ്ടാവും.

ധൃതരാഷ്ട്രരുടെ ഗൂഢോപദേശപ്രകാരം ചില മന്ത്രിമാർ വാരണാവതത്തെപ്പറ്റി പുകഴ്ത്തിപ്പറയുന്നു. ലോകത്തിലെ ഏറ്റവും വിശേഷപ്പെട്ട സ്ഥലമാണതെന്ന് ഈ വാക്കുകൾ കേട്ട് പാണ്ഡവർ വിശ്വസിക്കുന്നു. ഈ സന്ദർഭമുപയോഗിച്ച് അവിടെ താമസിക്കാനുള്ള സൗകര്യമൊക്കെ ചെയ്യാമെന്ന് ധൃതരാഷ്ട്രർ പാണ്ഡവരോടു പറയുന്നു. അവിടെയാണ് ദുര്യോധനൻ പാണ്ഡവർക്കായി അരക്കില്ലം പണിയിച്ചത്.

6

പാഞ്ചാലീസ്വയംവരം

അരക്കില്ലം (ജതുഗൃഹം) ദുര്യോധനൻ ഒപ്പിച്ച ഒരു കെണിയായിരുന്നു. തന്ത്രങ്ങൾ പറഞ്ഞ് ധൃതരാഷ്ട്രർ പാണ്ഡവരെ വാരണാവതത്തിലേക്കു യാത്രയാക്കിയപ്പോൾ ദുര്യോധനൻ തന്റെ മന്ത്രിയായ പുരോചനനെ വിളിച്ച് പാണ്ഡവർക്കു താമസിക്കാനായി വാരണാവതത്തിൽ അരക്ക് മുതലായ എളുപ്പം തീ പിടിക്കുന്ന സാധനങ്ങളുപയോഗിച്ച് ഒരു വലിയ വീടു പണിയിപ്പിക്കുകയാണു ചെയ്തത്. പക്ഷേ, വിദുരർ അരക്കില്ലത്തെപ്പറ്റി പാണ്ഡവർക്ക് മുന്നറിയിപ്പു നൽകി; രക്ഷപ്പെടാനുള്ള മാർഗവും പറഞ്ഞുകൊടുത്തു.

വാരണാവതത്തിൽ ജനങ്ങൾ പാണ്ഡവരെ സന്തോഷബഹുമാനങ്ങളോടെയാണ് സ്വീകരിക്കുന്നത്. ദുര്യോധന കിങ്കരനായ പുരോചനൻ, താൻ നിർമിച്ച അരക്കില്ലത്തിലേക്ക് അവരെ കൊണ്ടുചെന്നാക്കുന്നു. വിദുരരുടെ ഉപദേശത്തെപ്പറ്റി ധർമപുത്രർ അനുജന്മാരെ അറിയിച്ചു. രഹസ്യമായി രക്ഷപ്പെടാൻ ഒരു തുരങ്കം സൃഷ്ടിക്കണം. എപ്പോഴും ശ്രദ്ധയായി കഴിഞ്ഞുകൂടണം. വിദുരർ, ഖനകൻ എന്നൊരു വിദഗ്ധനെ പറഞ്ഞയച്ചു. അയാൾ ജതുഗൃഹത്തിന് ഒരു തുരങ്കം നിർമിച്ചു.

അരക്കില്ലത്തിനു തീവയ്ക്കാൻ പുരോചനൻ സമയം പാർത്തിരുന്നു. അതിനിടയ്ക്ക് ഒരു നിഷാദ (കാട്ടാളവർഗത്തിൽപ്പെട്ടവൾ) സ്ത്രീയും അഞ്ചുമക്കളുംകൂടി അവിടെ വന്നു. അത് പറ്റിയ അവസരമാണെന്നു കരുതി പാണ്ഡവർതന്നെ അരക്കില്ലത്തിനു തീ കൊളുത്തിയിട്ട് തുരങ്കം വഴി രക്ഷപ്പെട്ടു. വിദുരർ ചട്ടംകെട്ടിയിരുന്നപടി, ഒരു തോണി പാണ്ഡവർക്കായി ഗംഗാതീരത്തെത്തി. അതിൽ അവർ മറുകര കടന്നു. ഒരു സ്ത്രീയും പുരോചനനുൾപ്പെടെ ആറു പുരുഷന്മാരും വാരണാവതത്തിലെ അരക്കില്ലം തീകത്തി, മരിച്ചുകിടക്കുന്നു. പാണ്ഡവർ തീവെന്തു മരിച്ചുവെന്നാണ് ധൃതരാഷ്ട്രാദികൾ ധരിച്ചത്. അവർ വ്യസനം നടിച്ച് പാണ്ഡ

വർക്കുവേണ്ടി ശവദാഹംവരെ നടത്തുകയും ചെയ്തു. ജനങ്ങൾ ഇത് ദുര്യോധനൻ ചെയ്ത ദുഷ്ടകൃത്യമാണെന്നു വിചാരിച്ച് അയാളെയും മറ്റും കുറ്റപ്പെടുത്തി.

പാണ്ഡവർ സഞ്ചാരം തുടർന്നു. ഇടയ്ക്ക് കുന്തിക്കു ദാഹം വർധിച്ചു. ഭീമൻ പോയി വെള്ളം കൊണ്ടുവന്നു. പാണ്ഡവരെല്ലാം അതു കുടിച്ചു തളർന്നുറങ്ങി. അതു നോക്കി ഉറങ്ങാതിരുന്ന ഭീമൻ തങ്ങളുടെ ഈ കഷ്ട പ്പാടിനെല്ലാം കാരണക്കാർ കൗരവരാണല്ലോ എന്നാലോചിച്ചു.

ഘടോൽക്കചന്റെ ജനനം

ഇവിടെയാണ് ഹിഡുംബന്റെയും ഹിഡുംബിയുടെയും കഥ. പാണ്ഡവർ കാട്ടിൽ കിടന്നുറങ്ങുന്നത് രാക്ഷസനായ ഹിഡുംബൻ കണ്ടു. നരഭോജിയായ ഹിഡുംബന് കൊതിയായി. അവരെ കൊന്നു കൊണ്ടുവരാൻ തന്റെ സഹോദരിയായ ഹിഡുംബിയെ പറഞ്ഞയയ്ക്കുന്നു. ഹിഡുംബി മനുഷ്യരൂപംപൂണ്ട് ആഭരണാദികൾ അണിഞ്ഞ് പുഞ്ചിരിച്ച് ഭീമനെ സമീപിച്ചു. ഭീമനെ പ്രേമപൂർവം അവൾ അനുനയിപ്പിക്കാൻ ശ്രമിച്ചു. ഭീമൻ വഴങ്ങിയില്ല. തന്റെ ഭയങ്കരനായ സഹോദരൻ വരുമെന്ന് അവൾ ഭീഷണിപ്പെടുത്തി. വന്നോട്ടെ എന്ന് ഭീമൻ പറഞ്ഞു. നേരം അൽപ്പം വൈകിയപ്പോൾ സഹോദരിയെ കാണാഞ്ഞ് ഹിഡുംബൻ വന്നു. അയാൾ പാണ്ഡവരുടെ അടുക്കലേക്കു ചെന്നപ്പോൾ ഭീമൻ കൊല്ലപ്പെടുമോ എന്ന് പ്രേമാർദ്രയായ ഹിഡുംബി ഭയപ്പെട്ടു. ഹിഡുംബൻ അടുത്തപ്പോൾ ഭീമൻ അവനെ നേരിട്ടു. പിടിയും വലിയുമായി. പാണ്ഡവർ ഉണർന്നു. അവർ ഹിഡുംബിയെ കണ്ടു. ഈ സമയം അൽപ്പം ദൂരെ ഭീമനും ഹിഡുംബനുമായി നടക്കുന്ന യുദ്ധം അവർ കണ്ടു. അർജുനനും മറ്റും സഹായിപ്പാൻ തുനിഞ്ഞെത്തി. അത് ആവശ്യമില്ലെന്ന് ഭീമൻ തടഞ്ഞു. ഭീമൻ ഹിഡുംബനെ അടിച്ചു നിലത്തിട്ട് ഒരു പശുവിനെപ്പോലെ കൊന്നു. ഹിഡുംബന്റെ നേരെയുള്ള ദേഷ്യംകൊണ്ട് ഭീമൻ ഹിഡുംബിയെയും കൊല്ലാനൊരുങ്ങി. ധർമപുത്രർ അത് തടഞ്ഞു.

ഹിഡുംബി വീണ്ടുംവീണ്ടും പ്രണയപ്രാർഥന നടത്തിയപ്പോൾ ഭീമന്റെ മനസലിഞ്ഞു. അയാൾ അവളെ സ്വീകരിച്ചു. അവർ കുറച്ചു നാൾ പലയിടങ്ങളിലായി ഭാര്യാഭർത്താക്കന്മാരായി രമിച്ചു. അവൾ ഗർഭിണിയായി. പ്രസവിച്ചു. ഘടോൽക്കചൻ എന്ന മഹാശക്തനായ ഒരു പുത്രനുണ്ടായി. അവൻ പാണ്ഡവരോട് വലിയ കൂറുള്ളവനായി. ഹിഡുംബി ഭീമൻ ആദ്യംതന്നെ പറഞ്ഞിരുന്നതനുസരിച്ച് അയാളെ പിരിഞ്ഞ് അവളുടെ വഴിക്കു പോവുകയും ചെയ്തു. ഘടോൽക്കചൻ പാണ്ഡവരെയെല്ലാം അഭിവാദ്യം ചെയ്തിട്ട് താൻ എന്തു ചെയ്യണമെന്നു കൽപ്പിക്കാൻ കുന്തിയോട് അപേക്ഷിച്ചു. കുരുവംശത്തിൽ പിറന്ന ഭീമസമനായ അവൻ, അഞ്ച് പാണ്ഡവന്മാരുടെയും മൂത്തമകനാണെന്നും അതുപോലെ ജീവിക്കണമെന്നും കുന്തി ഉപദേശിച്ചു. ഘടോൽക്കചൻ ആ ഉപദേശം സ്വീകരിച്ചു.

പാണ്ഡവർ ജടവളർത്തി, മരവുരിയുടുത്ത് ബ്രാഹ്മണരെപ്പോലെ സഞ്ചരിച്ചു. മത്സ്യം, ത്രിഗർത്തം, പാഞ്ചാലം, കീചകരാജ്യം തുടങ്ങി കാടും നാടുമടങ്ങിയ അനവധി പ്രദേശങ്ങൾ അവർ കടന്നു. അതിനിടയ്ക്ക് പിതാമഹനായ വേദവ്യാസനെ കണ്ടു. പാണ്ഡവരുടെ കഥയെല്ലാം താനറിഞ്ഞുവെന്ന് വ്യാസൻ പറഞ്ഞു. അൽപ്പമകലെ ഏകചക്ര എന്ന പ്രദേശത്തേക്കു പോയി താമസിക്കുവാൻ വ്യാസൻ അവരെ ഉപദേശിച്ചു. ഒരു മാസമാകുമ്പോൾ താൻ മടങ്ങിവരും. അപ്പോൾ അനന്തരം എന്തു ചെയ്യണമെന്നു തീരുമാനിക്കാം.

ഏകചക്രയിൽ ഒരു ബ്രാഹ്മണന്റെ കൂടെയാണ് പാണ്ഡവന്മാർ പാർത്തത്. അവർ കാട്ടുപ്രദേശങ്ങളും ജനവാസമുള്ള നാട്ടുപ്രദേശങ്ങളും എല്ലാം സന്ദർശിച്ചു. ഒരു ദിവസം മറ്റുള്ളവർ പതിവുപോലെ ഭിക്ഷയ്ക്കായി പോയി. ഭീമനും കുന്തിയുംമാത്രം ബ്രാഹ്മണഗൃഹത്തിലിരുന്നു. അപ്പോൾ ഗൃഹനാഥനായ ബ്രാഹ്മണന്റെ ഒരു കരച്ചിലും പറച്ചിലും കേട്ടു. ബ്രാഹ്മണന് എന്തു ക്ലേശമാണു വന്നതെങ്കിലും തങ്ങൾക്ക് പാർപ്പിടംതന്ന അദ്ദേഹത്തെ സഹായിക്കണമെന്ന് കുന്തി ഭീമനോടു പറഞ്ഞു. കുന്തി, സന്താപത്തിനു കാരണമെന്തെന്ന് ബ്രാഹ്മണനോട് അന്വേഷിച്ചു. അപ്പോൾ അയാൾ അടുത്തു പാർക്കുന്ന ബകന്റെ കഥ വിവരിക്കുന്നു. ആ നാടിന്റെ അധിപതി മാംസഭോജിയായ ബകനാണ്. ദിവസവും ഇരുപതുപറ വച്ചുള്ള ചോറും രണ്ടു പോത്തും കൂട്ടത്തിൽ ഇതുമായി ചെല്ലുന്ന ആളും അയാളുടെ ഭക്ഷണമാണ്. ഇത് എത്രയോ കാലമായി നടന്നുവരികയാണ്. അങ്ങനെ ഭക്ഷണംകൊടുക്കേണ്ട ഊഴം അന്നു ബ്രാഹ്മണനാണ്. ഇതു കൊടുക്കാതിരുന്നാൽ കുടുംബത്തെയാകെ അവൻ ഭക്ഷിച്ചുകളയും.

തന്റെ മക്കളിൽ ഒരാളെ ബകന്റെ അടുത്തേക്ക് അയയ്ക്കാമെന്ന് കുന്തി പറഞ്ഞു. ഒരു അതിഥിയുടെ മരണത്തിനിടവരുത്തുന്നതു പാപമാണെന്ന് ബ്രാഹ്മണൻ മറുപടി നൽകി. മകൻ മരിക്കുകയില്ല, അയാൾ ബകനെ കൊല്ലും എന്ന് കുന്തി ബ്രാഹ്മണനെ അറിയിച്ചു. അതുകൊണ്ട് ചോറും കറിയും ആ മകന്റെ കൈയിൽ കൊടുത്തയച്ചാൽ അത് പൊതുവായ രക്ഷയ്ക്കുംകൂടി ഉപകരിക്കുമെന്ന് കുന്തി വിവരിച്ചു. ബ്രാഹ്മണൻ അതു സമ്മതിച്ചു. ഇതുകേട്ട ധർമപുത്രർ തടസം പറഞ്ഞെങ്കിലും അദ്ദേഹത്തെയും കുന്തി സമാധാനിപ്പിച്ചു.

ബകനു കഴിക്കാനുള്ള സാധനങ്ങളും വണ്ടിയിൽ കയറ്റി ഭീമൻ അയാളുടെ അരികത്തു ചെന്നു. ബകൻ ഭീമനെ കണ്ടു. ആഹാരം കണ്ടു സന്തോഷിച്ചു നിൽക്കുമ്പോൾ ഭീമൻ ചോറും കറിയുമിരുന്നു ഭക്ഷിക്കാൻ തുടങ്ങി. ബകൻ ഓടിയെത്തി. അപ്പോഴും ഭീമൻ ആഹാരം കഴിച്ചുകൊണ്ടിരുന്നു. ബകൻ വന്ന് ഭീമനെ താഡിച്ചു. ഭീമൻ അനങ്ങിയില്ല. രാക്ഷസൻ മരം പറിച്ച് എറിയാൻ ഭാവിച്ചു. ഭീമൻ ചോറു മുഴുവൻ ഉണ്ടു. വെള്ളവും കുടിച്ചു. പിന്നെ രാക്ഷസനെറിഞ്ഞ വൃക്ഷങ്ങൾ ഇടംകൈകൊണ്ടു പിടിച്ച് ദൂരെയെറിഞ്ഞു. പിന്നെ ബകനെ മുട്ടുകൊണ്ടിടിച്ച് കണ്ഠത്തിൽ പിടിച്ചു ഞെരുക്കി. താഴെയിട്ടു. ബകൻ ചോര തുപ്പി കിടന്നു മരിച്ചു.

ബകൻ മരിച്ചതറിഞ്ഞ് അവന്റെ കൂട്ടുകാർ പാഞ്ഞെത്തി. അവർ ഭീമനെ കണ്ടു ഭയപ്പെട്ടപ്പോൾ 'മേലിൽ മനുഷ്യരെ കൊല്ലരുതെ'ന്ന് ഉറപ്പു ചെയ്യിച്ച് അവരെ തിരിച്ചയച്ചു. ബകൻ മരിച്ചതറിഞ്ഞ് അത് എങ്ങനെ സംഭവിച്ചുവെന്നു ജനങ്ങൾ ബ്രാഹ്മണനോടു ചോദിച്ചു. പാണ്ഡവരുടെ വിവരം പറയാതെതന്നെ ബ്രാഹ്മണൻ മന്ത്രസിദ്ധനായ രാജാവ് അതു ചെയ്തുവെന്ന് അവരെ അറിയിച്ചു.

ദ്രൗപതീ പരിണയം:

പാഞ്ചാലിയുടെ പരിണയം സംഭവങ്ങളും ഉപാഖ്യാനങ്ങളും ചേർന്ന് *മഹാഭാരത*ത്തിൽ സുദീർഘമായ ഒരു ആഖ്യാനത്തിൽ കൂടിയാണ് വിവരിച്ചിട്ടുള്ളത്. അത് എല്ലാം സ്പർശിച്ചുകൊണ്ട് സംക്ഷിപ്തമായിട്ട് ഇവിടെ കൊടുക്കാം:

പാണ്ഡവന്മാർ താമസിക്കുന്ന ബ്രാഹ്മണഗൃഹത്തിൽ വന്നുചേർന്ന ഒരു ബ്രാഹ്മണൻ പല വർത്തമാനങ്ങൾ പറഞ്ഞു. കൂട്ടത്തിൽ പാഞ്ചാലിയുടെ സ്വയംവരം നടക്കാൻ പോകുന്ന വിവരവും അയാൾ പറഞ്ഞു. അയാളിൽനിന്നാണ് ദ്രൗപതിയുടെയും ധൃഷ്ടദ്യുമ്നന്റെയും ജനനകഥ പാണ്ഡവർ കേൾക്കുന്നത്.

ഭരദ്വാജന് ദ്രോണരും, ഭരദ്വാജന്റെ സ്നേഹിതൻ പൃഷതന് ദ്രുപദനും മക്കളായി പിറന്നത് നാം നേരത്തേ കണ്ടു. ദ്രുപദൻ രാജാവായപ്പോൾ അയാളെച്ചെന്നു കണ്ട ദ്രോണരെ ദ്രുപദൻ ഉപേക്ഷിച്ചു. പിന്നെ ദ്രോണർ പാണ്ഡവകൗരവന്മാരെ ആയുധാഭ്യാസം ചെയ്യിച്ചിട്ട് പാണ്ഡവരുടെ സഹായത്തോടെ ദ്രുപദനെ തോൽപ്പിച്ച് പാഞ്ചാലരാജ്യത്തിന്റെ പകുതി ദ്രോണർക്ക് ലഭിക്കുവാൻ ഇടയാക്കുകയും ചെയ്തു. തന്നെ തോൽപ്പിച്ച ദ്രോണരെ വധിക്കാൻ തക്ക ഒരു പുത്രനുവേണ്ടി യാജൻ എന്ന മുനിയെക്കൊണ്ട് ദ്രുപദൻ ഒരു യാഗം ചെയ്യിക്കുന്നു. ആ യാഗത്തീയിൽനിന്ന് ഒരു രാജകുമാരനും പുറകെ ഒരു രാജകുമാരിയും ഉയർന്നുവന്നു. രാജകുമാരൻ വാളും അമ്പും വില്ലുമായിനിന്നു. ദ്രോണരുടെ വധത്തിനാണ് ഇവൻ പിറന്നതെന്ന് അപ്പോൾ അശരീരി ഉണ്ടായി. കുമാരിയായ പാഞ്ചാലി അഴകുള്ള സുന്ദരിയായിരുന്നു. താമരപ്പൂപോലുള്ള കണ്ണുകൾ, ചുരുണ്ടു നീണ്ട മുടി, നല്ല ശരീരസൗഭഗം, സുഗന്ധവാഹിനി. അവൾ പിറന്നപ്പോൾ, സ്ത്രീരത്നമായ ഈ കൃഷ്ണമൂലം കൗരവർക്ക് ഭയമുണ്ടാകുമെന്നും അവൾ വൈരം ഇല്ലാതാക്കുമെന്നും അശരീരി കേട്ടു. രാജാക്കന്മാർക്ക് ചേർന്ന കവചകുണ്ഡലാദിധനമുള്ളവൻ ധൃഷ്ടദ്യുമ്നൻ. കറുത്തനിറമുള്ളവൾ കൃഷ്ണ. അങ്ങനെ രണ്ടുപേർക്കും പേരുണ്ടായി. ധൃഷ്ടദ്യുമ്നനെ സ്വന്തം ഗൃഹത്തിൽ വരുത്തി ദ്രോണർ അസ്ത്രവിദ്യ അഭ്യസിപ്പിക്കുകയാണുണ്ടായത്. ദൈവവിധി തടുക്കാൻ വയ്യെന്ന ബോധത്തോടെയാണ് എല്ലാം ഗ്രഹിച്ച ദ്രോണർ അങ്ങനെ ചെയ്തത്.

പാഞ്ചാലിയുടെ പൂർവജന്മം:

പാഞ്ചാലദേശം സമൃദ്ധമാണെന്നും ഇനി അങ്ങോട്ട് പോകാമെന്നുമുള്ള കുന്തിയുടെ ഉപദേശപ്രകാരം പാണ്ഡവർ അങ്ങോട്ടു പുറപ്പെട്ടു. വഴിക്കുവച്ച് അവരുടെ മുമ്പിൽ വ്യാസൻ പ്രത്യക്ഷപ്പെടുന്നു. അദ്ദേഹം പാഞ്ചാലിയുടെ പൂർവകഥ വിവരിച്ചുകൊടുക്കുന്നു. പണ്ട്, ഒരു തപോവനത്തിൽ സുന്ദരിയായ ഒരു മുനി കന്യകയുണ്ടായി. കർമയോഗംകൊണ്ട് അവൾ ഭർത്താവില്ലാതെ കഴിഞ്ഞുകൂടി. അവൾ വേദനയോടെ ശ്രീപരമേശ്വരനെ തപസ്സ് ചെയ്ത് പ്രീതിപ്പെടുത്തി. പരമശിവൻ പ്രത്യക്ഷപ്പെട്ടു. വരമെന്തു വേണമെന്നു ചോദിച്ചു. "എനിക്ക് നല്ലൊരു ഭർത്താവിനെ ലഭിക്കണം." അവൾ പ്രാർഥിച്ചു. ശ്രീപരമേശ്വരൻ അനുഗ്രഹിച്ചു. "നിനക്ക് അഞ്ചുഭർത്താക്കന്മാരുണ്ടാകും" തനിക്ക് ഒരു ഭർത്താവു ഉണ്ടാവണം എന്ന് അവൾ അപേക്ഷിച്ചു. "നീ ഭർത്താവ് വേണമെന്ന് അഞ്ചുതവണ പറഞ്ഞു. അതുകൊണ്ട് എന്റെ വാക്കുതന്നെ നടക്കും." ശ്രീപരമേശ്വരൻ പറഞ്ഞു. അങ്ങനെയാണ് പാഞ്ചാലിയായി ആ മുനികന്യക ദ്രുപദന്റെ രാജധാനിയിൽ പിറന്നത്. ആ പെൺകുട്ടി പാണ്ഡവരുടെ പത്നിയായി ത്തീരുമെന്ന് വേദവ്യാസൻ അവരോടു അറിയിച്ചു.

വളരെ ദിവസം യാത്രചെയ്ത് ഗംഗാതീരത്തെത്തിയ പാണ്ഡവർ ചിത്രരഥനെന്ന ഗന്ധർവനുമായി കാണുന്നു. അർജുനനും ചിത്രരഥനും തമ്മിൽ യുദ്ധമുണ്ടായി. ചിത്രരഥൻ തോറ്റു. പിന്നെ അവർ സുഹൃത്തുക്കളായി. അർജുനന് ഗന്ധർവൻ മായാവിദ്യ ഉപദേശിച്ചു.

സൂര്യപുത്രിയായ തപതിയെ ഇക്ഷ്വാകുവംശക്കാരനായ സംവരണൻ കണ്ടു മോഹിച്ചതും അവർ വിവാഹംചെയ്തതും അവർക്ക് കുരു മകനായി ജനിക്കുന്നതും മറ്റും ഈ ഗന്ധർവനാണ് അർജുനന് പറഞ്ഞു മനസിലാക്കിക്കൊടുക്കുന്നത്. രാജ്യശ്രേയസിനു പുരോഹിതൻ ആവശ്യമാണ്. വസിഷ്ഠനെന്ന വിശിഷ്ടപുരുഷൻ ഇക്ഷ്വാകുവംശക്കാരുടെ പുരോഹിതനായതുകൊണ്ടാണ് ആ വംശം അത്രയധികം പ്രശസ്തമായി ത്തീർന്നതെന്ന് ഗന്ധർവൻ പറഞ്ഞു.

വസിഷ്ഠനും വിശ്വാമിത്രനും:

വസിഷ്ഠന്റെ ചരിത്രവും വസിഷ്ഠനും വിശ്വാമിത്രനും തമ്മിലുണ്ടായ വഴക്കുമാണ് പിന്നെ ചിത്രരഥൻ വിവരിക്കുന്നത്. ക്ഷത്രിയനായ വിശ്വാമിത്രൻ വസിഷ്ഠന്റെ ആശ്രമത്തിൽ ചെന്നു. എല്ലാതരത്തിലും ലക്ഷണമൊത്ത പശുവായ വസിഷ്ഠന്റെ നന്ദിനിയെ അപഹരിക്കുവാൻ വിശ്വാമിത്രൻ ശ്രമംനടത്തി. അത് വലിയ യുദ്ധമായി. പക്ഷേ, വിശ്വാമിത്രൻ പരാജയപ്പെട്ടു. അയാളുടെ സൈന്യം തോറ്റോടി. ക്ഷത്രിയന്റെ ബലത്തെക്കാൾ വലുത് തപസിന്റെ ബലമാണെന്നു മനസിലാക്കിയ വിശ്വാമിത്രൻ ദീർഘകാലം തപസുചെയ്ത് തപസ്സിദ്ധി നേടി.

വസിഷ്ഠനു നൂറു പുത്രന്മാരായിരുന്നു. വിശ്വാമിത്രന്റെ ആഭിചാര

പ്രയോഗംമൂലം ഈ പുത്രന്മാർ മരിച്ചുപോയി. ഈ സങ്കടം സഹിക്കവയ്യാതെ വസിഷ്ഠൻ ശോകാകുലനായി. ഇക്ഷ്വാകുവംശത്തിലെ രാജാവായ കല്മാഷപാദനും വസിഷ്ഠന്റെ മൂത്ത പുത്രനായ ശക്തിമുനിയും തമ്മിലുണ്ടായ തർക്കംമൂലം മുനി കല്മാഷപാദനെ നീ നരഭോജിയായിത്തീരട്ടെ എന്നു ശപിച്ചു. ആ കല്മാഷപാദൻതന്നെ വസിഷ്ഠന്റെ ആ ആദ്യപുത്രനെ കൊന്നുതിന്നു. തുടർന്ന് മറ്റ് മക്കളെയും തിന്നു. ഇതാണ് കഥ. പുത്രദുഃഖംമൂലം വസിഷ്ഠൻ നദിയിൽ ചാടി ആത്മഹത്യ ചെയ്യാൻ ശ്രമിച്ചു. രണ്ടു നദികളിൽ ഈ ശ്രമം നടത്തിയിട്ടും മരിച്ചില്ല. വസിഷ്ഠൻ പലയിടത്തും അലഞ്ഞു നടന്നു. ഒടുവിൽ ഒരു ആശ്രമത്തിലെത്തി. അവിടെ വേദാധ്യായനത്തിന്റെ സ്വരം കേട്ടു. അത് ആരുടെ ശബ്ദമാണെന്ന് അന്വേഷിച്ചു. വസിഷ്ഠന്റെ മകനായ ശക്തിമുനിയുടെ മകൻ തന്റെ ഗർഭത്തിൽ കിടക്കുന്നുണ്ടെന്നും അവന്റെ വേദോച്ചാരണമാണ് കേൾക്കുന്നതെന്നും തപസ്വിനിയായ അദൃശ്യന്തി അറിയിച്ചു. തനിക്കും സന്തതിയുണ്ടെന്ന സമാധാനത്തോടെ വസിഷ്ഠൻ മരണത്തിനുള്ള ആശ വെടിഞ്ഞു.

അദൃശ്യന്തി പ്രസവിക്കുന്ന പുത്രനാണ് പരാശരൻ. അച്ഛനായ ശക്തിമുനിയുടെ മരണകാരണം അറിഞ്ഞ പരാശരൻ ശത്രുക്കളായ ക്ഷത്രിയരുടെ സംഹാരത്തിനൊരുങ്ങുന്നു. വസിഷ്ഠന് ഇത് മനസിലായി. കൃതവീര്യൻ എന്ന ഒരു രാജാവ് ചോദിച്ച പണം കൊടുക്കാത്ത ദേഷ്യത്തിൽ ഭൃഗുവംശക്കാരായ ബ്രാഹ്മണരെ കൊന്നൊടുക്കുന്ന കഥ വസിഷ്ഠൻ പരാശരനോടു പറയുന്നു. പല ഭൃഗുസ്ത്രീകളും രക്ഷപ്പെടാൻ നോക്കി. അതിൽ ഒരുവൾ ഹിമാലയത്തിലെ ഗുഹയിൽ ഒളിച്ചു. അവളെപ്പോലും രാജകിങ്കരൻ കൊല്ലാനൊരുങ്ങി. പക്ഷേ, ആ ക്ഷത്രിയരുടെ കണ്ണിന്റെ കാഴ്ച പൊയ്പ്പോയി. അവർ ആ ബ്രാഹ്മണസ്ത്രീയോടു മാപ്പിരന്നു. ബ്രാഹ്മണസ്ത്രീയുടെ പുത്രനായ ഔർവനോടു ക്ഷമായാചനം ചെയ്യാൻ അവർ ഭൃഗുക്കളോടു പറഞ്ഞു. അവർ അങ്ങനെ ചെയ്തു. ഔർവൻ അവരെ വെറുതെ വിട്ടു. പക്ഷേ, കോപാഗ്നി ഒതുക്കാൻ വയ്യാതെ ലോകത്തെ മുടിക്കാൻ ഭാവിക്കുന്നു; ആ അഗ്നിയെ സമുദ്രത്തിൽ നിക്ഷേപിക്കാൻ പിതൃക്കൾ ഔർവനെ ഉപദേശിച്ചു. അന്ന് ഔർവൻ ചെയ്തതുപോലെ ശാന്തത കൈക്കൊള്ളാനാണ് വസിഷ്ഠൻ പരാശരനോടു പറഞ്ഞത്. പരാശരൻ രാക്ഷസസത്രം നടത്തി. അനവധിപേർ അതിൽ മരിച്ചു. ഒടുവിൽ കശ്യപൻ മുതലായ മുനിമാർ വന്ന് അപേക്ഷിച്ചതനുസരിച്ച് അദ്ദേഹം സത്രം മതിയാക്കി.

(വസിഷ്ഠന്റെ പുത്രന്മാരെ കൊന്നുതിന്ന കല്മാഷപാദരാജാവിന്റെ ഒരു കഥയും ഗന്ധർവൻ അർജുനനെ പറഞ്ഞു കേൾപ്പിക്കുന്നു. ശാപത്തിൽപ്പെട്ട അയാൾ തന്റെ ഭാര്യയുമായി കാട്ടിൽ അലഞ്ഞുതിരിഞ്ഞു നടന്നു. ഒരു വിജനമായ പ്രദേശത്തുവച്ചു ശരീരബന്ധത്തിലേർപ്പെടാൻ തുടങ്ങിയ ഒരു ബ്രാഹ്മണനെയും പത്നിയെയും കണ്ടു. കാര്യം നടക്കാതെ ആ ബ്രാഹ്മണനും പത്നിയും ഓടി. കല്മാഷപാദൻ

ബ്രാഹ്മണനെ പിടികൂടി. ഭർത്താവിനെ രക്ഷിക്കണമെന്ന് ആ സ്ത്രീ അപേക്ഷിച്ചു. അത് കല്മാഷപാദൻ ചെവികൊണ്ടില്ല, കൊന്നുതിന്നു. ആ ബ്രാഹ്മണസ്ത്രീ കല്മാഷപാദനെ ശപിച്ചു: "നീ എന്റെ ഭർത്താവിനെ കൊന്നതുകൊണ്ട് വേണ്ടകാലത്തു നിന്റെ ഭാര്യയുമായി ചേർന്നാൽ നീ മരിക്കും. നീ വസിഷ്ഠന്റെ മക്കളെ കൊന്നുതിന്നില്ലേ? ആ വസിഷ്ഠനിൽത്തന്നെ നിന്റെ ഭാര്യ കുട്ടിയെ ജനിപ്പിക്കും. നിന്റെ വംശം നിലനിൽക്കുന്നത് അവനിൽ കൂടിയായിരിക്കും" എന്നുപറഞ്ഞ് ആ സ്ത്രീ തീയിൽ ചാടി മരിച്ചുകളഞ്ഞു.

ആ കല്മാഷപാദൻ, അദൃശ്യന്തി പാർത്തിരുന്ന കാട്ടിൽത്തന്നെയാണു കഴിഞ്ഞുകൂടിയിരുന്നത്. മനുഷ്യരെ തിന്നുന്ന രാക്ഷസനെപ്പറ്റി അവൾ വസിഷ്ഠനോടു പറഞ്ഞു. വസിഷ്ഠൻ കല്മാഷപാദനാണ് അയാളെന്നു ഗ്രഹിച്ച് ആ രാജാവിനു ശാപമോക്ഷം നൽകി. രാജപദവികളും അയാൾക്കു ലഭിച്ചു. അവർ ഒരുമിച്ച് അയോധ്യയിലേക്കു പോയി. (രാജാവിന്റെ അപേക്ഷയനുസരിച്ച് അവിടെ അയാളുടെ പത്നിയിൽ വസിഷ്ഠൻ പുത്രോൽപ്പാദനം നടത്തി.)

ഗന്ധർവന്റെ ഉപദേശമനുസരിച്ച് ഉൽക്കോമതീർഥത്തിൽ താമസിക്കുന്ന ധൗമ്യനെ പാണ്ഡവന്മാർ തങ്ങളുടെ പുരോഹിതനായി സ്വീകരിക്കുന്നു.

പാഞ്ചാലീസ്വയംവരം:

പാണ്ഡവന്മാർ ദ്രുപദരാജാവു വാഴുന്ന തെക്കൻ പാഞ്ചാലദേശത്തു ചെന്നെത്തുന്നു. അവിടെ സ്വയംവരത്തിനുള്ള എല്ലാ ഒരുക്കങ്ങളും നടക്കുകയാണ്. പല രാജ്യങ്ങളിൽനിന്നു രാജാക്കന്മാർ രംഗത്തു വന്നിരിക്കുന്നു. പാഞ്ചാലിയുമൊത്ത് ധൃഷ്ടദ്യുമ്നൻ പ്രവേശിച്ച് സ്വയംവരത്തിലെ പരീക്ഷണത്തെപ്പറ്റി പ്രഖ്യാപിച്ചു. പാഞ്ചാലിയെ പാണ്ഡവനായ അർജുനന് നൽകണമെന്നാണ് ദ്രുപദന്റെ ആഗ്രഹം. അത് അദ്ദേഹം പുറത്തു പറഞ്ഞില്ല.

പാണ്ഡവർ ബ്രാഹ്മണരുടെ വേഷത്തിൽ രംഗത്ത് ഒതുങ്ങി ഒരിടത്ത് കഴിഞ്ഞുകൂടി. കൗരവന്മാരും മറ്റു രാജാക്കന്മാരും വില്ലു കുലച്ച് അമ്പെയ്യാൻ (അതായിരുന്നു പരീക്ഷണം) ശ്രമിച്ചു. അവരെല്ലാം തോറ്റു പരിഹാസ്യരായി. ബ്രാഹ്മണവേഷത്തിൽ നിൽക്കുന്ന അർജുനൻ വില്ലിനരികത്തേക്കു ചെന്നു. ബ്രാഹ്മണരും ക്ഷത്രിയരും എല്ലാം അമ്പരന്നുനിന്നു. പ്രഗത്ഭന്മാരായ രാജാക്കന്മാർ തോറ്റ സ്ഥലത്ത് ഈ വിപ്രൻ എങ്ങനെ ജയിക്കാനാണ്. എല്ലാവരും പരസ്പരം പറഞ്ഞ് അത്ഭുതപ്പെട്ടിരുന്നു. അർജുനൻ നിഷ്പ്രയാസം വില്ലു കുലച്ച് അമ്പെയ്ത് ലക്ഷ്യത്തെ ഭേദിച്ചു. എല്ലാവരും ആർത്തുവിളിച്ചു. ദേവന്മാർ പുഷ്പവൃഷ്ടി ചെയ്തു.

സ്വയംവരമെന്ന പേരിൽ തങ്ങളെയെല്ലാം വിളിച്ചുവരുത്തി, ഒടുവിൽ മകളെ ബ്രാഹ്മണനു കൊടുത്ത ദ്രുപദരാജാവിനോടെതിരിടാൻ രാജാക്കന്മാർ തയാറായി. ഭീമാർജുനന്മാർ അതിനെ നേരിടാനും തയാറായി.

ശ്രീകൃഷ്ണനൻ ഭീമാർജുനന്മാരെ തിരിച്ചറിഞ്ഞു. വിവരം ബലരാമനോടു പറഞ്ഞു.

ക്ഷത്രിയരെല്ലാം യുദ്ധത്തിനു പുറപ്പെട്ടെങ്കിലും ദ്രുപദന്റെ പുത്രന്മാരോടും ഭീമാർജുനന്മാരോടും ഏറ്റുമുട്ടി പരാജയപ്പെടുന്നു. പാണ്ഡവന്മാർ പാഞ്ചാലിയുമായി പുറത്തേക്കു പോയി. അവർ തൽക്കാലം താമസിച്ചു കൊണ്ടിരുന്ന ഒരു കുലാലന്റെ ഗൃഹ (മൺപാത്രങ്ങൾ നിർമിക്കുന്ന ഗൃഹം)ത്തിലേക്കു ചെന്നെത്തുകയും ചെയ്തു. ഭീമനും അർജുനനും കൂടി ആ ഗൃഹത്തിലെത്തി ഇങ്ങനെ വളിച്ചു പറഞ്ഞു:

"അമ്മേ, ഇതാ ഇന്നു കിട്ടിയ ഭിക്ഷ..."

വീട്ടിനകത്തുനിന്ന് കുന്തി അതിനു മറുപടിയായി ഇങ്ങനെ പറഞ്ഞു:

"നിങ്ങളെല്ലാംവരുംകൂടി അനുഭവിച്ചുകൊള്ളിൻ."

പിന്നെ, കുന്തി പാഞ്ചാലിയെ കണ്ടപ്പോൾ അവർ വിഷമിച്ചു. തന്റെ വാക്കു തെറ്റാതിരിക്കാൻ എന്തു ചെയ്യണമെന്ന് യുധിഷ്ഠിരനോടു ചോദിച്ചു. അദ്ദേഹം അമ്മയുടെ മനോവ്യഥ മാറ്റത്തക്കവണ്ണം അർജുനനെ വിളിച്ച് സ്വയംവരത്തിനു വരിച്ച അർജുനൻതന്നെ അവളെ വിവാഹം ചെയ്യണമെന്നു പറഞ്ഞു. അല്ല, ഭീമനും താനും നകുലനും സഹദേവനും ജ്യേഷ്ഠ സഹോദരന്റെ ഭൃത്യന്മാരാണെന്നും ആജ്ഞയനുസരിച്ച് പ്രവർത്തിക്കുമെന്നും അർജുനൻ അറിയിച്ചു. ധർമപുത്രർ പറഞ്ഞു:

"ഈ ദ്രൗപദി നമ്മുടെയെല്ലാവരുടെയും ഭാര്യയാണ്."

പാണ്ഡവർ ആരാണെന്നു മനസിലാക്കാത്ത ദ്രുപദനും മറ്റും ആലോചനയിലായി. ആദ്യം ധൃഷ്ടദ്യുമ്നൻ അവരെ പിന്തുടർന്നു ശ്രദ്ധിച്ചു. ക്ഷത്രിയരുടെ സംഭാഷണവും പെരുമാറ്റവും മനസിലാക്കി ദ്രുപദനോടു വിവരം ചെന്നു പറഞ്ഞു. ദ്രുപദൻ ഒരു പുരോഹിതനെ കുലാലഗൃഹത്തിലേക്ക് അയയ്ക്കുന്നു. അയാളുടെ ചോദ്യങ്ങൾക്ക് ധർമപുത്രർ വ്യക്തമായ മറുപടിയൊന്നും കൊടുത്തില്ല. ദ്രുപദൻ പുതിയ ബന്ധുക്കളായ പാണ്ഡവരെ വിരുന്നിനു ക്ഷണിച്ചു. ഊണു കഴിക്കുന്ന പാണ്ഡവന്മാർ പ്രദർശനങ്ങളിലൊന്നും ശ്രദ്ധിക്കാതെ യുദ്ധസാമഗ്രികൾ കാണാൻ താൽപ്പര്യം കാട്ടിയതുകൊണ്ട് അവർ പാണ്ഡവന്മാർതന്നെ എന്ന് ദ്രുപദൻ ഊഹിക്കുന്നു. ഒടുവിൽ സത്യം പറയണമെന്ന് ദ്രുപദൻ അപേക്ഷിച്ചു. യുധിഷ്ഠിരൻ യാഥാർഥ്യം വെളിപ്പെടുത്തുന്നു. ഈ അവസരത്തിൽ വ്യാസൻ അവിടെ വരുന്നു.

7

നാളായണീചരിതം

ശ്രീപരമേശ്വരന്റെ വരദാനംകൊണ്ടാണ് പാഞ്ചാലിക്ക് അഞ്ചു ഭർത്താക്കന്മാരുണ്ടായതെന്ന് നാം കണ്ടു. തന്നോട് ഭർത്താവുണ്ടാകണ മെന്ന് അഞ്ചു തവണ ആവശ്യപ്പെട്ടതുകൊണ്ടാണ് അഞ്ചു ഭർത്താക്ക ന്മാരുണ്ടാകുമെന്ന് ദേവൻ അനുഗ്രഹിച്ചത്. ഇതിന്റെ പൂർവകഥ കുഷ്ഠ രോഗിയായ മൗൽഗല്യമഹർഷിയെ ശുശ്രൂഷിച്ച നാളായണിയുടെ കഥ യിലേക്കു നമ്മെ നയിക്കുന്നു. ദ്രുപദരാജാവിന്റെ അടുക്കലെത്തിയ വേദ വ്യാസനോടു തന്റെ മകൾക്ക് അഞ്ചു ഭർത്താക്കന്മാരുണ്ടാവുന്നതിൽ രാജാവു ഖേദം പ്രകടിപ്പിച്ചു. അപ്പോൾ വ്യാസനാണു മേൽപ്പറഞ്ഞ നാളാ യണീചരിതം ദ്രുപദനെ പറഞ്ഞുകേൾപ്പിക്കുന്നത്.

പാഞ്ചാലി, അഞ്ചു പാണ്ഡവന്മാരുടെയും ഭാര്യയാകുന്നതിനെപ്പറ്റി വ്യാസൻ ഓരോരുത്തരോടും അഭിപ്രായം ചോദിക്കുന്നു. ദ്രുപദനും ധൃഷ്ട ദ്യുമ്നനുമൊഴിച്ച് കുന്തി ഉൾപ്പെടെയുള്ള എല്ലാവരും അതിനെ അനുകൂ ലിച്ചു മറുപടി പറഞ്ഞു. അപ്പോഴാണ് രാജഗൃഹത്തിനുള്ളിലേക്കു പ്രത്യേകം വിളിച്ചുകൊണ്ടുപോയി വ്യാസൻ ദ്രുപദനോട് സംസാരിച്ചത്. മൗൽഗല്യൻ എന്ന ഒരു മുനിയുണ്ടായിരുന്നു. അദ്ദേഹത്തിന്റെ പത്നി യായിരുന്നു നാളായണി. മൗൽഗല്യൻ കുഷ്ഠരോഗിയായിരുന്നു. മുനി എല്ലും തൊലിയും മാത്രമുള്ള ഒരു വൃദ്ധനായി. ജരാനര ബാധിച്ചു വികൃ തരൂപിയായി. എപ്പോഴും കോപത്തോടെയേ സംസാരിക്കൂ. ഇതെല്ലാമാ ണെങ്കിലും നാളായണി മുനിയുടെ ഉച്ഛിഷ്ടം കഴിച്ചു വ്രതവുമായി ജീവിച്ചു. ഒരു ദിവസം ആഹാരം കഴിച്ചുകൊണ്ടിരിക്കുമ്പോൾ മഹർഷിയുടെ ഒരു വിരൽ അറ്റുപോയി. നാളായണി ആ വിരൽ എടുത്ത് മാറ്റിവച്ചിട്ടു ബാക്കി യുള്ള ചോറ് ഉണ്ടു. മഹർഷി പ്രീതനായി. എന്തു വരം വേണമെന്ന് അവ ളോട് ചോദിച്ചു. "അങ്ങ് അഞ്ചുശരീരങ്ങൾ നേടി, ജന്മാന്തരങ്ങളിലും

എന്നെ രമിപ്പിക്കണം" എന്നാണ് അവൾ അപേക്ഷിച്ചത്. മഹർഷി അവളുടെ ആഗ്രഹമനുസരിച്ച് പല രൂപങ്ങളിൽ അവളുമായി പലയിടത്തുമായി സഞ്ചരിച്ച് അവൾക്കു സുഖം നൽകി. കാലം കടന്നുപോയി. അവർ ദേവന്റെയും ദേവിയുടെയും പദവിയിലെത്തിച്ചേർന്നു. ഒടുവിൽ മൗൽഗല്യന് ഐഹികസുഖങ്ങളിൽ വിരക്തിയായി. അദ്ദേഹം സന്യസിക്കാൻ തീരുമാനിക്കുന്നു. പക്ഷേ, നാളായണി അതിനു തടസം പറഞ്ഞു. കാരണം, അവൾക്കു കാമസുഖത്തിൽ തൃപ്തി വന്നിരുന്നില്ല. അക്കാര്യം അവൾ മഹർഷിയോടു പറയുകയും തന്നെ കൈവെടിയരുതെന്ന് അപേക്ഷിക്കുകയും ചെയ്തു. അപ്പോൾ നാളായണിയായിരുന്ന അവൾ ഇന്ദ്രസേന എന്ന പേരിലാണ് അറിയപ്പെട്ടിരുന്നത്.

ഇന്ദ്രസേന തന്റെ തപസിനു തടസം പറഞ്ഞപ്പോൾ കോപംപൂണ്ട മുനി ഇങ്ങനെ പറഞ്ഞു: "എന്നോട് നീ ഇങ്ങനെ പറഞ്ഞതുകൊണ്ട് നീ ഇനി മനുഷ്യരുടെയിടയിൽ ഒരു രാജകന്യകയായി ജനിക്കും. നീ ജനിക്കാൻ പോകുന്നത് പാഞ്ചാലത്ത് ദ്രുപദന്റെ മകളായിട്ടായിരിക്കും. അന്ന് നിനക്ക് അഞ്ചു ഭർത്താക്കന്മാരുണ്ടാവുകയും ചെയ്യും."

മഹർഷി തന്നെ വിട്ടുപിരിഞ്ഞു പോയപ്പോൾ ഇന്ദ്രസേന പരമശിവനെ തപസുചെയ്യാൻ തുടങ്ങി. ശിവൻ പ്രത്യക്ഷപ്പെട്ടു. അദ്ദേഹം അവൾക്ക് അഞ്ചു ഭർത്താക്കന്മാരുണ്ടാകുമെന്ന് വരം നൽകുകയും ചെയ്തു. അതു ധർമത്തിനു വിരുദ്ധമല്ലേ എന്ന് അവൾ ശ്രീപരമേശ്വരനോടു പറഞ്ഞപ്പോൾ, അങ്ങനെ അധർമം പറ്റുകയില്ലെന്ന് ഭഗവാൻ അവളെ സമാധാനിപ്പിച്ചു. അങ്ങനെയെങ്കിൽ ആ ഭർത്താക്കന്മാരോടുകൂടി കഴിയുംതോറും തനിക്കു കുമാരീത്വം ഉണ്ടാവണമെന്ന് അപേക്ഷിച്ചു. ശ്രീപരമേശ്വരൻ അതിന് അനുഗ്രഹിക്കുകയും ചെയ്തു.

ഈ പൂർവകഥ ഇവിടംകൊണ്ടു തീരുന്നില്ല. അതിന് ഒരു തുടർച്ചയുണ്ട്. അവിടെയും ശ്രീപരമേശ്വരൻതന്നെയാണു വിധി നിർണയിക്കുന്നത്. ഒരിക്കൽ വൈവസ്വതമനു നൈമിശാരണ്യത്തിൽ ഒരു യാഗം നടത്തി. അന്ന് യമധർമൻ ദീക്ഷകൈക്കൊണ്ടതുമൂലം ഭൂമിയിൽ മനുഷ്യരെയാരെയും കൊന്നില്ല. കാലനില്ലാത്ത കാലംമൂലം, ഭൂമിയിൽ മനുഷ്യർ പെരുകി. ഭയംപൂണ്ട ദേവന്മാരെല്ലാവരുംകൂടി ബ്രഹ്മാവിനെ ചെന്നു കണ്ടു. അദ്ദേഹത്തിന്റെ ഉപദേശപ്രകാരം വൈവസ്വതമനുവിന്റെ യാഗസ്ഥലത്തെത്തി. അവിടെവച്ച് ഗംഗയുടെ ഉൽപ്പത്തിസ്ഥാനത്ത് ഒരു പ്രകാശവതിയായ സ്ത്രീയെ കണ്ടു. അതു യഥാർഥത്തിൽ ഇന്ദ്രസേനയായിരുന്നു. ശ്രീപരമേശ്വരന്റെ നിയോഗമനുസരിച്ചാണ് അവൾ അവിടെയെത്തിയത്. ഇന്ദ്രന്റെ നേതൃത്വത്തിലുള്ള ദേവന്മാരെ പിന്നെ നയിച്ചത് അവളാണ്. ഇന്ദ്രനാവട്ടെ, സ്വന്തം വലിപ്പത്തെപ്പറ്റി അഹങ്കാരമുള്ളവനാണ്. ഇന്ദ്രനും ദേവന്മാരും അങ്ങനെ അവളെ പിന്തുടരുമ്പോൾ, ഹിമാലയത്തിൽ ഒരു ശ്രേഷ്ഠനായ പുരുഷൻ ഒരു സ്ത്രീയുമായി ചൂതുകളിച്ചുകൊണ്ടിരിക്കുന്നതു കണ്ടു. താൻ ലോകത്തിനു മൂന്നിനും അധികാരിയാണെന്നും മറ്റും ഇന്ദ്രൻ ചൂതുകളിക്കുന്ന ആളോടു വീമ്പിളക്കി. ഹിമാലയവാസി ഒന്നു പുഞ്ചിരിച്ചു

നോക്കി. ഇന്ദ്രൻ ഭയപ്പെട്ടു. ആ നോട്ടത്തിൽ ഇന്ദ്രൻ ഒരു പ്രതിമയായി പോയി. ചൂതുകളിച്ചുകൊണ്ടിരുന്നത് പരമശിവനാണ്. അദ്ദേഹം ഇന്ദ്രസേനയെ വിളിച്ച് പ്രതിമയായിപ്പോയവനെ വിളിച്ചുകൊണ്ടുവരാൻ പറഞ്ഞു. ഇന്ദ്രൻ അവൾ തൊട്ടപ്പോൾ വീണ്ടും ജീവൻ വച്ച് പരമശിവനെ താണുതൊഴുതു മാപ്പു പറഞ്ഞു.

ശ്രീപരമേശ്വരൻ പറഞ്ഞു:

"ഈ പർവതഗുഹയിൽ പ്രവേശിച്ചോളൂ. അതിൽ മറ്റു നാലുപേർ കൂടി കിടപ്പുണ്ട്. നീ എന്നോടു ഗർവു പറഞ്ഞതിനു കുറേനാൾ അവിടെ കഴിഞ്ഞുകൂടുക. കുറേക്കാലം കഴിഞ്ഞു നിങ്ങൾ മനുഷ്യരായി ജനിക്കും. നിങ്ങൾക്ക് അത്യന്തം പ്രയാസമുള്ള പല കാര്യങ്ങളും അവിടെ ചെയ്യേണ്ടിവരും. അനേകം മനുഷ്യരെ കൊല്ലേണ്ടിവരും. പിന്നെ ദേവലോകത്തു തിരിച്ചെത്തും."

ദേവന്മാർ അത് അനുസരിച്ചു. ഇന്ദ്രൻ പരമശിവൻ പറഞ്ഞ ഗുഹയിൽ പ്രവേശിക്കുകയും ചെയ്തു. അവിടെ മറ്റു നാലു ഇന്ദ്രന്മാർകൂടി കിടക്കുന്നു!

ഈ അഞ്ച് ഇന്ദ്രന്മാർ പഞ്ചപാണ്ഡവന്മാരായി ജനിച്ചു.

അവരുടെ തുണയ്ക്കായി മഹാവിഷ്ണുവും ഭൂമിയിലേക്കെത്തി. അദ്ദേഹം ഒരു കറുത്ത മുടിയും ഒരു വെളുത്ത മുടിയും പറിച്ചിട്ടു. ആ രോമങ്ങൾ ഭൂമിയിലെ യാദവകുലത്തിൽ പിറന്നു. ദേവകിയുടെയും രോഹിണിയുടെയും ഉദരങ്ങളിലാണ് അത് പിറന്നത്. വെള്ളമുടി രോഹിണിയിൽ ബലഭദ്രരാമനായി, കറുത്തമുടി ദേവകിയിൽ ശ്രീകൃഷ്ണനുമായി.

വിഷ്ണു ലക്ഷ്മിയുടെ അംശത്തെയും പാണ്ഡവർക്കായി കൊടുത്തു. അതാണ് പാഞ്ചാലി. അതുകൊണ്ടാണ് അവർ യാഗത്തിലെ അഗ്നിയിൽ നിന്നു പിറന്നു വീണത്.

ഈ കഥയാണ് വ്യാസൻ ദ്രുപദനോടു പറഞ്ഞു കേൾപ്പിച്ചത്. എന്നാൽ, അദ്ദേഹം ദ്രുപദന് ദിവ്യചക്ഷുസ് നൽകുകയും അതിൽക്കൂടി ആ രാജാവ് പാണ്ഡവരുടെ പൂർവരായ ഇന്ദ്രന്മാരെ കാണുകയും ചെയ്തു. കൂടെ വിഷ്ണു നൽകിയ ലക്ഷ്മീദേവിയുടെ അംശമായ സ്ത്രീയെയും കണ്ടു ദ്രുപദൻ അത്ഭുതപ്പെട്ടുപോയി.

ആ സ്ത്രീ പാണ്ഡവരുടെ ജനനകാലത്തെല്ലാം മുനി കന്യകയായിട്ട് ആശ്രമത്തിൽ തപസുചെയ്തു. അവൾക്ക് ശ്രീപരമേശ്വരൻ പ്രത്യക്ഷനാവുകയും അഞ്ചു ഭർത്താക്കന്മാരുണ്ടാകുമെന്ന് അനുഗ്രഹം നൽകുകയും ചെയ്തു. പല ജന്മങ്ങളിലായി നാളായണിയുടെയും ഇന്ദ്രസേനയുടെയും ലക്ഷ്മീദേവിയുടെയും തേജസും ഗുണങ്ങളും ചേർന്നവളാണ് പാഞ്ചാലിയായിപ്പിറന്നത് എന്നർഥം.

വേദവ്യാസൻ ദ്രുപദനോട് പറഞ്ഞു:

"ദ്രുപദാ, നിന്റെ മകളായി ജനിച്ചത് ഈ സ്ത്രീയാണ്. മഹാതപം കൊണ്ടാണ് അവൾ ഈ ജന്മം സാധിച്ചത്. അവർ ശ്രീപരമേശ്വരനിയോഗത്താൽ പാണ്ഡവർക്ക് ഭാര്യയായി വരും."

അഞ്ച് ഇന്ദ്രന്മാരുടെയും പാഞ്ചാലിയുടെയും കഥ കേട്ടു ദ്രുപദൻ പിന്നെ തർക്കം പറഞ്ഞില്ല. മകളെ പാണ്ഡവർക്ക് യഥാവിധി വിവാഹം കഴിച്ചുകൊടുത്തു. കുന്തിക്ക്, തന്റെ വാക്കു ഫലിച്ചല്ലോ എന്ന സംതൃപ്തിയുമായി.

പാണ്ഡവർ കുന്തിയും പാഞ്ചാലിയുമായി ഹസ്തിനപുരത്തേക്കു പോയി. ദ്രുപദന്റെ അനുമതിയോടും കൃഷ്ണന്റെ ആലോചനയോടും കൂടിയാണ് അവർ അങ്ങോട്ടു ചെന്നത്. കുറച്ചുനാൾ കഴിഞ്ഞ് രാജ്യം രണ്ടായി പകുത്ത് ധൃതരാഷ്ട്രർ പാണ്ഡവരെ ഖാണ്ഡവപ്രസ്ഥത്തിലേക്ക് അയയ്ക്കുന്നു. ഹസ്തിനപുരിക്ക് അടുത്തുള്ള ആ പ്രദേശത്ത് പാണ്ഡവർ ഭീഷ്മരുടെ നേതൃത്വത്തിൽ ഗംഭീരമായ ഒരു നഗരം പണിതു. അതാണ് ഇന്ദ്രപ്രസ്ഥം. ഒരുപക്ഷേ, ഇന്ദ്രന്മാരുടെ (പാണ്ഡവരുടെ പൂർവജന്മം അതാണല്ലോ) പട്ടണം എന്ന അർഥത്തിലായിരിക്കും അത് ഇന്ദ്രപ്രസ്ഥമായത്.

അവർ ഇന്ദ്രപ്രസ്ഥത്തിൽ പാർക്കുന്ന കാലത്ത് ഒരു ദിവസം നാരദൻ അവിടെ വന്നു. പാഞ്ചാലി പാണ്ഡവരുടെ ഭാര്യയായെങ്കിലും അവരെ സംബന്ധിച്ച് ചില വ്യവസ്ഥകൾ ഏർപ്പെടുത്തണമെന്ന് നാരദൻ ധർമപുത്രരോടു പറയുന്നു. കാരണം, ഇത്തരം സന്ദർഭങ്ങളിൽ അഭിപ്രായ വ്യത്യാസം ഉണ്ടായിട്ടുണ്ട്. അതു സംഭവിക്കരുത്. സുന്ദോപസുന്ദന്മാരുടെ കഥ അതാണ്.

പുരാണപ്രസിദ്ധനായ ഹിരണ്യകശിപുവിന്റെ വംശത്തിൽപ്പെട്ട നികുംഭന് സുന്ദനെന്നും ഉപസുന്ദനെന്നും രണ്ടു മക്കളുണ്ടായിരുന്നു. അവർ തപസുകൊണ്ട് ബ്രഹ്മാവിനെ പ്രത്യക്ഷപ്പെടുത്തി ഒരു വരം വാങ്ങി. അവർ രണ്ടുപേരും പരസ്പരം കൊല്ലുകയല്ലാതെ മറ്റാരും അവരെ കൊല്ലരുത്. അവർ ദിഗ്വിജയം നടത്തി, മറ്റു ലോകങ്ങളെല്ലാം ജയിച്ച് ഭൂവാസികളെ പിടികൂടുന്നു. മഹർഷികൾക്കും ബ്രാഹ്മണർക്കും രക്ഷയില്ലാതായി. അവർ ബ്രഹ്മാവിനോടു ചെന്നു സങ്കടമുണർത്തിച്ചു. ബ്രഹ്മാവ് വിശ്വകർമാവിനെ വിളിച്ചു ത്രിലോകസുന്ദരിയായ ഒരു സ്ത്രീയെ സൃഷ്ടിക്കാൻ പറഞ്ഞു. അതനുസരിച്ച് വിശ്വകർമാവ് തിലോത്തമയെ സൃഷ്ടിക്കുന്നു. ഭൂമിയിൽ സുന്ദോപസുന്ദന്മാരെ തമ്മിൽ പിണക്കാൻ ഈ തിലോത്തമയെയാണ് ബ്രഹ്മാവ് ചട്ടംകെട്ടി അയയ്ക്കുന്നത്. തിലോത്തമ ആ സഹോദരന്മാരുടെ സമീപമെത്തി. കാമാർത്തരായ അവർ രണ്ടുപേരും തിലോത്തമയെച്ചൊല്ലി ശണ്ഠകൂടി. അതു യുദ്ധമായി. രണ്ടുപേരും മരിച്ചു. ഇതു സംഭവിക്കാതിരിക്കാൻവേണ്ടി പാഞ്ചാലിയുടെ കാര്യത്തിൽ ഒരു വ്യവസ്ഥ ഉണ്ടാക്കണമെന്നാണ് നാരദൻ പറയുന്നത്.

"ഒരു കൊല്ലം പാഞ്ചാലി ഒരാളുടേതായിരിക്കും." നാരദൻ പറഞ്ഞു. "അവർ കുടുംബജീവിതം നയിക്കണം. ഇതിനിടയ്ക്ക് അവരുടെ സഹവാസം മറ്റൊരാൾ വന്നു കാണാനിടയായാൽ ആ ആൾ പന്ത്രണ്ടു മാസം പ്രായശ്ചിത്തമായിട്ടു കാട്ടിൽ വസിക്കണം." ഇതാണ് വ്യവസ്ഥ. പാണ്ഡവർ മറ്റുള്ളവർ ഈ വ്യവസ്ഥ ഭക്തിപൂർവം അംഗീകരിച്ചു. അങ്ങനെ

ജീവിക്കാനും തുടങ്ങി.

അധികകാലമാകുംമുമ്പ് പാണ്ഡവർ ഒരുമിച്ചുള്ള ഈ ധാരണയ്ക്ക് അറിയാതെ ഒരു തെറ്റുണ്ടായി. അർജുനനാണ് അതു സംഭവിച്ചതും. ഒരു ദിവസം രാത്രിയിൽ പാണ്ഡവർ പാർക്കുന്ന കൊട്ടാരദ്വാരത്തിൽ വന്ന ഒരു ബ്രാഹ്മണൻ മുറവിളി കൂട്ടി. കാര്യമെന്തെന്ന് അന്വേഷിച്ചു. കള്ളന്മാർ ബ്രാഹ്മണന്റെ പശുക്കളെയും മറ്റും കവർന്നുകൊണ്ടുപോയി. ആകെ വിഷമത്തിലായി. അത് വീണ്ടെടുത്തു കൊടുക്കുവാൻ പാണ്ഡവരോട് ആവശ്യപ്പെട്ടു. അർജുനൻ ആലോചിച്ചു. പാണ്ഡവരുടെ ആയുധമെല്ലാം ധർമപുത്രരും പാഞ്ചാലിയുംകൂടി താമസിക്കുന്ന കൊട്ടാരഭാഗത്താണ്. എങ്ങനെ അവിടെച്ചെല്ലും? എങ്ങനെ ബ്രാഹ്മണന്റെ യാചനയെ തള്ളി ക്കളയും? ഒടുവിൽ പ്രജകളെ സംരക്ഷിക്കലാണ് തങ്ങളുടെ ധർമമെന്ന് അർജുനൻ തീരുമാനിച്ചു. ധർമപുത്രരുടെ വസതിയിൽ ആ അർധരാ ത്രിക്ക് കടന്നുചെന്നു. ആയുധമെടുത്ത് ബ്രാഹ്മണന്റെ കൂടെപ്പോയി നഷ്ട പ്പെട്ട വസ്തുക്കളെല്ലാം കള്ളന്മാരിൽനിന്നും വീണ്ടെടുത്ത് ബ്രാഹ്മണനു കൊടുത്തു.

പിന്നെ മറ്റുള്ളവരെ കണ്ട് അവരോടു വാർത്ത പറഞ്ഞശേഷം ധർമ പുത്രരുടെ അടുക്കൽ ചെന്നു താൻ തെറ്റുചെയ്തുവെന്നും അനവസര ത്തിൽ ജ്യേഷ്ഠനും ഭാര്യയും പാർക്കുന്ന വസതിയിൽ ചെന്നതിനു പ്രായ ശ്ചിത്തമായി പന്ത്രണ്ടു മാസത്തെ വനവാസത്തിനു പോവുകയാണെ ന്നും അതിനനുവദിക്കണമെന്നും അഭ്യർഥിച്ചു. അതിന്റെ ആവശ്യമി ല്ലെന്നും ചെയ്തതു തെറ്റല്ലെന്നും ധർമപുത്രർ അനുജനെ സമാധാനിപ്പിച്ചു. അർജുനൻ അതിനു വഴങ്ങിയില്ല. താൻകൂടി ചെയ്ത സത്യത്തെ ലംഘി ക്കാൻ പാടില്ലെന്നു പറഞ്ഞ് അർജുനൻ കാട്ടിലേക്ക് പോയി.

അങ്ങനെ ഗംഗാതീരത്തു താമസിക്കുമ്പോൾ അർജുനൻ ഒരു ദിവസം ഹോമകർമത്തിന് സ്നാനം ചെയ്തുകൊണ്ടിരിക്കുമ്പോൾ ഒരു നാഗകന്യകയായ ഉലൂപി അദ്ദേഹത്തെ ഗംഗയിലേക്കു പിടിച്ചു താഴ്ത്തി ക്കൊണ്ടുപോയി. നാഗരാജാവിന്റെ പുത്രിയായിരുന്നു അവൾ.

അവൾ അർജുനനോട് പ്രണയപ്രാർഥന നടത്തി. പക്ഷേ, താൻ ജ്യേഷ്ഠനോട് പ്രതിജ്ഞ ചെയ്തിറങ്ങിയവനാണെന്ന് അർജുനൻ പറഞ്ഞു.

പക്ഷേ, ഉലൂപി തന്റെ പ്രണയാഭ്യർഥന ആവർത്തിച്ചു. അർജുനന്റെ യും പാണ്ഡവരുടെയും പ്രതിജ്ഞ തനിക്കറിയാമെന്നും പക്ഷേ, തന്റെ മനോവേദനയ്ക്കു പരിഹാരം നൽകത്തക്കവണ്ണം പ്രണയാഭ്യർഥന സ്വീക രിച്ചാൽ അത് അധർമമാവുകയില്ലെന്നും ഉലൂപി അർജുനനോടു പറഞ്ഞു. അർജുനൻ വഴങ്ങി. ആ നാഗകന്യകയിൽ ഇരാവാൻ എന്ന വീരനായ ഒരു പുത്രനുണ്ടായി.

8

വ്യാസന്റെ കഥാപാത്രങ്ങൾ

എന്തെല്ലാം വായിച്ചാലും അറിഞ്ഞാലുമാണ് *മഹാഭാരത*ത്തിലെ വിപുലമായ കഥ മനസിലാവുക!

ഏതു കഥയ്ക്കും ഒരു കാലമുണ്ട്. അതു ചരിത്രത്തിലെ ഒരു ഘട്ടമായിരിക്കും. അതുതന്നെ അനവധി നൂറ്റാണ്ടുകളുടെവരെ പാരമ്പര്യവും പരിണാമവും എല്ലാം ഉൾക്കൊള്ളുന്നതായിരിക്കും. പ്രത്യേകിച്ചും ഇതിഹാസങ്ങളുടെ കാര്യമാവുമ്പോൾ, ഈ പശ്ചാത്തലം വളരെ പ്രധാനപ്പെട്ടതാണ്. കാരണം, അവ വിപുലമായ ആഖ്യാനമാണ്. ലോകത്തിൽ ഏറ്റവും വലിയ ഇതിഹാസമായ മഹാഭാരതം ചരിത്രഗതിയുടെയും ചെറുതും വലുതുമായ സാമൂഹ്യയാഥാർഥ്യങ്ങളുടെയും ഏറ്റവും സങ്കീർണവും അതേസമയം സ്ഫുടവുമായ കാവ്യാവിഷ്കാരമാണ്. അതു പൊതുവായെങ്കിലും ഒന്നു മനസിലാക്കിയേ തീരൂ.

മഹാഭാരതയുദ്ധം നടന്നതെന്ന്?

മഹാഭാരതയുദ്ധം നടന്നത് ഏറ്റവും ബോധ്യമാകാവുന്ന കണക്കുകൾവച്ചു നോക്കുമ്പോൾ ബി സി 1400-ാമാണ്ട് കാലഘട്ടത്തിലാവണം. അതായത്, ഇന്നേക്ക് 3400 വർഷങ്ങൾക്കു മുമ്പ്, അല്ലെങ്കിൽ ബി സി 1400 നും 1000 നും ഇടയ്ക്കായിരിക്കണം ആ സംഭവം നടന്നത്. ഇത് എങ്ങനെ കണക്കുകൂട്ടുന്നു എന്നു പറയാൻ ഒരുപാട് കണക്കുകളും വിശദീകരണങ്ങളും വേണ്ടിവരും. അതിന് ഇവിടെ മുതിരുന്നില്ല. വംശപരമ്പരകളുടെ പൗരാണികമായ കണക്കുവച്ചുകൊണ്ട് മഹാഭാരതയുദ്ധത്തിന് തൊണ്ണൂറ്റഞ്ചു തലമുറകൾക്കു മുമ്പാണ് വൈവസ്വതമനു ജീവിച്ചിരുന്നതെന്നു കണക്കാക്കിയിട്ടുണ്ട്. ഒരു തലമുറ പതിനെട്ടു വർഷം എന്ന രീതിയിൽ കണക്കാക്കിയാൽ അത് ബി സി 3110 ആകും (95X18-1400). ഭാര

തീയ ജ്യോതിർഗണിതം വച്ച്, കലിയുഗാരംഭം ബി സി 3102 ആണ്. 3110ന് അടുത്തുനിൽക്കുന്ന വർഷംതന്നെ. ഈ വർഷത്തിന് ഭാരതത്തിൽ ഒരു വലിയ പ്രാധാന്യമുണ്ട്. മനു വൈവസ്വതന്റെ ഭരണമാരംഭിക്കുന്നത് ആ വർഷത്തിലാണ്.

എന്നുവച്ചാൽ, വലിയ ഒരു പ്രളയത്തിൽനിന്ന് മനു, മനുഷ്യരാശിയെ രക്ഷിച്ച വർഷമാണത്. ശതപഥബ്രാഹ്മണം തുടങ്ങി പല കൃതികളിലും ഇതു രേഖപ്പെടുത്തിയിട്ടുണ്ട്. ഈ പ്രളയം പ്രാചീനലോകത്തിലെ ഒരു വലിയ സംഭവമായിരുന്നു. ഇവിടെ മാത്രമല്ല ഇതു നടന്നത്. ഇതേകാലത്ത് ഇങ്ങനെ പ്രളയമുണ്ടായതായി യഹൂദരുടെ പുരാണത്തിലും ബാബിലോണിയൻ പുരാണത്തിലും വിവരിച്ചിട്ടുണ്ട്. ഈ സംഭവത്തെ അനുസ്മരിച്ചുകൊണ്ടായിരിക്കാം ഇവിടെ കലിയുഗാരംഭം കണക്കാക്കിയിട്ടുള്ളത്. യയാതി, മനുവിനുശേഷം അഞ്ചാം തലമുറക്കാരനാണ്. 18 X 5-90 വർഷങ്ങൾ. 3100 ൽ നിന്ന് 90 കുറയ്ക്കുക. ബി സി 3010 ഇരുപതു തലമുറകൾ കഴിഞ്ഞ് മാന്ധാത്രി ഭരിച്ചു. ബി സി 3100 ൽ നിന്ന് അത്രയും വർഷങ്ങൾ (360) കുറയ്ക്കുക. ബി സി 2740. പിന്നെ കാർത്തവീര്യാർജുനൻ, വിശ്വാമിത്രൻ, ജമദഗ്നി, പരശുരാമൻ, അയോധ്യയിലെ സഗരൻ, ഹസ്തിനപുരപ്രദേശത്തെ ദുഷ്യന്തൻ, ഭരതൻ ഇങ്ങനെ അനവധിപേർ വംശപരമ്പരയിലുണ്ട്.

ശ്രീരാമൻ മനുവിനുശേഷം 65 തലമുറകൾ കഴിഞ്ഞുവന്ന ആളാണ്. അപ്പോൾ അദ്ദേഹം ബി സി 1930 കാലത്താണ് അയോധ്യ ഭരിച്ചത്. (ബി സി 3100 – 68 X18). രാമന്റെ കാലം കഴിഞ്ഞ് പത്തഞ്ഞൂറു വർഷം ചെന്നിട്ടായിരിക്കണം മഹാഭാരതയുദ്ധം നടന്നത്.

മഹാഭാരതം എഴുതിയത്:

ഗ്രീസിലെ മൈസീനിയൻ സാമ്രാജ്യം ആരംഭിച്ച് അവസാനിച്ചത് ബി സി 14-ാം ശകത്തിനും 11-ാം ശതകത്തിനും ഇടയ്ക്കാണ്. ഹോമർ ആ സാമ്രാജ്യവുമായി ബന്ധപ്പെട്ട ഇതിഹാസം (*ഇലിയഡ്*) എഴുതിയത് ഏറിയാൽ ബി സി എട്ടാം നൂറ്റാണ്ടിലാണെന്ന് പണ്ഡിതന്മാർ രേഖപ്പെടുത്തുന്നു. അതുപോലെ മഹാഭാരതകഥ നടന്നത് ബി സി 1400 മുതൽക്ക് 1000 വരെയുള്ള കാലഘട്ടത്തിലാണെങ്കിൽ വേദവ്യാസൻ *മഹാഭാരതം* രചിച്ചത് എ ഡി അഞ്ചാം ശതകത്തിലോ നാലാം ശതകത്തിലോ ആണെന്നു പണ്ഡിതന്മാർ അഭിപ്രായപ്പെടുന്നു. പ്രസിദ്ധ പണ്ഡിതനായ ദേവീപ്രസാദ് ചതോപാധ്യായയും മറ്റും അങ്ങനെയാണു നിഗമനത്തിലെത്തിയിരിക്കുന്നത്. അതായത്, ഇന്നത്തെ രൂപത്തിലുള്ള *മഹാഭാരതം* എന്നർഥം.

ഇന്നത്തെ രൂപത്തിലുള്ള *രാമായണം*, അതിന് ഒന്നോ രണ്ടോ നൂറ്റാണ്ടുകൾക്കു മുമ്പായിരിക്കാം ഉണ്ടായത്.

ഇത്രയുമൊക്കെ പറഞ്ഞത്, മഹാഭാരതകഥയുടെ കാലഘട്ടം ഏതാണ്ടു വ്യക്തമാക്കാൻ വേണ്ടിയാണ്. ചില കാര്യങ്ങൾകൂടി പറ

ഞ്ഞാലേ അതു പൂർത്തിയാകൂ. നമ്മുടെ ഏറ്റവും പഴക്കമുള്ള ഗ്രന്ഥം *ഋഗ്വേദ*മാണ്. അത് കുറേക്കാലംകൊണ്ടാണ് ഇന്നത്തെ രൂപത്തിൽ രചിക്കപ്പെട്ടത്. ഏറ്റവും പഴയ ഭാഗം ബി സി 1500 നു മുമ്പും ഏറ്റവും പുതിയ ഭാഗങ്ങൾ നൂറ്റാണ്ടുകൾ കഴിഞ്ഞുമാണുണ്ടായത്. ബ്രാഹ്മണങ്ങളും ഉപനിഷത്തുകളും ബി സി 800 നും ബി സി 600 നും ഇടയ്ക്കുണ്ടായി എന്നു കരുതാം. *മഹാഭാരത*ത്തിൽ വേദോപനിഷത്തുകളുടെ സ്വാധീനം ധാരാളമാണ്. ആ ഇതിഹാസത്തിലെ ഏറ്റവും പ്രധാനപ്പെട്ട ഭാഗമെന്നു മിക്കവരും കരുതുന്ന *ഭഗവദ്ഗീത*തന്നെ ഉപനിഷത്തിന്റെ മറ്റൊരു തരത്തിലുള്ള ആഖ്യാനമാണ്.

കാലം, ജനങ്ങൾ, ആചാരധർമങ്ങൾ:

ആയിരം വർഷങ്ങളിലെയെങ്കിലും ആചാരമര്യാദകൾ *മഹാഭാരത*ത്തിലുണ്ട്. ഇതിനിടയ്ക്ക് അവയ്ക്കൊക്കെ പല മാറ്റങ്ങളും വളർച്ചകളും വഴിത്തിരിവുകളും വന്നുകാണും. ഇതെല്ലാംകൊണ്ടാണ് ഇന്ന് നമുക്ക് *മഹാഭാരത*ത്തിൽ കാണുന്ന പല സംഭവങ്ങളും മോശപ്പെട്ടവയാണെന്നു തോന്നുന്നത്. ശന്തനുവിന്റെ സ്വഭാവവും ഭീഷ്മരുടെ പ്രവൃത്തികളും ധൃതരാഷ്ട്രരുടെയും പാണ്ഡുവിന്റെയും ജനനവും കർണ്ണൻ, ധർമപുത്രർ തുടങ്ങിയ പാണ്ഡവരുടെ പിറവി, ഏകലവ്യന്റെ കഥ തുടങ്ങിയവും മനസിലാവാൻ പ്രയാസമായി വരുന്നത്. ഉപാഖ്യാനങ്ങളിൽ മിക്കതും പുരാണകഥകൾ എന്ന നിലയ്ക്ക് നാം ഉൾക്കൊള്ളുകയാണ്. അല്ലെങ്കിൽ നമുക്കു പിടികിട്ടുകയുമില്ല, സഹിക്കുകയുമില്ല. "എനിക്ക് സൂര്യന്റെയും യമധർമന്റെയും വായുവിന്റെയും വരം കിട്ടിയിട്ടുണ്ട്. അവരിൽ ഞാൻ കുട്ടികളെ ഉണ്ടാക്കിക്കൊള്ളാം" എന്ന് ഇന്ന് ഒരു കൃഷ്ണൻകുട്ടിയോട് ഭാര്യ സുമതിക്ക് പറയാനൊക്കുമോ?

നമ്മൾ ഈ കഥയ്ക്കെല്ലാം പിന്നിൽ പൊതുവായ എന്തെങ്കിലും കാര്യമുണ്ടോ എന്നന്വേഷിക്കണം. പാണിനി എന്ന മഹാവ്യാകരണകാരൻ (അദ്ദേഹം ജീവിച്ചതും എഴുതിയതും ബി സി 300 ലെങ്കിലുമാണ്) *മഹാഭാരത*ത്തിലെ നായക കഥാപാത്രങ്ങൾ ആരാധ്യപുരുഷന്മാരായി ത്തീർന്നിരിക്കുന്നു എന്നു പറയുന്നുണ്ട്. അപ്പോൾ രണ്ടായിരത്തഞ്ഞൂറു വർഷം മുമ്പുതന്നെ ഇന്ത്യൻ മനസിൽ മഹാഭാരതകഥാപാത്രങ്ങൾ സ്ഥാനം പിടിച്ചിരിക്കുന്നു. ഇപ്പോഴാണ് അവർ മോശപ്പെട്ട പലതും ചെയ്തുവെന്നു തോന്നുന്നത്. അങ്ങനെ തോന്നുകയല്ല വേണ്ടത്. എന്താണ് ഇക്കാണുന്നതിന്റെയൊക്കെ അർഥം എന്ന് അറിയുകയാണ് വേണ്ടത്.

എന്തു സങ്കൽപ്പകഥയായാലും (മിത്ത്) അതിനും അവ്യക്തമോ വിദൂരമോ ആയ ഒരു അടിസ്ഥാനം കാണും. ഇല്ലാതെ ഉണ്ടാവുകയില്ല. വേദവ്യാസൻ എഴുതിയത് കാവ്യമാണ്, ചരിത്രമല്ല. പക്ഷേ, അതിൽ നിറയെ ചരിത്രമുണ്ട്. സംവത്സരങ്ങളായി നാട്ടിൽക്കിടന്ന കഥകളും മിത്തുകളും എല്ലാം സമാഹരിച്ചാണ് അദ്ദേഹം *മഹാഭാരത*മെഴുതിയത്. കൂട്ടത്തിൽ

തന്റെ അസാധാരണമായ ബുദ്ധിവൈഭവംകൊണ്ട് അദ്ദേഹം അതിനെല്ലാം ആശയഗാംഭീര്യവും ശിൽപ്പഭംഗിയും കൊടുത്തു. വേദോപനിഷത്തുകളിലെ തത്വങ്ങളാണ് അദ്ദേഹത്തിന് മാർഗദർശിയായി നിന്നത്. ആ തത്വങ്ങളിൽ പലതും നമുക്ക് അംഗീകരിക്കാൻ പ്രയാസമാണ്. അതുകൊണ്ടാണ് കൃഷ്ണൻകുട്ടിയോട് സുമതിക്കു കുന്തിയുടെ ഉദാഹരണം പറഞ്ഞ് വാദിക്കാൻ കഴിയുകയില്ലെന്നു മുകളിൽ പറഞ്ഞത്.

സത്യവതിയും പരമ്പരയും:

ആദ്യം ഞാൻ *മഹാഭാരത*ത്തിലെ ചില കഥാപാത്രങ്ങളുടെ കാര്യം പറയാം.

ആദ്യവട്ടത്തിൽ കാണുന്ന സത്യവതിയെ എടുക്കുക. കടത്തുകാരിപ്പെണ്ണായ അവളെ വള്ളത്തിൽവച്ചു കണ്ട പരാശരമുനിക്ക് കാമാവേശം വരുന്നു. ആ വാക്കുതന്നെ ഉപയോഗിച്ചത് അദ്ദേഹം അപ്പോൾത്തന്നെ അതു പ്രയോഗിച്ചു തീർക്കുന്നു എന്നതുകൊണ്ടാണ്. ദാശ (മുക്കുവൻ) രാജാവിന്റെ മകളാണവൾ. അച്ഛൻ കർക്കശബുദ്ധിക്കാരനാവണം. പിൽക്കാലത്ത് തന്റെ മകളുടെ സന്തതിയെ രാജാവാക്കണമെന്നു വാശിപിടിച്ച ആളാണ്. ഇവിടെ ചില ചോദ്യങ്ങൾ ചോദിക്കട്ടെ, പരാശരനെപ്പോലെ (അദ്ദേഹം ദിവ്യജ്ഞാനിയാണ്) ഒരു മുനിക്ക് (ബ്രാഹ്മണനായിരിക്കണമല്ലോ അദ്ദേഹം) പട്ടാപ്പകൽ ഇങ്ങനെ ഒരു വൃത്തികേടു കാണിക്കാമോ? ഇത് ദാശരാജാവായ സത്യവതിയുടെ പിതാവ് അറിഞ്ഞോ? ഇല്ല. എന്നിട്ട് ആ കുട്ടിയെ ഒളിച്ചുവയ്ക്കുകയായിരുന്നില്ലേ? അങ്ങനെയല്ലേ വ്യാസൻ 'ദ്വൈപായനൻ' (ദ്വീപിൽ വളർന്നവൻ) ആയത്? വ്യാസൻ മാതൃദായക്രമമനുസരിച്ച് ദാശ (മുക്കുവ) വംശക്കാരനല്ലേ? അദ്ദേഹം പിൽക്കാലത്ത് കൗരവരുടെയും പാണ്ഡവരുടെയും അധികാരത്തിലെ അധികാരിയായില്ലേ, മഹാത്മാഗാന്ധിയെപ്പോലെ? കൗരവരുടെയും പാണ്ഡവരുടെയും ജനനം അദ്ദേഹത്തിൽനിന്നല്ലേ? പരാശരൻ പിന്നെ വ്യാസനെയോ തിരിച്ചോ കാണുന്നുണ്ടോ? നമ്പൂതിരി ബ്രാഹ്മണർക്ക് (അവർ ആര്യപിൻഗാമികളാണ്) അന്യജാതിയിലുള്ള ഭാര്യമാർക്ക് സ്വത്തവകാശമില്ല. അതുതന്നെയല്ലേ തത്വത്തിൽ പരാശരൻ ചെയ്തത്?

പരാശരൻ ബ്രാഹ്മണൻ, ശന്തനു ക്ഷത്രിയൻ, ശന്തനു ചെയ്തതെന്താണ്? ആദ്യം ഗംഗയിൽ ഭീഷ്മരുണ്ടായി. ഗംഗ എന്ന നദിയിൽ കുട്ടികളുണ്ടാവുകയില്ലല്ലോ. അങ്ങനെ ഒരു പേരുകാരിയോ ഗംഗാപ്രദേശത്തു ജീവിച്ചവളോ ആയിരിക്കണം. ഭീഷ്മപ്രതിജ്ഞയ്ക്കു കാരണം എന്താണ്? ഒരിക്കൽ ഗംഗയെ പ്രാപിച്ച അയാൾ പ്രായം ചെന്നശേഷം ഭീഷ്മർ യുവാവായതിനുശേഷം സത്യവതിയെ മോഹിച്ചു. അച്ഛന്റെ കാമസമ്പൂർത്തിക്കുവേണ്ടി ഭീഷ്മർ സത്യവതിയെ കൂട്ടിക്കൊണ്ടു വന്നു. അച്ഛന്റെ ആഗ്രഹത്തിനുവേണ്ടിയാണ് സത്യവതിയുടെ മുൻപിൽ പ്രതിജ്ഞ ചെയ്തത്. "ഞാൻ രാജ്യം ഭരിക്കുകയില്ല, എനിക്ക് കുട്ടികൾ വേണ്ട, ഞാൻ വിവാഹം കഴിക്കുകയുമില്ല." മുക്കുവരാജാവ് തൃപ്തനായി. ശന്തനുവും തൃപ്തനായി.

ഭീഷ്മർ നൈഷ്ഠികബ്രഹ്മചാരിയായി. 'ഭീഷ്മപ്രതിജ്ഞ' *മഹാഭാരത*ത്തിലെ ഉജ്വലമായ അധ്യായമാണ്. ഇന്നും നമുക്ക് അത് ആദരത്തോടെ പറയുന്ന ഒരു ചൊല്ലാണ്. പക്ഷേ, അതിന്റെ പിന്നിലെ കഥ ഒരു ബ്രാഹ്മണനായ മുനിയുടെയും രാജാവായ ക്ഷത്രിയന്റെയും ഉചിതമല്ലാത്ത പ്രവൃത്തികളാണ്. പരാശരൻ സത്യവതിക്കു കൊടുത്ത മുഖ്യമായ അനുഗ്രഹം കൊള്ളാം. മീനിന്റെ മണം കളഞ്ഞ് അവളെ ദാശവംശക്കാരിയല്ലാതാക്കി എന്നാണോ അതിനർഥം? അവൾ പിന്നെയും ദാശരാജാവിന്റെ കൂടെയാണ്. ജോലി വള്ളം തുഴയൽ തന്നെയാണ്. അവൾക്കു പുതിയതായി കിട്ടിയ മണം, ശന്തനുവിനെ അടുത്തു വരുത്തുവാൻ മാത്രമേ പ്രയോജനപ്പെടുന്നുള്ളൂ.

അച്ഛനാര്?

ഇതിൽനിന്നു നാം ചില കാര്യങ്ങൾ മനസിലാക്കണം. ഈ കഥ അതേപടിതന്നെ അർഥവത്താണ്. വേദകാലം തുടങ്ങി മഹാഭാരതകഥ തീരുംവരെ, സമൂഹത്തിൽ പ്രാമാണ്യം വഹിച്ചിരുന്നത് ബ്രാഹ്മണരും ക്ഷത്രിയരുമാണ്. ഭാരതത്തിന്റെ പാരമ്പര്യകഥ, പുരാണങ്ങളിലും *രാമായണ-ഭാരത*ങ്ങളിലുമാണ് കിടക്കുന്നത്. ഈ രണ്ടു പാരമ്പര്യകഥകൾ (പുരാണത്തിലെയും ഇതിഹാസങ്ങളിലെയും) തമ്മിൽ ചിലയിടത്തു വ്യത്യാസങ്ങളൊക്കെ കാണാം. ബ്രാഹ്മണരായ മുനിമാർക്കു ധാരാളം ഭാര്യമാരാകാം. ഒട്ടേറെ മക്കളും ഉണ്ടായിരുന്നു. രാജാക്കന്മാർക്ക് പിന്നെ പറയേണ്ടതുമില്ല. ഇവർ തമ്മിൽ അധികാരത്തർക്കം ധാരാളം ഉണ്ടായിരുന്നു. *രാമായണ*ത്തിൽ അത് അധികമില്ല. *ഭാരത*ത്തിൽ ഒട്ടേറെ കഥകൾ അതു സംബന്ധിച്ചുണ്ട്. ഇവർക്ക് രണ്ടു കൂട്ടർക്കും അന്യജാതിയിൽനിന്നു ഭാര്യമാരെ സ്വീകരിക്കാം. പരാശരന്റെയും ശന്തനുവിന്റെയും ബന്ധങ്ങൾ അതുകാണിക്കുന്നു. ശന്തനു ആര്യഗോത്രക്കാരനായിരുന്നെങ്കിൽ സത്യവതിയിൽ അയാൾക്കുണ്ടായ ചിത്രാംഗദനും വിചിത്രവീര്യനും സങ്കരജാതിക്കാരല്ലേ? മരിച്ചുപോയതുകൊണ്ടല്ലേ അവർ ഭരിക്കാതിരുന്നത്? പിന്നെ വന്നതോ? വ്യാസന്റെ മക്കൾ. അപ്പോഴും അച്ഛൻ (വ്യാസൻ) വഴിക്ക് ധൃതരാഷ്ട്രരും പാണ്ഡുവും സങ്കരത്തിന്റെ ബാക്കിതന്നെ.

ഇനി കർണന്റെ കഥ നോക്കാം: പാണ്ഡവരുടെ കഥയും അക്കൂട്ടത്തിൽ വരും. എന്നാലും, രണ്ടും രണ്ടിച്ചു പറയണം. കാരണം, കർണനെ 'സൂതപുത്രൻ' (താഴ്ന്ന ജാതിയിൽ പിറന്നവൻ) എന്നുംകൂടി പറയുന്നുണ്ട്. പാണ്ഡവർ 'ദേവസന്തതി'കളാണ്. കർണൻ കുന്തിക്ക് സൂര്യനിലുണ്ടായ പുത്രനാണ്. അന്ന് അവർ അവിവാഹിതയായിരുന്നു. സൂര്യനെ പ്രാർഥിച്ചുവെന്നും സൂര്യൻ വന്നുവെന്നും സംഭ്രമിച്ച കുന്തിയോട് താൻ വന്നാൽ വെറുതെ തിരിച്ചുപോകാൻ പാടില്ലെന്നും അങ്ങനെ പോയാൽ സർവവും അഗ്നിക്കിരയാകുമെന്നും സൂര്യൻ പറയുന്നതായിട്ടാണ് മഹാഭാരതത്തിൽ പറയുന്നത്. അങ്ങനെ കുന്തിക്ക് കുട്ടി ഉണ്ടായി. അത് സൂര്യനിലല്ല ഉണ്ടായതെന്നതിനു കൂടുതൽ വിവാദവും തർക്കവും ആവശ്യമില്ല. അത്

'മിത്താ'ണ് എന്നുപറയാം. എന്നാലും അംഗരാജ്യത്തെ രാജാവായി മഹാഭാരതയുദ്ധത്തിൽ പങ്കെടുത്ത കർണ്ണൻ ഒരു മിത്തിന്റെ സന്തതിയല്ല. നമുക്ക് അറിഞ്ഞുകൂടാത്തത്, അച്ഛൻ ആരാണെന്നുള്ളതു മാത്രമാണ്, കുന്തിയുടെ പുത്രനായതുകൊണ്ട് മഹാഭാരതത്തിലെ വൈകാരികമായ കഥാഭാഗങ്ങളെല്ലാം നല്ലതുതന്നെ, കുന്തി-കർണ്ണൻ കാഴ്ച, അവർ തമ്മിൽ സത്യമറിയുന്നത്, അവസാനം സഹോദരനായ അർജുനൻ കർണ്ണനെ കൊല്ലുന്നത് – എല്ലാം. അവിടെയും അർജുനന്റെ അച്ഛൻ ആരെന്നുള്ളത് വിവാദവിഷയമാണ്. പേരുണ്ട്. ഇന്ദ്രൻ. ഏതായാലും കുന്തിയുടെ ഭർത്താവിലുണ്ടായ മകനല്ലല്ലോ!

വിവരം കുന്തിക്കേ അറിയാവൂ. അത്രയും ശരി. ധൃതരാഷ്ട്രരുടെ കുതിരക്കാരനായ അധിരഥനാണ് കർണ്ണനെ എടുത്തുവളർത്തിയത്. ദുര്യോധനൻ അടക്കമുള്ള എല്ലാവരും കർണ്ണനെ സൂതപുത്രനായിട്ടാണ് കരുതിയിട്ടുള്ളത്. അതാണ് അർജുനനുമായി ഏറ്റുമുട്ടാൻവേണ്ടി അയാളെ അംഗരാജ്യത്തെ രാജാവാക്കിയത്. കുന്തി കൃത്യമായിപ്പറഞ്ഞാൽ യാദവവംശക്കാരിയാണ്. വസുദേവന്റെ സഹോദരി. കംസന്റെയും കൃഷ്ണന്റെയുമെല്ലാം ബന്ധു. യാദവവംശം ആര്യവംശക്കാരുമായി ബന്ധമുണ്ടാക്കി. രാജകുമാരിക്ക് വിവാഹത്തിനു മുമ്പുണ്ടായ എന്തെങ്കിലും രഹസ്യബന്ധം നമുക്കു സംശയിച്ചുകൂടെ?

9

അമ്പാടിയും വൃന്ദാവനവും

ശ്രീകൃഷ്ണന്റെ പ്രത്യേകമായ ജീവിതകഥ *മഹാഭാരത*ത്തിലെ അവസാന ഭാഗത്ത് 'ഹരിവംശം' എന്ന കാവ്യത്തിൽ വ്യാസൻ പ്രത്യേകമായി എഴുതിയിരിക്കുന്നു. ഹരിവംശപർവം, വിഷ്ണുപർവം, ഭവിഷ്യൽപർവം എന്നു മൂന്നു പർവങ്ങളിലായിട്ടാണ് അത് വിവരിച്ചിരിക്കുന്നത്. കൃഷ്ണനെ സംബന്ധിച്ച് നാം കേട്ടിട്ടുള്ളതും വായിച്ചിട്ടുള്ളതുമായ എല്ലാ ഐതിഹ്യങ്ങളും ഇതിൽനിന്നാണ് വന്നിട്ടുള്ളത്.

ജനനം, അമ്പാടിയിലെ ബാല്യം, വൃന്ദാവനജീവിതം, കാളിയമർദനം, ഗോവർധനം, ഗോപസ്ത്രീകളുമായുള്ള രാസക്രീഡ, കംസവധം, മഥുരയിൽനിന്നു ദ്വാരകയിലേക്കുള്ള മാറ്റം, രുഗ്മിണീഹരണം, അവതാരങ്ങൾ, ജരാസന്ധവധം, ശ്രീകൃഷ്ണന്റെ അന്ത്യകാലം മുതലായ എല്ലാം ഇതിൽ വിശദമായി പറയുന്നു. *മഹാഭാരത*ത്തിൽ വരുന്ന ചില ഭാഗങ്ങൾ ഇതിലുമുണ്ട്. പക്ഷേ, അങ്ങനെയുള്ള സംഭവങ്ങളുടെ മറ്റു ചില വശങ്ങളാണ് ഹരിവംശത്തിലുള്ളത്. ശ്രീകൃഷ്ണനെ കേന്ദ്രീകരിച്ചുതന്നെ ഹരിവംശം എഴുതപ്പെട്ടിരിക്കുന്നു.

കൃഷ്ണന്റെ ഗോകുലവൃന്ദാവനജീവിതം മാത്രം ഇവിടെ ഒന്നു വിശദമാക്കുകയാണ്. കംസവധത്തോടുകൂടി ആ കഥാഭാഗം തീരുന്നുവെന്നു കരുതാം. അതിൽ എതിർപ്പാരംഭിച്ചത് ജരാസന്ധനിൽനിന്നാണ്. ജരാസന്ധനെ വധിക്കുന്നതു പിന്നെ വളരെ കഴിഞ്ഞിട്ടാണ്. കൃഷ്ണൻ സാധാരണ മനുഷ്യരുടെ ഹൃദയങ്ങളിൽ ഏറ്റവും പ്രിയപ്പെട്ടവനായി നിൽക്കുന്നത് ഗോകുലത്തിലെയും വൃന്ദാവനത്തിലെയും ജീവിതകഥകൾകൊണ്ടാണ്.

നാരദമുനിയാണ് ഒരിക്കൽ മഥുരയിലെത്തി കംസനെ കണ്ടതും ദേവകിയുടെ എട്ടാമത്തെ പുത്രൻ കംസനെ ഹിംസിക്കുമെന്ന് അറിയിച്ചതും.

താൻ ദേവന്മാരുടെയിടയിൽനിന്നു രഹസ്യമായി ഈ വിവരം അറിഞ്ഞതാണെന്നും നാരദൻ കംസനോട് പറഞ്ഞു. കംസൻ ഉടനെതന്നെ അരിഷ്ടൻ, കേശി, ധേനുകൻ, പൂതന തുടങ്ങിയ കിങ്കരന്മാരോട് ആലോചിച്ചു. ദേവകി ഗർഭംധരിച്ചാൽ അതിനെ നശിപ്പിച്ചുകൊള്ളണമെന്നു ചട്ടംകെട്ടുകയും ചെയ്തു.

പിന്നെ കൃഷ്ണജനനംവരെ ഉണ്ടായ സംഭവങ്ങൾ ഇപ്രകാരമാണ്; കംസന്റെ നിശ്ചയമറിഞ്ഞ വിഷ്ണു പാതാളത്തിലെത്തി; അവിടെ ഹിരണ്യകശിപുവിന്റെ കൊച്ചുമക്കളായ ഷഡ്ഗർഭന്മാരുടെ ആത്മാവുകൾ നിദ്രാദേവിയെ ഏൽപ്പിച്ചു. ദേവകിയുടെ ആദ്യത്തെ ആറു ഗർഭങ്ങളിൽ കുമാരന്മാരുടെ ആത്മാവുകളെ പ്രവേശിപ്പിക്കണമെന്നു നിർദേശിച്ചു. ആ ആറു ഗർഭങ്ങളിലെ ശിശുക്കളെയും നശിപ്പിക്കുമ്പോൾ, അവർ രക്ഷപ്പെട്ടുകൊള്ളും. ദേവകി ഏഴാമതു ഗർഭംധരിക്കുമ്പോൾ അത് രോഹിണി (വസുദേവന്റെ മറ്റൊരു ഭാര്യ) യുടെ ഉദരത്തിൽ സംക്രമിപ്പിക്കണം എന്നും വിഷ്ണു നിദ്രയോടു പറഞ്ഞു. ആ കുട്ടി തന്റെ ജ്യേഷ്ഠനായി പിറക്കും. ഏഴാമതു ഗർഭം ഭയംകൊണ്ട് അലസിപ്പോയിയെന്ന് കംസൻ ധരിച്ചുകൊള്ളും. എട്ടാമതു താൻ ദേവകിയുടെ വയറ്റിൽ ജനിക്കും എന്ന് വിഷ്ണു പറഞ്ഞു. എന്നാൽ, അതേകാലത്ത്, ഗോകുലത്തിലെ നന്ദഗോപരുടെ ഭാര്യ യശോദയുടെ ഉദരത്തിൽ നിദ്ര ഒരു പെൺകുട്ടിയായി പ്രവേശിക്കണം. താൻ കൃഷ്ണപക്ഷത്തിൽ അഭിജിത്തെന്ന യോഗത്തിൽ, ദേവകിയുടെ ഉദരത്തിൽനിന്നു പിറക്കും (അഷ്ടമിദിവസം), നിദ്ര അതേ ദിവസത്തിൽത്തന്നെ ജനിക്കും. ഒപ്പം പിറന്ന രണ്ടുപേർ പരസ്പരം മാറും. കൃഷ്ണനായി തീരുന്ന താൻ യശോദയുടെ അടുക്കലേക്കു പോകും. നിദ്ര ദേവകിയുടെ അടുക്കലേക്കും എത്തണം. കംസൻ നിദ്രയെ വലിച്ചെടുത്തു കല്ലിലിട്ടടിക്കും. നിദ്ര ആകാശത്തേക്കു കുതിക്കും. അവിടെ നിത്യമായി സ്ഥാനം പിടിക്കും. ശൂലവും പൊന്നിൻ പിടിവാളും മധുപാത്രവും താമരയും കുണ്ഡലവും കർണഭൂഷണവും മഞ്ഞപ്പട്ടും പുഷ്പഹാരവും എല്ലാമണിഞ്ഞ ദേവിയായിത്തീരും. വരദയും കാമരൂപിണിയുമായ നിദ്രാവേദി ശത്രുക്കളെ നിഗ്രഹിക്കും. മനുഷ്യർക്കെല്ലാം അഭയം നൽകും. ഇതുപോലെല്ലാം ശ്രീകൃഷ്ണജനനത്തിൽ സംഭവിക്കുന്നു. ദേവി കംസന് മുന്നറിയിപ്പ് നൽകി. നിന്റെ അന്തകൻ ഭൂമിയിൽ ജനിച്ചുകഴിഞ്ഞു. എന്നെ കല്ലിലടിക്കാൻ തുനിഞ്ഞ നിന്നെ ഞാൻ കീറി ചോര കുടിക്കും. ദേവിയാണ് ശ്രീകൃഷ്ണനെ പിന്നെ ആപത്തിലെല്ലാം സംരക്ഷിച്ചത്. യാദവർ ദേവിയെ പൂജിച്ചുപോന്നു.

അമ്പാടി

ശ്രീകൃഷ്ണനെ സംബന്ധിച്ച റൊമാന്റിക് സങ്കൽപ്പങ്ങൾ എല്ലാം തന്നെ അമ്പാടിയുടെയും വൃന്ദാവനത്തിന്റെയും പശ്ചാത്തലത്തിലുള്ള അദ്ദേഹത്തിന്റെ ജീവിതത്തിൽനിന്നും ഉണ്ടായതാണ്. അമ്പാടി മഥുരാപുരിയുമായി തൊട്ടുകിടക്കുന്ന ഒരു പ്രദേശമായിരുന്നു. വൃന്ദാവനവും

അതുപോലെ അടുത്തപ്രദേശമാണ്. യമുനാനദി എന്നു കേൾക്കുമ്പോൾത്തന്നെ വടക്കേ ഇന്ത്യയിൽ ഒഴുകുന്ന ഒരു ജലപ്രവാഹം എന്നതിനെക്കാൾ നാം, ശ്രീകൃഷ്ണനെയും രാധയെയും ഗോപസ്ത്രീകളെയും കൃഷ്ണലീലകളെയുംകുറിച്ച് ഓർമിക്കുന്നു. അത്രകണ്ടു നമ്മുടെ ഞരമ്പുകളിൽ ലയിച്ചു കൗമാരയൗവന ലീലാരസമായിത്തീർന്നിരിക്കുന്നു അത്. ഗംഗ ഉത്തരേന്ത്യയിൽത്തന്നെയാണ്. പക്ഷേ, ഗംഗയെപ്പറ്റി ദിവ്യമായ സങ്കൽപ്പങ്ങളാണുള്ളത്. യമുന പ്രേമവികാരത്തിന്റെ പരിവേഷമുള്ള നദിയാണ്.

ജയദേവന്റെ *ഗീതഗോവിന്ദം* അഷ്ടപദിയിലാണ് യമുനയെയും ശ്രീകൃഷ്ണനെയും രാധയെയും അനശ്വരമാക്കുന്ന പ്രേമകാവ്യത്തിന്റെ അന്തരീക്ഷം ആദ്യമായി രചിക്കപ്പെട്ടിട്ടുള്ളത്. എന്നാലും അതിനുള്ള എല്ലാ വിഭവങ്ങളും വ്യാസൻ 'ഹരിവംശ'ത്തിലെ വിഷ്ണുപർവത്തിൽ ആലേഖനം ചെയ്തിട്ടുണ്ട്. കൃഷ്ണൻ ബാല്യകാലം അമ്പാടിയിലും കൗമാരവും യൗവനവും വൃന്ദാവനത്തിലും കഴിച്ചുകൂട്ടി.

കുട്ടികളെ രണ്ടുപേരെയുംകൊണ്ട് അമ്പാടിയിൽ പോയി താമസിക്കുവാൻ പ്രേരിപ്പിച്ചത് വസുദേവനാണ്. അതനുസരിച്ച് നന്ദഗോപൻ യശോദയോടുകൂടി അമ്പാടിയിലേക്കു പോയി. രോഹിണിയുടെ കുട്ടിയെയും (ബലഭദ്രരാമൻ) നല്ലതുപോലെ നോക്കിക്കൊള്ളണമെന്ന് വസുദേവൻ ഓർമിപ്പിച്ചു. ഒരേ ദിവസം ജനിച്ച കൃഷ്ണനും ബലരാമനും ഒരുമിച്ചു വളർന്നു.

അമ്പാടി യമുനയുടെ തീരത്താണ്. നല്ല കാറ്റ്, അനേകം വൃക്ഷങ്ങൾ, ലതകൾ, പുൽക്കൂട്ടം, ധാരാളം പശുക്കൾ, നാനാതരം പക്ഷികൾ. പിന്നെ, വളയിട്ടു കാട്ടുപൂമാലകളണിഞ്ഞ ഗോപസ്ത്രീകൾ സർവത്ര. അവർ തലയിൽ പാൽക്കുടങ്ങളുംവച്ച് യമുനാതീരത്തിൽക്കൂടി പോകുന്നതു കാണാം. അവർ മുലക്കച്ചയാണ് ധരിച്ചിരുന്നത്. ധാരാളം വളകളിട്ടിരുന്നു. പൂക്കളുടെയും നെയ്യിന്റെയും മണം അവിടെ നിറഞ്ഞുനിന്നു. കുട്ടികൾ കുടുമ കെട്ടിയിരുന്നു. നന്ദഗോപനും യശോദയ്ക്കും കൃഷ്ണബലരാമന്മാർക്കും ആ അന്തരീക്ഷം ഇഷ്ടപ്പെട്ടു.

അമ്പാടിയിൽവെച്ചുതന്നെ കൃഷ്ണനെ നശിപ്പിക്കാനുള്ള കംസന്റെ ശ്രമങ്ങൾ ആരംഭിച്ചു. ഗോപന്മാരെ അത്ഭുതപ്പെടുത്തത്തക്കവിധം കൃഷ്ണന്റെ ചില ചെയ്തികളും തുടങ്ങി. അമ്പാടിയിൽച്ചെന്ന് കുറച്ചുദിവസത്തിനകം യശോദ ഒരു വണ്ടിയിൽ കൃഷ്ണനുമായി യമുനാതീരത്തേക്കു പോയി. കൃഷ്ണൻ കാലുകൊണ്ട് വണ്ടിയിൽ ഒരു തട്ടുകൊടുത്തു. വണ്ടിമറിഞ്ഞു. കൃഷ്ണൻ നിന്നു കരഞ്ഞു. യശോദ വന്നു. ഈ വലിയ വണ്ടി എങ്ങനെ മറിഞ്ഞു? നന്ദഗോപരും വന്നു. കൃഷ്ണനാണ് വണ്ടി തട്ടിമറിച്ചതെന്ന് കണ്ടുനിന്ന മറ്റ് കുട്ടികൾ പറഞ്ഞു. യശോദയും നന്ദഗോപരും അത്ഭുതപ്പെട്ടുപോയി.

ഒരിക്കൽ യശോദ ദേഷ്യപ്പെട്ട് കണ്ണനെ ഒരു ഉരലിൽ കെട്ടിയിട്ടു. കൃഷ്ണൻ ഉരലും വലിച്ചുകൊണ്ട് നടന്നു. വലിയ രണ്ടു നീർമരുതവൃ

ക്ഷങ്ങളുടെ ഇടയ്ക്കുകൂടി പോയി. ആ വൃക്ഷങ്ങൾ രണ്ടും കടപുഴകി മറിഞ്ഞുവീണുപോയി.

അങ്ങനെ കുറച്ചു നാളുകൾ കഴിഞ്ഞപ്പോൾ കംസൻ പറഞ്ഞയച്ച് പൂതന എന്ന രാക്ഷസി സുന്ദരിയായ ഒരു സ്ത്രീയുടെ രൂപംപൂണ്ടു വന്നു (ഇവൾ അവിടെ ഒരു വിഭാഗം ജനങ്ങളിൽപ്പെട്ട സ്ത്രീയായിരുന്നു). പൂതന കൃഷ്ണനെ എടുത്തുകൊണ്ടുപോയി മുലകൊടുത്തു. കൃഷ്ണൻ മുലപ്പാലിനോടൊപ്പം അവളുടെ ജീവനുംകൂടി വലിച്ചുകുടിച്ചു. ഇത് യശോദയെയും നന്ദഗോപരെയും മാത്രമല്ല, ഗോപന്മാരെയൊക്കെ അത്ഭുതപ്പെടുത്തി.

കൃഷ്ണനും ബലഭദ്രനും ഏഴു വയസു കഴിഞ്ഞു. അവർക്ക് രണ്ടു പേർക്കും അമ്പാടി ഇഷ്ടപ്പെടാതെയായി. വേറെ എവിടെയെങ്കിലും പോയി താമസിക്കണമെന്ന് അവർ രഹസ്യമായി തീരുമാനിച്ചു. ഈ സ്ഥലത്ത് ഈ ജനങ്ങൾക്ക് കഴിഞ്ഞുകൂടാനുള്ള വിഭവങ്ങളില്ല. ധാരാളം വിറകും പുതിയ പുല്ലും എല്ലാമുള്ള സ്ഥലത്തേക്കു പോകണം. വൃന്ദാവനം എന്ന സ്ഥലമാണ് നല്ലത്. വ്രജങ്ങൾ (പശുക്കളെ മേയ്ച്ചു നടക്കുന്ന സംഘങ്ങൾ) എല്ലായിടത്തും അങ്ങനെയാണ്. പുതിയ മേച്ചിൽസ്ഥലം തേടി പോകണം. വൃന്ദാവനം ഗോപസ്ത്രീകൾക്കും ഇഷ്ടമാകും. കൃഷ്ണനും ബലരാമനുംകൂടി സ്ഥലം മാറിപ്പോകാൻ ഒരു കാരണവും കണ്ടുപിടിച്ചു. അമ്പാടിയിൽ ചെന്നായ്ക്കളുടെ ശല്യമുണ്ട്. അവ പശുക്കളെ കൊല്ലുന്നു. കൃഷ്ണനും രാമനും അവയെ ഇളക്കിവിടുകയും കൂടി ചെയ്തു. എല്ലാവർക്കും പേടിയായി. പൊറുതിമുട്ടിയപ്പോൾ എല്ലാവരുംകൂടി കൃഷ്ണരാമന്മാരുടെ നേതൃത്വത്തിൽ അമ്പാടിയിൽനിന്നു വൃന്ദാവനത്തിലേക്കു പോയി.

വൃന്ദാവനവും യമുനയും

ധാരാളം മരങ്ങളും പുൽപ്രദേശങ്ങളും പക്ഷികളും അരികത്തു സുന്ദരിയായ യമുനയുമുള്ള വൃന്ദാവനത്തിൽ അനേകം വണ്ടികളിലായി ചെന്നെത്തിയ ഗോപന്മാർ ഭദ്രങ്ങളായ കൊച്ചുവീടുകളുണ്ടാക്കി പൈക്കൾക്ക് കഴിയാനുള്ള തൊഴുത്തുകൾ നിർമിച്ച്, വാസമുറപ്പിച്ചു. വൃന്ദാവനത്തിന്റെ ഭംഗികൾ കൃഷ്ണനും മറ്റുള്ളവരും കണ്ടു. കനത്ത വേനൽ കഴിഞ്ഞു വർഷമാരംഭിക്കുന്ന സമയമായിരുന്നു അത്. കൃഷ്ണനും ബലഭദ്രനും കാളിന്ദി (യമുന) നദിയിൽ ദിവസവും കുളിച്ച് പകൽ മുഴുവനും പൈക്കളെ മേയ്ച്ചു നടന്നു. മനസിൽ വികാരമുണർത്തുന്ന വർഷകാലം. സൂര്യൻ മറഞ്ഞു. ആകാശത്ത് മഴവില്ല് പലപ്പോഴും തെളിഞ്ഞു. ഭൂമിയിൽ ധാരാളം പുല്ലു പൊങ്ങിവന്നു. ഭൂമി വെള്ളംകൊണ്ട് നനഞ്ഞ് സന്തുഷ്ടയായി. മുമ്പുണ്ടായ കാട്ടുതീ കെട്ടു. മയിലുകൾ പീലിവിരിച്ചു നൃത്തമാടാൻ തുടങ്ങി. കേകകളുടെ കൂജനങ്ങൾ കേൾക്കുന്നു. കുടകപ്പാലകൾ പൂചൂടി. കടമ്പിൻ പൂവിന്റെ മണം എല്ലായിടത്തും പരന്നു. കാട്ടിൽ നീപവൃക്ഷങ്ങൾ പുഷ്പങ്ങളണിഞ്ഞ്, തീയുതിർക്കുന്നതുപോലെ നിന്നു.

തവളകൾ മുറയ്ക്ക് കരഞ്ഞു. ആറ്റിലെ വെള്ളം പൊങ്ങിക്കൊണ്ടിരുന്നു. മരക്കൊമ്പുകളിൽ നിറയെ പക്ഷികളിരുന്നു. മഴ ശക്തിയായി പെയ്തു. മലയുടെമേൽ വെള്ളം വീണുവീണ് അതിന്റെ ഭാഗങ്ങൾ ഇടിഞ്ഞുവീണു. വെള്ളമൊഴുകി പൊയ്കകൾ നിറഞ്ഞു. പുല്ലും സസ്യങ്ങളും എങ്ങും പച്ചപുതപ്പിച്ചു.

ശ്രീകൃഷ്ണൻ ഒറ്റയ്ക്കും ചിലപ്പോൾ ആ വനങ്ങളിൽ ചുറ്റിനടക്കാറുണ്ട്. അന്നത്തെ കൃഷ്ണന്റെ രൂപം മനോഹരമായിരുന്നു, കണ്ടാൽ ആർക്കും പ്രീതി ജനിപ്പിക്കുന്ന യുവാവ്. അഴകുള്ള മുടി കെട്ടിവെച്ചിരുന്നു, മാറിൽ കറുത്ത മറുക് (ശ്രീവത്സം) ഉണ്ടായിരുന്നു. മഞ്ഞപ്പട്ടാണ് ഉടുക്കാറുള്ളത്. മുടിയിഴകൾ പാറിവീണ മുഖം താമരപ്പൂപോലിരുന്നു. കടമ്പ്, അശോകം, നീർമരുത് എന്നിവയുടെ പൂക്കൾകൊണ്ട് കോർത്ത മാലകൾ മുടിയിൽ അണിയുക പതിവാണ്. കഴുത്തിലും മാലയിട്ടിരിക്കും. നെറുകയിൽ മയിൽപ്പീലി ചൂടിയിരിക്കും. എപ്പോഴും ഓടക്കുഴൽ കൈയിൽ കാണും. ശ്രുതിസുഖമുള്ള ഓടക്കുഴൽവായന കൃഷ്ണന് പ്രിയപ്പെട്ട വിനോദമാണ്. നീലച്ഛായയുള്ള ആ യുവാവ് മയിലുകൾ കൂവി വികാരമുണർത്തിയ ആ കാട്ടുപ്രദേശങ്ങളിൽ അങ്ങനെ സഞ്ചരിക്കാൻ ഇഷ്ടപ്പെട്ടിരുന്നു. ഒരിക്കൽ ദണ്ഡീരം എന്നു പേരുള്ള വലിയ ആൽമരം കണ്ടിട്ട് അവിടെ കുറേ കഴിച്ചുകൂട്ടി. അവിടെ സമപ്രായക്കാരായ ഗോപന്മാരൊത്തുകൂടി. അവരെല്ലാംകൂടി വനക്രീഢയിൽ മുഴുകി. ഗോപന്മാർ കൃഷ്ണനെ സ്തുതിച്ചു പാടി. കൃഷ്ണൻ പുല്ലാങ്കുഴൽ വായിച്ചു.

ഗോക്കളെയും മേയ്ച്ചുകൊണ്ട് കൃഷ്ണനും കൂട്ടുകാരും ആ വഴിക്ക് കാളിന്ദീതീരത്തെത്തി. ഹംസങ്ങൾ നീന്തിയും ചക്രവാകങ്ങൾ നിറഞ്ഞും ജലസസ്യങ്ങൾ വളർന്നും ധാരാളം ജലപുഷ്പങ്ങൾ ചേർന്ന് തെളിഞ്ഞു വിളങ്ങിയ യമുനയെ കണ്ട് ശ്രീകൃഷ്ണൻ മനസു കുളിർന്നു ചിരിച്ചു. അതിലൊരുഭാഗത്ത് നീർനായ്ക്കളും നീർപക്ഷികളും എല്ലാമൊഴിഞ്ഞ് ഒരു വലിയ കയം കാണായി. അവിടെ പാമ്പിന്റെ മണം നിറഞ്ഞുനിന്നു. അവിടത്തെ സസ്യങ്ങൾ പശുക്കൾക്കു തിന്നാൻ കൊള്ളുകയില്ല. അവിടത്തെ വെള്ളം അവ കുടിക്കാനും പാടില്ല. ദീർഘയോജന ദൂരമുള്ള ആ സ്ഥലം ആരുടേതെന്ന് കൃഷ്ണൻ അന്വേഷിച്ചു. അവിടെ കാളിയനാണു പാർക്കുന്നതെന്ന് അറിവായി (നാഗവംശക്കാരും അവരുടെ നേതാവും അവിടെ പാർത്തിരുന്നു എന്നു സാരം). കാളിയനെ അവിടെനിന്ന് ഓടിക്കണമെന്നും അങ്ങനെ തന്റെ ആൾക്കാർക്കും പശുക്കൾക്കും മറ്റും രക്ഷ നൽകണമെന്നും ശ്രീകൃഷ്ണൻ അപ്പോൾ തീരുമാനിച്ചു.

കാളിയമർദനം

പിന്നെ കാളിയമർദനമാണ്. കടമ്പിന്റെ കൊമ്പിലേക്കു ചാടിക്കയറി ആറ്റിലേക്കു ചാടിയെന്നാണു കഥ. പക്ഷേ, കാളിയന്റെ സേവകരായ സർപ്പങ്ങൾ ധാരാളം എതിരിടാൻ വന്നു. നന്ദഗോപരും മറ്റും ഈ വിവരമറിഞ്ഞ് ഓടി കയത്തിന്റെ അരികിലെത്തി. കൃഷ്ണൻ കാളിയനെ

കീഴടക്കി. അവന്റെ ശിരസിൽ കയറി നൃത്തം ചെയ്തുവെന്നാണ് കഥ. കാളിയൻ ഗോപന്മാർ നിൽക്കെത്തന്നെ യമുനവിട്ട് ശ്രീകൃഷ്ണന്റെ ഉപദേശപ്രകാരം കടലിലേക്കു പോയി.

ഒരിക്കൽ കൃഷ്ണനും ബലരാമനും കാട്ടിൽ സഞ്ചരിച്ചപ്പോൾ പനങ്കായ്പ്പഴങ്ങൾ കണ്ടു. കൃഷ്ണന്റെ ആഗ്രഹപ്രകാരം ബലരാമൻ പനമ്പഴം പറിക്കാൻ തുടങ്ങിയപ്പോൾ ധേനുകൻ എന്ന രാക്ഷസൻ എതിർക്കുകയാൽ ബലഭദ്രൻ അയാളെ അടിച്ചുകൊന്നു. അതുപോലെ കൃഷ്ണനും രാമനും ഒരിക്കൽ ദണ്ഡീരം എന്ന ആ വടവൃക്ഷത്തിന്റെ ചുവട്ടിൽ ഇരിക്കുമ്പോൾ പ്രലംബൻ എന്ന അസുരൻ ഒരു ആട്ടിടയക്കുട്ടിയുടെ വേഷത്തിൽ വന്ന് ബലഭദ്രനെ അപഹരിച്ചുകൊണ്ടു പോകാൻ ശ്രമിച്ചു. കാര്യം മനസിലാക്കിയ ബലഭദ്രൻ ആ അസുരക്കുട്ടിയെ കഴുത്തുഞെരിച്ചു കൊന്നു.

വൃന്ദാവനത്തിൽ ഒരു ഇന്ദ്രോത്സവം നടത്താറുണ്ട്. അത് എന്തിനാണെന്ന് ശ്രീകൃഷ്ണൻ ഗോപന്മാരോട് അന്വേഷിച്ചു. ഇന്ദ്രൻ മഴ പെയ്യിക്കുന്നതുകൊണ്ടാണ് പശുക്കൾക്കു വേണ്ട പുല്ലും മറ്റും ലഭിക്കുന്നതെന്നും ഇന്ദ്രപ്രീതിക്കുവേണ്ടിയാണ് ഉത്സവം നടത്തുന്നതെന്നും അവർ അറിയിച്ചു. കൃഷ്ണൻ അവരോടു പറഞ്ഞു: “നമ്മൾ ഗോക്കളെ വളർത്തി ജീവിക്കുന്നവരാണ്. നമുക്കു ധനം അതാണ്. അതുകൊണ്ട് വനങ്ങളും കുന്നുകളുമാണ് നമുക്കു ദൈവം. നമുക്ക് അടുത്തുള്ള പർവതത്തെ പൂജിക്കാം. വേണ്ടിവന്നാൽ ബലം പ്രയോഗിച്ച് ഞാൻ പർവതപൂജ നടത്തും.” കൃഷ്ണന്റെ ഗിരിപൂജയിൽ ഇന്ദ്രൻ ക്ഷോഭിച്ചു. മഴ പെയ്യിച്ചു. പക്ഷേ, ശ്രീകൃഷ്ണൻ പ്രളയത്തിൽപ്പെട്ട ഗോപന്മാരെ അതിന്റെ ഗുഹകളിലും മറ്റുമാക്കി രക്ഷിച്ചു (ഗോവർധനം എടുത്തു കുടയാക്കിപ്പിടിച്ചു എന്നാണ് പുരാണം). ഏഴു ദിവസം പ്രളയമുണ്ടായിട്ടും ഗോപന്മാർ തോറ്റില്ലെന്നുകണ്ട് ഇന്ദ്രൻ സ്വന്തം പരാജയം സമ്മതിച്ചു.

ഇന്ദ്രൻ ശ്രീകൃഷ്ണനെ അഭിഷേകംചെയ്തു വന്ദിച്ചു. കംസനെ വധിക്കണമെന്ന് അഭ്യർഥിച്ചു. അർജുനനെ കാത്തുരക്ഷിക്കണമെന്നും ഇന്ദ്രൻ അപേക്ഷിച്ചു.

10

കംസവധം

രാസക്രീഡ

ശ്രീകൃഷ്ണന്റെ അത്ഭുതപ്രവൃത്തികൾ വൃന്ദാവനത്തിലെ ഗോപന്മാരെ ചിന്താക്കുഴപ്പത്തിലാക്കി, സംശയാലുക്കളാക്കി. അവർ കൃഷ്ണനോടുതന്നെ ചോദിച്ചു: "കൃഷ്ണാ, നിന്റെ പ്രവൃത്തിയും നയങ്ങളും ഞങ്ങളെ രക്ഷിക്കുന്നു. അമാനുഷമായ നിന്റെ കർമങ്ങൾകൊണ്ട് നീ ദേവനാണെന്നു ബോധ്യമായിരിക്കുന്നു. എന്തിനു വസുദേവൻ നിന്റെ അച്ഛനായി? ബാല്യത്തിലെ ലീലകളും താണ ജാതിയിലുള്ള ജനനവും അതേ സമയം നിന്റെ ദിവ്യപ്രവൃത്തികളും കണ്ടിട്ട് ഞങ്ങൾക്ക് ശങ്കയാണ്. നീ ദേവനോ യക്ഷനോ അസുരനോ ഗന്ധർവനോ ആരാണ്? യാദൃച്ഛികമായി വല്ല കാര്യത്തിനും ഇവിടെ ഇങ്ങനെ ഞങ്ങളുടെകൂടെ കഴിയുകയാണോ?"

"ഞാൻ നിങ്ങളുടെ സ്വജാതിക്കാരനായ ഒരു ബന്ധു മാത്രമാണ്. നിങ്ങൾക്കറിയണമെങ്കിൽ കാത്തിരിക്കുക. പിന്നെ നിങ്ങൾ എന്നെപ്പറ്റി കേൾക്കും. ഞാനാരെന്നു കണ്ടറിയുകയും ചെയ്യും. ഞാൻ ആരെന്ന് ഇപ്പോൾ അറിഞ്ഞിട്ടെന്താവശ്യം? ഇതെല്ലാം എന്റെ ഒരു ആഗ്രഹമാണെന്നു മാത്രം ഇപ്പോൾ മനസിലാക്കിയാൽ മതി."

ശ്രീകൃഷ്ണന്റെ മറുപടികേട്ട് എല്ലാവരും ഒതുങ്ങി. അവർ ഓരോ വഴിക്ക് പോയി.

തെളിഞ്ഞുനിന്ന ചന്ദ്രനെയും വനഭംഗികളെയും ആസ്വദിച്ച് ശ്രീകൃഷ്ണൻ ആ ശരത്കാലരാത്രിയിൽ കഴിച്ചുകൂട്ടി. ആ രാത്രി അദ്ദേഹത്തിൽ കാമവികാരം ഉദിപ്പിച്ചു. ഗോപവൃന്ദത്തിന്റെ തെരുവുകളിൽ പോയി. അവിടെ കാളകളെക്കൊണ്ട് പോരു നടത്തി. ഗോപന്മാരെ അമ്പിലും പോരടിച്ചു വിനോദിക്കുവാൻ പ്രേരിപ്പിച്ചു. കാട്ടിൽ ഗോക്കളുമായും അദ്ദേഹം ഓടിക്കളിച്ചു. അന്നു രാത്രിയിൽ ഗോപസ്ത്രീകളെ അദ്ദേഹം അരികില

ണച്ച് തന്റെ പ്രായത്തെക്കാൾ കൂടുതലായി അവരുമായി രമിക്കുകയും സന്തോഷിക്കുകയും ചെയ്തു.

ശ്രീകൃഷ്ണന്റെ കാന്തിപൂണ്ട മുഖം ചന്ദ്രനെയെന്നപോലെ അവർ സ്വന്തം കണ്ണുകളാൽ കവർന്നെടുത്തു. മഞ്ഞവസ്ത്രം ധരിച്ച് ഭദ്രരൂപനായിനിന്ന അദ്ദേഹം അന്ന് അനവധി ഗോപികമാരുടെ ഭർത്താവിനെപ്പോലെയായി. വനമാലയണിഞ്ഞ കൃഷ്ണൻ ആ സ്ത്രീകളെ മുഴുവനും രതിമേളയിൽ സന്തോഷിപ്പിച്ചു. കൃഷ്ണനെ ആവർത്തിച്ചു വിളിച്ചുകൊണ്ട് അവന്റെ കേളികൾ അവർ കണ്ടു രസിച്ചു. അവരുടെ തടമുലകൾ മാറിലേക്കു ചേർത്ത് അവൻ അമർത്തിക്കൊണ്ടിരുന്നു. കണ്ണുകളെ തരളമാക്കുന്ന മുഖങ്ങൾകൊണ്ട് അവർ അവനെ ആവോളം കണ്ടു.

ഭർത്താക്കന്മാരും സോദരരും മാതാക്കളും തടഞ്ഞാലും രതിപ്രിയകളായ ഗോപികമാർ കൃഷ്ണന്റെ അരികത്തെത്തിക്കൊണ്ടിരുന്നു. അവരെല്ലാം അവന്റെ ഭാര്യമാരായി അവനോടു രമിച്ചു. അവരെല്ലാം കണ്ണന്റെ കഥകൾ പുകഴ്ത്തി പാടിക്കൊണ്ടിരുന്നു. കണ്ണന്റെ ലീലകൾ അവർ അനുകരിച്ചു. അവനിൽത്തന്നെ കണ്ണുകളർപ്പിച്ചു കഴിഞ്ഞുകൂടി. ചെറുപ്പക്കാരികൾ കണ്ണനെപ്പോലെ നടന്നു.

താളം പിടിച്ചുപിടിച്ച്, അവന്റെ കഥകൾ പറഞ്ഞ് ചിലർ പൊട്ടിച്ചിരിച്ചു. അവന്റെ ആട്ടവും കള്ളപ്പുഞ്ചിരി കലർന്ന നോട്ടവും രസംപൂണ്ട് അനുകരണം നടത്തിയും മറ്റു കുറേപ്പേർ സമയം കഴിച്ചു. അങ്ങനെ മധുരമായി പാടിക്കൊണ്ട് അവർ കൃഷ്ണന്റെ ചുറ്റും നടന്നു. ശരീരത്തിൽ പശുവിൻചാണകത്തിന്റെ പൊടിപുരണ്ടവരും കണ്ണനെ രസിപ്പിക്കാൻവേണ്ടി ഒത്തുകൂടി. അവരും പുഞ്ചിരിയോടെ കണ്ണുകൾകൊണ്ട് കൃഷ്ണനെ തങ്ങളുടെ ഉള്ളിലേക്ക് ആനയിച്ചു. അടങ്ങാത്ത ആഗ്രഹത്തോടെ ഗോപികമാർ രാത്രി മുഴുവനും രതിവികാരത്തോടെ കണ്ണന്റെ മുഖം കവർന്നെടുത്തുകൊണ്ടിരുന്നു.

കൃഷ്ണന്റെ വിളികേട്ട് അവർ ഓരോരുത്തരും സന്തോഷപുളകം കൊണ്ടു. രതിക്രിയകൊണ്ട് ശിരസിലെ സീമന്തരേഖയ്ക്കു മീതെ അഴിഞ്ഞുവീണ മുടി അവരുടെ മുലകളിൽ ഭംഗിയായി മൂടി വീണുകിടന്നു. ഇത് ഒരു രാത്രിയിലല്ല, പല രാത്രികളിലും ഗോപികമാരുടെ സമൂഹവുമായി കണ്ണൻ ഇങ്ങനെ ലീലകളിൽ ഏർപ്പെട്ടുകൊണ്ടിരുന്നു.

കംസവധം

ഇങ്ങനെയിരിക്കെ ഒരു ദിവസം രാത്രിയിൽ കൃഷ്ണൻ ഗോപസ്ത്രീകളുമായി സല്ലപിച്ചുകൊണ്ടിരുന്നു. അരിഷ്ടൻ എന്ന ഒരു അസുരൻ കാളയുടെ രൂപത്തിൽ വൃന്ദാവനത്തിലെ കവാടത്തിൽ ആക്രമിച്ചു. ഇതു കണ്ണന്റെ ശ്രദ്ധയിൽപ്പെട്ടു. പശുക്കളെ ഉപദ്രവിക്കുന്ന അവൻ കൃഷ്ണന്റെ നേർക്കും പാഞ്ഞടുത്തു. നുര ചീറ്റി അലറിക്കൊണ്ടടുത്ത കാളയെ കൃഷ്ണൻ വായിൽ പിടിച്ച് പൊക്കി അതിന്റെ കണ്ഠം കശക്കി കൊമ്പൊടിച്ചു കൊന്നു.

ഇതെല്ലാംകേട്ട് കംസൻ നടുങ്ങി. പൂതനയെ കൊന്നു. കാളിയൻ തോറ്റു പിൻവാങ്ങി. പ്രലംബനും ധേനുകനും ചത്തു. ഗോവർധനക്കുന്നിനെ പാട്ടിലാക്കി. ഇപ്പോൾ അരിഷ്ടനും ചരമഗതിയിലായി. ഇങ്ങനെ എതിർക്കുന്നവരെ നശിപ്പിച്ച് കൃഷ്ണൻ വൃന്ദാവനത്തിൽ വളരുകയാണ്. കംസൻ തന്റെ അനുകൂലികളായ സത്യകൻ, കങ്കൻ, വൈതരണൻ, വികദ്രു, കൃതവർമാവ് തുടങ്ങിയവരെ വിളിച്ചുവരുത്തി ഭാവിയപ്പറ്റി ആലോചിച്ചു. നന്ദഗോപപുത്രനായ കൃഷ്ണൻ തന്റെ അസ്തിവാരംതന്നെ അറുത്തുകൊണ്ട് വളർന്നുവരുന്നു. അയാൾ ചെയ്ത കൃത്യങ്ങൾ എല്ലാവരും ഇതിനകം മനസിലാക്കിയിരിക്കുന്നു. ഇതിന് എന്താണ് പ്രതിവിധി? ഇവൻ എന്നെ കൊല്ലാൻ ജനിച്ചതാണെന്ന് നാരദമുനിയും തന്നോടു പറഞ്ഞിട്ടുണ്ട്. യശോദയുടെ വയറ്റിൽ പിറന്ന ആ പെൺകുട്ടി ഇന്ന് ഒരു ദേവിയായി വിന്ധ്യാപർവതത്തിൽ പാർക്കുന്നു. സുംഭൻ, നിസുംഭൻ തുടങ്ങിയ ഘോരരാക്ഷസന്മാരെയും അവൾ നിഗ്രഹിച്ചിരിക്കുന്നു. അവൾ സർവ തേജസ്വിയായി വാഴുന്നു. അവളെ ദേവന്മാരും യാദവരും പൂജചെയ്യുന്നു. അവളാണ് എന്റെ വധത്തിന് ഉതകുംവിധം വസുദേവനെ സഹായിച്ചത്.

ഇതെല്ലാം പറഞ്ഞിട്ട് പരാക്രമശാലികളായ കൃഷ്ണനെയും ബാലഭദ്രനെയും താൻ ഒന്നു കാണാനാഗ്രഹിക്കുന്നു എന്ന് കംസൻ പ്രസ്താവിച്ചു. കംസൻ സംസാരിക്കുമ്പോൾ വസുദേവനെപ്പറ്റി വളരെ ആക്ഷേപിച്ചു പറഞ്ഞത് ഒട്ടും ശരിയായില്ലെന്നും യാദവവംശം ഇതൊക്കെക്കൊണ്ടു നശിക്കാൻ പോവുകയാണെന്നും വൃദ്ധയാദവനായ അന്ധകൻ കംസനോടു തുറന്നുപറഞ്ഞു. കംസൻ അതൊന്നും ചെവിക്കൊണ്ടില്ല. അയാൾ അക്രൂരനെ അമ്പാടിയിലേക്കയച്ചിട്ട് കേശി എന്ന അസുരനെ വിളിച്ചു വരുത്തി, അമ്പാടിയിൽച്ചെന്ന് കൃഷ്ണനെ വധിക്കണമെന്നു ചട്ടം കെട്ടി. കേശി ഒരു കുതിരയുടെ വേഷത്തിൽ അമ്പാടിയിലെത്തി, അവിടെ നാശനഷ്ടങ്ങൾ വരുത്താൻ തുടങ്ങി. കണ്ണൻ കേശിയുമായി ഏറ്റുമുട്ടി. അവന്റെ വായ പിളർന്ന് കൃഷ്ണൻ തന്റെ കൈരുചി അവനെ അറിയിച്ചു. കേശിയെ രണ്ടായിപ്പിളർന്നു. അവൻ ഭൂമിയിൽ വീണു ചാകുകയും ചെയ്തു.

അക്രൂരൻ

യാദവനായ ശിഫൽക്കന്റെയും കാശി രാജകുമാരിയായ ഗാന്ദിയുടെയും പുത്രനായിരുന്നു അക്രൂരൻ. അദ്ദേഹം ബന്ധുവശാൽ ശ്രീകൃഷ്ണന്റെ മാതുലനുമാണ്. ശ്രീകൃഷ്ണനെയും ബലഭദ്രനെയും കാണാനുള്ള ആഗ്രഹത്തോടുകൂടിയാണ് അക്രൂരൻ അമ്പാടിയിൽ ചെല്ലുന്നത്. പശുക്കുട്ടികളുടെ ഇടയിൽ ശ്രീകൃഷ്ണൻ നിൽക്കുന്നത് ദൂരെനിന്ന് അക്രൂരൻ കണ്ടു. കൃഷ്ണൻ മുൻപു ചെയ്തിട്ടുള്ള കാര്യങ്ങളും ഇനി ചെയ്യുവാൻ പോകുന്ന കാര്യങ്ങളും അദ്ദേഹം ഓർമിച്ചു. കംസന്റെ സന്ദേശം അക്രൂരൻ യാദവരെ അറിയിക്കുന്നു. രാമകൃഷ്ണന്മാർ മഥുരയിലേക്കു പോകേണ്ടത് ആവശ്യമാണെന്ന് അദ്ദേഹം അറിയിച്ചു. കാരണം, വസു

ദേവന്റെയും ദേവകിയുടെയും അവസ്ഥ അതാണ്. ശ്രീകൃഷ്ണനുൾപ്പെടെ അവർ മഥുരയിലേക്ക് പോയി.

കൃഷ്ണനും ബലഭദ്രനും അക്രൂരനോടുകൂടി മഥുരയിൽ പ്രവേശിച്ചു. അവിടെ ചില സംഭവങ്ങൾ നടന്നു. വഴിക്കുവച്ച് കൃഷ്ണൻ കംസന്റെ അലക്കുകാരനെ കണ്ടു. നല്ല വസ്ത്രങ്ങളുണ്ടോ, തരണം എന്നാവശ്യപ്പെട്ടു. അലക്കുകാരൻ കൃഷ്ണനെ കാടനെന്നു വിളിച്ചു കളിയാക്കി. കൃഷ്ണൻ അയാളെ തൽക്ഷണം കൊന്നുകളഞ്ഞു. അൽപ്പം മുൻപോട്ടു പോയപ്പോൾ കൂനിനടക്കുന്ന ഒരു സ്ത്രീയെ കണ്ടു. അവളോടു കുറിക്കൂട്ടു വാങ്ങി; അവളെ സ്പർശിച്ചു. അവളുടെ കൂനു മാറി.

രാമനും കൃഷ്ണനും രാജകൊട്ടാരത്തിലേക്കു കയറി. അവിടെ ആയുധപ്പുരയിലിരിക്കുന്ന കംസന്റെ വലിയ വില്ല് കാട്ടിത്തരണമെന്ന് സൂക്ഷിപ്പുകാരനോട് അപേക്ഷിച്ചു. അയാൾ അത് കാണിച്ചുകൊടുത്തു. കൃഷ്ണൻ ഉല്ലാസവാനായി അത് എടുത്തുലച്ചു. അതു കുലച്ചുനോക്കി. വില്ലു താഴേക്കു പലവട്ടവും വളച്ചു. അതു രണ്ടായി മുറിഞ്ഞുപോയി. അതിന്റെ ശബ്ദംകേട്ട് നഗരമാകെ നടുങ്ങി. ആയുധപ്പുര സൂക്ഷിപ്പുകാരൻ ഭയന്നോടി രാജാവിനോടു വിവരം പറഞ്ഞു. ദേവോപമരായ മഞ്ഞപ്പട്ടു ധരിച്ച രണ്ടുപേർ വന്നു. അവരിലൊരാൾ ആ വലിയ ചാപമെടുത്ത് കുലച്ചു വിനോദിച്ചു; ആ വലിയ വില്ല് രണ്ടു തുണ്ടമായി. അത് ആരെന്നറിയുന്നില്ല.

കംസൻ ഇതുകേട്ടു ഭയചകിതനായി. കൃഷ്ണനും ബലഭദ്രനുമാണെന്നു മനസിലായി. ചാണൂരൻ, മുഷ്ടികൻ എന്ന മല്ലന്മാരെ വിളിച്ചുവരുത്തി. കൂട്ടത്തിൽ കുവലയപീഡമെന്ന ആനയുടെ ആനക്കാരനെയും വിളിച്ചു. രാമകൃഷ്ണന്മാരെ കൊല്ലുവാനുള്ള എല്ലാ തന്ത്രങ്ങളും അവരെ പറഞ്ഞു മനസിലാക്കിക്കൊടുത്തു.

കംസനെ നേരിടുന്നു

ഇവിടെ ഒരു കഥ *മഹാഭാരത*ത്തിൽ പറയുന്നുണ്ട്, കംസനെ സംബന്ധിച്ചാണ്. കംസന്റെ അച്ഛൻ ഉഗ്രസേനനായിരുന്നുവെന്നാണ് ലോകം ധരിച്ചിരുന്നത്. പക്ഷേ, അതു ശരിയല്ലെന്ന് നാരദൻ അറിയിക്കുന്നു. കംസന്റെ അമ്മ യൗവനകാലത്ത് ഒരു മലമ്പ്രദേശത്ത് മറ്റു സ്ത്രീകളുമൊത്ത് വിനോദത്തിനായി സഞ്ചരിക്കുകയുണ്ടായി. ആ പ്രത്യേക സന്ദർഭത്തിൽ അവർ വികാരവതിയായി സമയം കഴിച്ചുകൂട്ടി; അന്തരീക്ഷം അതിനു പറ്റിയതായിരുന്നു. ഈ സമയത്താണ് ദ്രുമിളൻ അതിലേ വന്നത്. പക്ഷേ, അയാളുടെ പ്രണയപ്രാർഥനയൊന്നും ആ സ്ത്രീയോടു ഫലിച്ചില്ല. അയാൾ പോയിട്ട് കുറേക്കഴിഞ്ഞ് സ്വരൂപംമാറി ഉഗ്രസേനരാജാവിന്റെ രൂപത്തിൽ വന്നു. ഭർത്താവിന്റെ വരവുകണ്ട് അവൾ സന്തുഷ്ടയായി. ദ്രുമിളൻ അപ്പോൾ അവളെ പ്രാപിക്കുകയും ചെയ്തു. പക്ഷേ, വിവരമറിഞ്ഞപ്പോൾ അവൾ അയാളെ ശകാരിച്ചു. അവൾ പറഞ്ഞു: "ഈ ഞങ്ങളുടെ വംശത്തിൽ ഒരാൾ ജനിക്കും, അവൻ നിനക്കും നീ ഇപ്പോൾ

സൃഷ്ടിച്ച കുഞ്ഞിനും അന്തകനായിത്തീരും." കംസമാതാവു ദുഃഖിതയായി.

ഈ കഥ നാരദനിൽനിന്നു ഗ്രഹിച്ചിരുന്ന കംസൻ താൻ അച്ഛനമ്മമാർ കൈവെടിഞ്ഞവനാണെന്നും തന്റെ അച്ഛനെ കാരാഗൃഹത്തിലാക്കിയിട്ട് സ്വന്തം അധികാരംകൊണ്ട് ബന്ധുക്കളെ വെടിഞ്ഞു രാജ്യം ഭരിക്കുകയാണെന്നും അതുകൊണ്ട് രാമകൃഷ്ണന്മാരെയും യാദവരെയും താൻ നശിപ്പിക്കുമെന്നും കംസൻ പ്രഖ്യാപിച്ചു. അയാൾ കൃഷ്ണവധത്തിനൊരുങ്ങി.

കംസൻ ആളുകളെ വിളിച്ചുവരുത്തിയിരുന്നു. അവർ രംഗശാലയിൽവന്നു നിറഞ്ഞു. കംസൻ രണ്ടു മല്ലന്മാരുടെ അകമ്പടിയോടെ അവിടെ വന്നു. രംഗദ്വാരത്തിലെത്തിയ കൃഷ്ണരാമന്മാരെ കുവലയപീഡം എന്ന ആന തടുക്കുന്നു. കൃഷ്ണൻ ആനയെ വലിച്ചു താഴെയിട്ടു. എന്നിട്ട് അതിന്റെ കൊമ്പുകളൂരി അതുകൊണ്ടുതന്നെ അതിനെ കുത്തി. ആന ചെരിഞ്ഞു. ബലഭദ്രൻ അതേസമയം ആനയുടെ വാലു വലിച്ചുപറിച്ചു. ആനയ്ക്കു പാപ്പാന്മാരായി നിന്നവരെയും കണ്ണൻ വധിച്ചു. ജനങ്ങൾ ആഹ്ലാദാരവം മുഴക്കി. കംസൻ ഇളിഭ്യനായി. കൃഷ്ണനും ബലരാമനും രംഗത്തേക്കു പ്രവേശിച്ചു.

അവരെ ആക്രമിക്കുവാൻ കംസൻ ചാണൂരനും മുഷ്ടികനും ആജ്ഞ കൊടുത്തു. കൃഷ്ണൻ ചാണൂരനോടു മല്ലടിച്ചു. കുട്ടിയെങ്കിലും താൻ ധർമബോധത്തോടെ മല്ലയുദ്ധം നടത്തുമെന്നു പ്രഖ്യാപിച്ചിട്ടാണ് കൃഷ്ണൻ അവരുമായി മല്ലിലേർപ്പെട്ടത്. കണ്ണൻ അവനെ തലയ്ക്കടിച്ചു മുട്ടുകൊണ്ട് മാറിൽ മർദിച്ച് താഴെയിട്ടു. അവൻ ചോരതുപ്പി മരിച്ചു. ചത്തു മലച്ചുവീണ ചാണൂരനു പുറകെ മറ്റൊരു മല്ലനായ തോഷലനെയും കണ്ണൻ തച്ചരച്ചു. ബലരാമൻ മുഷ്ടികനെ പിടികൂടി. ഭയങ്കര യുദ്ധത്തിനു ശേഷം മുഷ്ടികന്റെ തലയ്ക്കടിച്ചു താഴെയിട്ടു. കണ്ണു തുറിച്ച് അവൻ പിടഞ്ഞു മരിച്ചു.

നന്ദഗോപരും ദേവകിയും മറ്റു ഗോപന്മാരും സദസിലുണ്ട്. കൃഷ്ണനെ വധിക്കുന്നത് കാണാൻവേണ്ടിത്തന്നെ കംസൻ പ്രത്യേകം അവരെ സദസിൽ വരുത്തിയതാണ്. ഇപ്പോൾ അവരെല്ലാം കൃഷ്ണവിജയം കണ്ട് സന്തോഷാശ്രുക്കൾ പൊഴിച്ചു. കംസൻ കണ്ണനെ നോക്കി അന്തിച്ചിരുന്നു. അയാളുടെ മുഖത്തു വിയർപ്പു നിറഞ്ഞു. മുഖം രക്തവർണമായി. "ഉടനെ ഇവരെ സദസിൽനിന്നും മാറ്റുക. എനിക്ക് അവരെ കാണേണ്ട" കംസൻ അലറി. അയാൾ പറഞ്ഞു: "ഗോപന്മാരെയെല്ലാം രാജ്യത്തുനിന്നും പുറത്താക്കുക. നന്ദഗോപരെ ചങ്ങലയിലിടുക. അയാളെ ഞാൻ ശിക്ഷിക്കുന്നുണ്ട്. ഗോപന്മാരുടെ പശുക്കളെ മുഴുവൻ കൈക്കലാക്കുക. അവരുടെ മുതലുകൾ മുഴുവനും പിടിച്ചെടുക്കുക."

നന്ദഗോപരെ അധിക്ഷേപിച്ചപ്പോൾ കൃഷ്ണൻ ജ്വലിച്ചു. കരയുന്ന ദേവകിയെ കണ്ട് അദ്ദേഹത്തിന്റെ ഹൃദയമിളകി. കണ്ണൻ രംഗത്തുനിന്ന് ആഞ്ഞുചാടി. കംസന്റെ സിംഹാസനത്തിന്റെ അരികത്തെത്തി. നിമിഷം

കൊണ്ടാണ് അതു നടന്നത്. കംസസിംഹാസനത്തിനരികത്തെത്തി കഴിഞ്ഞാണ് സദസ്യർ കണ്ണനെ കണ്ടത്. ശ്രീകൃഷ്ണൻ കംസന്റെ മുടിയിൽ കടന്നുപിടിച്ചു. പിടിയേറ്റു അയാളുടെ കിരീടം തെറിച്ചു വീണു. കുറച്ചു നേരം ശ്രീകൃഷ്ണൻ അനങ്ങിയില്ല. കൃഷ്ണന്റെ ശക്തിയിൽ കംസൻ സ്തംഭിച്ചിരുന്നുപോയി. കൃഷ്ണൻ കംസനെ നിലത്തിട്ടു വലിച്ചിഴച്ചു. ഇഴച്ചിലിനിടയ്ക്ക് മരിച്ച കംസനെ ശ്രീകൃഷ്ണൻ ദൂരത്തേക്ക് വലിച്ചെറിഞ്ഞു. അയാൾ പൊടിയിൽ മുങ്ങിക്കിടന്നു. അങ്ങനെ യുദ്ധംകൂടാതെ, അമ്പിന്റെ മുറിവുകളേൽക്കാതെ കംസൻ അന്ത്യംപ്രാപിച്ചു.

ശ്രീകൃഷ്ണൻ വസുദേവന്റെയും മറ്റും പാദങ്ങൾ വന്ദിച്ചു. ദേവകിയുടെ കാൽക്കൽ ശിരസണച്ചു. മറ്റു ഗോപന്മാരോടെല്ലാം കുശലം ചോദിച്ചു.

കംസന്റെ അനുജൻ സുനാമനെ ബലഭദ്രരാമൻ കൈകൾ കൊണ്ടു നേരിട്ടു കൊന്നു.

കംസന്റെ ഭാര്യമാർ ദുഃഖംപൂണ്ടു കരഞ്ഞു. കംസന്റെ മാതാവ് കംസന് അന്ത്യകർമങ്ങൾ ചെയ്യാൻ ശ്രീകൃഷ്ണനോട് പറയണമെന്ന് തന്റെ ഭർത്താവിനോടപേക്ഷിച്ചു. കംസഭാര്യമാരുടെ വിലാപം കണ്ടിട്ട് ശ്രീകൃഷ്ണൻ സങ്കടപ്പെട്ടു. തന്റെ ഭാര്യയുടെ അപേക്ഷ ഉഗ്രസേനൻ ശ്രീകൃഷ്ണനെ അറിയിച്ചു. എന്നല്ല, രാജ്യഭാരം ഏറ്റെടുക്കാൻ ഉഗ്രസേനൻ കണ്ണനോട് അഭ്യർഥിച്ചു. രാജ്യം തനിക്കാവശ്യമില്ലെന്നും ജനങ്ങളുടെ സങ്കടംതീർക്കാൻ താൻ കംസനെ വധിച്ചതാണെന്നും ഉഗ്രസേനൻതന്നെ രാജ്യഭാരം ഏറ്റെടുത്താൽ മതിയെന്നും ശ്രീകൃഷ്ണൻ അദ്ദേഹത്തോടു പറഞ്ഞു. കംസന്റെ പതനം കാലത്തിന്റെ പ്രവൃത്തിയാണ്.

സാന്ദീപനി

ശ്രീകൃഷ്ണൻ ഉഗ്രസേനനെത്തന്നെ മഥുരയുടെ രാജാവായി അഭിഷേകം ചെയ്യിച്ചു. ഇതിനു ശേഷമാണ് കൃഷ്ണനും ബലഭദ്രരാമനും സാന്ദീപനിമഹർഷിയുടെ അടുക്കൽ വിദ്യാഭ്യാസത്തിനായി പോയത് (കുചേലൻ കൃഷ്ണന്റെ സതീർഥ്യനായിരുന്നു). വിദ്യാഭ്യാസം കഴിഞ്ഞപ്പോൾ ദക്ഷിണ എന്താണ് വേണ്ടതെന്ന് കൃഷ്ണൻ ഗുരുവിനോട് ചോദിച്ചു. ലവണസമുദ്രത്തിൽ തിമിംഗലം വിഴുങ്ങിയ തന്റെ മകനെ തിരിച്ചുകൊണ്ടുവന്നു തരണമെന്ന് സാന്ദീപനി കൃഷ്ണനോട് പറഞ്ഞു. കൃഷ്ണൻ അതു സമ്മതിക്കുകയും ചെയ്തു. ലവണസമുദ്രത്തിൽ ചെന്ന കൃഷ്ണന് ഒരു വിവരം കിട്ടി.

പഞ്ചജനൻ എന്ന ഒരു അസുരനാണ് തിമിംഗലരൂപം ധരിച്ച് ആ ബാലനെ കൊന്നതെന്ന് ലവണസമുദ്രം കൃഷ്ണനെ അറിയിച്ചു. കൃഷ്ണൻ ആ അസുരന്റെ അടുക്കലെത്തി. അയാളെ വധിച്ചു. പക്ഷേ, അവിടെനിന്ന് ഗുരുപുത്രനെ കണ്ടു കിട്ടിയില്ല. പക്ഷേ, ഒരു ശംഖുകിട്ടി. ആ ശംഖാണ് പിന്നീട് പ്രസിദ്ധമായിത്തീർന്ന ശ്രീകൃഷ്ണന്റെ പാഞ്ചജന്യം. കൃഷ്ണൻ നേരെ യമധർമന്റെ അടുക്കലെത്തി. സാന്ദീപനിയുടെ കുമാരനെക്കുറിച്ചു തിരക്കി. ആ കുട്ടിയെ കൊണ്ടുവരുവിച്ചു. അവനെ ഗുരു

വിന് കൊണ്ടുചെന്ന് സമർപ്പിക്കുകയും ചെയ്തു. സാന്ദീപനി അത്ഭുതപ്പെട്ടുപോയി. അദ്ദേഹം സന്തോഷിച്ചു. പിന്നെ കുറച്ചുകാലം കൃഷ്ണനും രാമനും മഥുരാപുരിയിലെത്തി അവിടെ പാർത്തു.

ഇവിടെയാണ് ജരാസന്ധന്റെ (കംസന്റെ അമ്മായി അച്ഛൻ) കഥ ആരംഭിക്കുന്നത്. നീണ്ടുനിന്ന യുദ്ധങ്ങളാണ് ജരാസന്ധൻ കൃഷ്ണനും യാദർവർക്കുമെതിരായി നടത്തിയത്. അതുകൊണ്ട് ഭാരതത്തിൽ ആ കഥയും നീണ്ടുപോകുന്നു. ആദ്യം മഥുരാപുരിയെയാണ് ജരാസന്ധൻ ആക്രമിച്ചത്. തുടർച്ചയായ അയാളുടെ ആക്രമണംമൂലമാണ് കൃഷ്ണൻ ഗോപന്മാരെ ദ്വാരകയിലേക്ക് കൊണ്ടുപോയത്. അവിടെ കൊട്ടാരം, കോട്ട തുടങ്ങിയവ ഉണ്ടാക്കി പാർപ്പുതുടങ്ങി. ഇതിനിടയ്ക്ക് പല സംഭവങ്ങളുമുണ്ട്. പക്ഷേ, മറ്റൊരു പ്രധാന സംഗതി ഇവിടെ പറയേണ്ടിയിരിക്കുന്നു.

ഏകലവ്യന്റെ കഥയാണത്. ഏകലവ്യൻ *മഹാഭാരത*ത്തിലെ ഒരു പ്രധാന കഥാപാത്രമാണ്. പലതരത്തിലും അയാൾക്ക് പ്രാധാന്യമുണ്ട്. കൃഷ്ണൻ ദ്വാരകയിലേക്കു താമസംമാറ്റിയപ്പോൾ അവിടെ വർണ്ണനയ്ക്കിടയ്ക്ക് വ്യാസൻ ഏകലവ്യനെപ്പറ്റി പറയുന്നു. ജരാസന്ധയുദ്ധവുമായി ബന്ധപ്പെട്ടാണ് ഏകലവ്യനെ നാം വീണ്ടും കാണുന്നതെങ്കിലും ദ്വാരകയിൽ ഒരിടത്ത് അയാൾ പാർക്കുന്നുണ്ടെന്നു പറയുന്നു. അവിടം ദ്രോണർ വളരെക്കാലം കഴിഞ്ഞുകൂടിയ സ്ഥലമാണെന്നും വ്യക്തമാക്കുന്നു. ധാരാളം ആളുകൾ പാർക്കുന്ന സ്ഥലം, ധാരാളം രത്നങ്ങളുള്ള ഇടം—ഏകലവ്യൻ അവിടെയാണ് തന്റെ ആസ്ഥാനമുണ്ടാക്കിയത്. ശ്രീകൃഷ്ണനും ആ പ്രദേശത്തുതന്നെയാണ് തന്റെ നഗരം നിർമിച്ചതെന്നു വിശദമാക്കുന്നു.

11

ഏകലവ്യൻ

ഏകലവ്യൻ വധിക്കപ്പെട്ടത് ദ്വാരകയിൽവച്ചാണ്. ശ്രീകൃഷ്ണനും ബലഭദ്രരാമനും ആക്രമിക്കുന്ന ജരാസന്ധനെ നേരിട്ടുകൊണ്ടിരുന്നപ്പോൾ ഏകലവ്യൻ ജരാസന്ധന്റെ പക്ഷത്തുനിന്നു യുദ്ധംചെയ്തു. കംസവധം കഴിഞ്ഞ് ദുഃഖിതരായ അയാളുടെ ഭാര്യമാർ അസ്തിയും പ്രാസ്തിയും ജരാസന്ധന്റെ അടുക്കൽ ചെന്നു കരഞ്ഞപ്പോഴാണ് അയാൾ സൈന്യ വുമായി പുറപ്പെട്ട് ദ്വാരക വളഞ്ഞത്. ബലരാമനും ശ്രീകൃഷ്ണനും ശത്രു വിനെ നേരിട്ടു. ജരാസന്ധനുവേണ്ടി ഭദ്രൻ, കലിംഗാധിപതി, വൈദർഭൻ, സോമകൻ, വിന്ദാനുവിന്ദന്മാർ—അങ്ങനെ അനവധിപേർ അണിനിരന്നു. അവരുടെകൂടെനിന്ന് ഏകലവ്യനും പൊരുതി.

നിഷാദനായ ഏകലവ്യൻ

പതിനേഴുവട്ടം ജരാസന്ധൻ ഇങ്ങനെ യുദ്ധം നടത്തി. എന്നിട്ടും അയാളെ വധിക്കുവാൻ ബലരാമനും കൃഷ്ണനും കഴിഞ്ഞില്ല. മക്കളുടെ പ്രേരണമൂലം പതിനെട്ടാമതും യുദ്ധത്തിനിറങ്ങി. യുദ്ധം ഒരിടത്തുമെ ത്തിയില്ല. അതു കുറെനാൾ നീണ്ടുനിന്നു. മഗധരാജാവായ ജരാസന്ധന്റെ ശല്യംമൂലം ശ്രീകൃഷ്ണൻ യാദവരോടുകൂടി ദ്വാരകയിലേക്ക് താമസം മാറ്റുന്നു. കൃഷ്ണൻ ദ്വാരാവതി (ദ്വാരക) പുതുക്കിപ്പണിഞ്ഞു.

പിന്നെ പൗണ്ഡ്രകരാജാവ് ശ്രീകൃഷ്ണനെതിരായി യുദ്ധത്തിനൊ രുമ്പെട്ടു. അന്ന് പൗണ്ഡ്രകപക്ഷത്ത് ഏകലവ്യനും ഉണ്ടായിരുന്നു. ഈ ഭയങ്കരയുദ്ധത്തിൽ ഏകലവ്യൻ യാദവർക്കു വലിയ നാശനഷ്ടങ്ങളു ണ്ടാക്കി. ആയിരം അമ്പുകളെയ്ത് അയാൾ യാദവനേതാക്കളെ നിഹനിച്ചു. ഏകലവ്യനും ബലഭദ്രരാമനും ഏറ്റുമുട്ടി. ഏകലവ്യൻ തോറ്റു. ഓടി ഒരു ദ്വീപിൽ ചെന്നൊളിച്ചു. അവിടെവച്ച് ഏകലവ്യനെ കൊന്നു എന്നാണ് കാണുന്നത്.

ഏകലവ്യൻ നിഷാദനായിരുന്നു. 'നിഷാദൻ' എന്നതിന് കാട്ടാളൻ എന്നാണർഥം. ശൂദ്രസ്ത്രീയിൽ ബ്രാഹ്മണനു ജനിച്ചവൻ എന്നും അർഥമുണ്ട്. ചണ്ഡാലൻ എന്നും പറയുന്നു. 'നി സദ്' അതിൽനിന്നാണ് നിഷാദൻ. ഇവനിൽ പാപം സ്ഥിതിചെയ്യുന്നു എന്നു സാരം. മുക്കുവർക്കും അന്ന് ഈ പേരുണ്ട്. സാമൂഹ്യമായി നമുക്ക് മനസിലാക്കാൻ ചിലത് ഈ പേരിലുണ്ട്. വേനൻ എന്ന സൂര്യവംശരാജാവിൽനിന്നാണത്രെ നിഷാദർ ഉണ്ടായത്. വേനൻ, ജാതിവ്യവസ്ഥ പാടില്ല എന്നു പ്രഖ്യാപിച്ചു. അതിന്റെ അടിസ്ഥാനത്തിലായിരിക്കണം അദ്ദേഹം മുനിമാരെ അവഗണിച്ചു. അവർ ബ്രാഹ്മണരാണല്ലൊ. ഋഷിമാർ വേനനെ ദർഭകൊണ്ടു കൊന്നു. അവകാശി ഇല്ലാതിരുന്നതുകൊണ്ട് രാജ്യം അനാഥമായി. അപ്പോൾ ബ്രാഹ്മണർ വേനന്റെ തുട മർദിച്ചു. അതിൽനിന്ന് കറുത്തവനും പരന്ന മുഖമുള്ളവനുമായ ഒരുവൻ പുറത്തുവന്നുവത്രെ. ഇതു വളരെ പ്രധാനമാണ്. നരവംശശാസ്ത്രപ്രകാരം ആര്യന്മാരല്ലാത്ത പ്രാകൃത ജാതിക്കാരായ മനുഷ്യരാണ് ഇവർ. മൊഹൻജെദാരോയിലും മറ്റും ആര്യന്മാർ വരുന്നതിനു മുമ്പുണ്ടായിരുന്ന ആദിമജാതിക്കാർ. നിഷാദൻ ആദിമവർഗക്കാരനാണെന്ന് ഈ കഥ തെളിയിക്കുന്നു.

ഏകലവ്യൻ അതായിരുന്നു, നിഷാദരാജാവായിരുന്ന (ഭാരതകാലത്ത് അങ്ങനെ പല ദേശരാജാക്കന്മാരുമുണ്ടായിരുന്നു) ഹിരണ്യധനുസിന്റെ പുത്രനാണ്. ഹിരണ്യധനുസിന് ദേവശ്രവസ് എന്നു പേരുണ്ടായിരുന്നതായി കരുതണം. ഏകലവ്യൻ ചെറുപ്പത്തിൽത്തന്നെ ഉപേക്ഷിക്കപ്പെട്ടു. ഏകാകിയായി. അയാളെ വളർത്തിയത് നിഷാദന്മാരായിരുന്നുവത്രെ. അയാൾക്ക് യാദവവംശവുമായി ബന്ധമുണ്ടായിരുന്നുവെന്നും കാണുന്നുണ്ട്. അയാൾ ദ്രോണരുടെയടുത്ത് ആയുധവിദ്യയഭ്യസിക്കാൻ ചെന്നപ്പോൾ ജാതിയിൽ താണവനായതുകൊണ്ടാണ് അയാളെ ശിഷ്യനാക്കാതിരുന്നത്. അതിനുശേഷം ദ്രോണരുടെ രൂപം മണ്ണുകൊണ്ടുണ്ടാക്കി അത് ഗുരുസ്ഥാനത്തു സ്ഥാപിച്ച് ഏകലവ്യൻ ശാസ്ത്രാഭ്യാസം നടത്തി, ആ വിദ്യയിൽ അപാര നിപുണനായിത്തീർന്നു.

അർജുനന്റെ അസൂയ

പിന്നൊരിക്കൽ കാട്ടിൽവച്ച് പാണ്ഡവർ ഏകലവ്യനെ കണ്ടു. ഏഴു നായ്ക്കളുടെ വായിൽ ഒരേ സമയത്ത് അമ്പെയ്തു കയറ്റി; ഒരുപക്ഷേ, ഒരു നായയുടെ വായിൽ ഒരേസമയത്ത് ഏഴമ്പുകൾ എയ്തുകയറ്റിയെന്നും അർഥമാവാം. ഏതായാലും അത്ഭുതസിദ്ധിയുള്ള ഈ വില്ലാളിയെക്കണ്ട പാണ്ഡവർ ഭ്രമിച്ചുപോയി. അവർ വിവരം ദ്രോണരെ അറിയിച്ചു. ദ്രോണർ വന്നപ്പോൾ ഏകലവ്യൻ തന്റെ കഥ പറഞ്ഞു. ദ്രോണരുടെ ഗുരുവിഗ്രഹം കാട്ടിക്കൊടുത്തു. അർജുനനാണ് ഏകലവ്യന്റെ സിദ്ധിയിൽ ഏറ്റവും അസൂയപ്പെട്ടത്. തന്നെക്കാൾ വലിയ ഒരസ്ത്രവിദഗ്ധൻ ശിഷ്യന്മാരുടെ കൂട്ടത്തിൽ ഉണ്ടാവില്ലെന്ന് അർജുനനോട് ദ്രോണർ പറഞ്ഞിരുന്നു. ഇപ്പോൾ ഏകലവ്യൻ ഉണ്ടായല്ലോ എന്ന് രഹസ്യമായി അർജുനൻ ഗുരു

വിനോടു പറയുകയും ചെയ്തു. പിന്നെയാണ് ദ്രോണർ വന്ന് ഏകലവ്യനെ കാണുന്നതും അയാൾ പറഞ്ഞതുകേട്ടപ്പോൾ ഗുരുദക്ഷിണ ചോദിക്കാൻ തീരുമാനിച്ചതും. ചോദിച്ചു, വലതുകൈയിലെ തള്ളവിരൽ. ഏകലവ്യൻ അതു മുറിച്ചെടുത്തു കൊടുക്കുകയും ചെയ്തു.

ദ്രോണർക്ക് അർജുനനോട് പ്രത്യേക വാത്സല്യമാണെന്ന് *മഹാഭാരത*ത്തിൽനിന്നു കാണാം. അത് വ്യാസൻ വ്യക്തമാക്കിയിട്ടുമുണ്ട്. ഇത് എവിടെവരെ പോകുന്നുവെന്നു നോക്കണം. ഒരിക്കൽ ദ്രോണർ ഹസ്തിനപുരിയിലെ അടുക്കളക്കാരനെ വിളിച്ച് കൂരിരുട്ടത്ത് അർജുനന് ചോറു കൊടുക്കരുത് എന്നു പറഞ്ഞു. താൻ ഇങ്ങനെ പറഞ്ഞുവെന്ന് അർജുനനെ അറിയിക്കരുതെന്നും നിർദേശിച്ചു. പിന്നെ ഒരിക്കൽ അർജുനൻ ഉണ്ണുമ്പോൾ കാറ്റടിച്ചു വിളക്കു കെട്ടു. എന്നിട്ടും അർജുനന്റെ ചോറെടുത്ത കൈ വായിൽത്തന്നെ ചെന്നുവത്രെ. ഇത് കനപ്പെട്ട ഉദാഹരണമേയല്ല. ആരായാലും ഏതിരുട്ടത്തും ആഹാരമെടുത്ത കൈ വായിലേക്കുതന്നെ പോകും. ഇത് വ്യാസനറിയാഞ്ഞല്ല, തന്റെ ശിഷ്യനോടുള്ള ദ്രോണരുടെ സ്നേഹം വലിയ കാര്യമല്ലാത്ത സംഗതിവരെ പറയാൻ ദ്രോണരെ പ്രേരിപ്പിച്ചിരുന്നു എന്നു പരോക്ഷമായി കാട്ടുകയല്ലേ ഇതുകൊണ്ട്?

ഏകലവ്യകഥ തുടരുന്നു

ഏകലവ്യനെ പിന്നെ നാം കാണുന്നത് ആദ്യം മഥുരയിൽ കൃഷ്ണശത്രുവായ ജരാസന്ധന്റെ കൂടെയും വീണ്ടും ദ്വാരകയിൽ പൗണ്ഡ്രകരാജാവിന്റെ കൂടെയുമാണ്. എന്താണിതിനർഥം? അയാൾ തള്ളവിരൽ മുറിച്ച് ഗുരുദക്ഷിണ നൽകി. എങ്കിലും ദ്രോണർ ചെയ്ത അനീതി അയാൾ മറന്നില്ല. അതിനു കാരണക്കാർ പാണ്ഡവരും പ്രത്യേകിച്ച് അർജുനനുമാണെന്ന് അയാൾ മനസിലാക്കിയിരുന്നു. തന്റെ സാമൂഹ്യനിലയെപ്പറ്റിയുള്ള എതിർപ്പ്, ഗുരുവിന്റെ ക്രൂരമായ പക്ഷപാതം എല്ലാം മനസിൽ കിടന്നു നീറി. കൃഷ്ണൻ പാണ്ഡവപക്ഷമാണ്. അർജുനൻ കൃഷ്ണന്റെ ഏറ്റവും വലിയ കൂട്ടുകാരനാണ്. ആ കൃഷ്ണനോടുള്ള എതിരുകൊണ്ടാണ് ഏകലവ്യൻ ജരാസന്ധന്റെയും പിന്നെ പൗണ്ഡ്രകരാജാവിന്റെയും പക്ഷത്തു നിന്നു പോരാടിയത്. അയാൾ തോറ്റുവെന്നതു വേറെ കാര്യം. പക്ഷേ, അയാൾ സ്വന്തം ശസ്ത്രവിദ്യാവിചക്ഷണത കാട്ടിയിട്ടാണു മരിച്ചത്. തള്ളവിരൽ പോയിട്ടും അയാൾ മിടുക്കനായ വില്ലാളിയായി വളർന്നു. അനേകം യാദവരെ അയാൾ അമ്പെയ്തു വകവരുത്തി എന്ന് *മഹാഭാരത*ത്തിൽ തന്നെ പറഞ്ഞിരിക്കുന്നു.

ഏകലവ്യന്റെ കഥ *മഹാഭാരത*ത്തിലെ പ്രസിദ്ധമായ ഉപാഖ്യാനമാണ്. വ്യാസൻ ഈ ഉപകഥ പലയിടത്തായി പറഞ്ഞിരിക്കുന്നു. ആദ്യം ദ്രോണപാണ്ഡവന്മാരുടെകൂടെ ഹസ്തിനപുരത്തിലും പിന്നെ, ദ്വാരകയിലും അയാളുടെ കഥ വ്യാസൻ തുടരുകയാണ്. ഒരു പരിസമാപ്തിയിലെത്തിക്കുകയാണ്. ആ കഥയുടെ തുടർച്ചയും പ്രാധാന്യവും വ്യാസൻ നമുക്കു

വ്യക്തമാക്കിത്തരികയാണെന്നു ഞാൻ കരുതുന്നു.

ഹിരണ്യകശിപുവും പ്രഹ്ലാദനും മഹാബലിയും

ഹിരണ്യകശിപുവിന്റെ കഥ ഭാരതത്തിലാകെ പ്രസിദ്ധമാണ്. മഹാബലിയുടെ നാമധേയം കേരളത്തിലെ മഹാനായ രാജാവെന്ന നിലയിൽ നമുക്കു പ്രിയപ്പെട്ടതുമാണ്. ഇവരുടെ രണ്ടുപേരുടെയും കഥ ചുരുങ്ങിയ രൂപത്തിൽ ഇവിടെ പറയേണ്ടത് ആവശ്യമാണ്. ആര്യന്മാരുടെ ആശയവും അധികാരവും ഇന്ത്യയിൽ വ്യാപിച്ചതിന്റെ ചരിത്രമാണ് ഇതിലുള്ളതെന്ന് *മഹാഭാരതം* വായിച്ചാൽ വ്യക്തമായി മനസിലാകും.

ബ്രഹ്മാവ് മനുഷ്യവംശങ്ങളെ സൃഷ്ടിച്ചു. അക്കൂട്ടത്തിൽ രണ്ടു സഹോദരന്മാരുണ്ടായി — ഹിരണ്യകശിപുവും ഹിരണ്യാക്ഷനും. അസുരന്മാരായ ഇവരെ നിഹനിക്കാനാണ്, വിഷ്ണു വരാഹത്തിന്റെയും നരസിംഹത്തിന്റെയും അവതാരങ്ങൾ എടുത്തത് എന്നു പുരാണപ്രസിദ്ധം. ബ്രഹ്മാവ് തന്റെ സൃഷ്ടിവർഗത്തിൽപ്പെട്ട എല്ലാവർക്കും ഓരോ അധിപതിയെ തെരഞ്ഞെടുത്തുവത്രെ. ആദ്യകാലത്തു ചിറകുണ്ടായിരുന്ന പർവതങ്ങൾ പറന്നുചെന്ന് ഹിരണ്യാക്ഷന്റെ രാജ്യത്തെ ഒരു തടാകത്തിലിറങ്ങി എന്നാണ് കഥ. എന്നുവെച്ചാൽ ഹിരണ്യാക്ഷന്റെ രാജ്യം പർവതപ്രദേശത്തായിരുന്നു. അയാൾ ഗിരിവർഗക്കാരനുമായിരുന്നു. ദേവന്മാരുടെ രാജാവായ ഇന്ദ്രൻ അവിടെയെത്തി, ഹിരണ്യാക്ഷനോടു തന്റെ ആധിപത്യം സ്വീകരിക്കാൻ ആവശ്യപ്പെടുന്നു (ആര്യന്മാരുടെ പ്രവേശം ഓർമിക്കുക). ഹിരണ്യാക്ഷനും അസുരന്മാരും ഇന്ദ്രനെതിരായി യുദ്ധംചെയ്തു ഇന്ദ്രനെ സ്തംഭിപ്പിച്ചു. അപ്പോൾ വിഷ്ണു വരാഹരൂപം കൈക്കൊണ്ടു വന്ന് ഹിരണ്യാക്ഷനെ കൊന്നു. വലിയ ആര്യവർഗസംഘങ്ങൾ ആക്രമിച്ചതും വന്യമൃഗങ്ങളെ ഇളക്കിവിട്ടതുമാകാം കഥ. ഇന്ദ്രൻ പർവതങ്ങളുടെ ചിറകു മുറിച്ചുകളഞ്ഞുവത്രെ. ഗിരിപ്രദേശത്തെ വൃക്ഷങ്ങളും സസ്യങ്ങളും നശിപ്പിച്ചു എന്നർഥം. 'കറുത്തവരും അനാസ (മൂക്കു പതിഞ്ഞവർ) ന്മാരുമായ ദസ്യുക്കളെ നശിപ്പിക്കണേ' എന്നു യാഗത്തിൽ ഇന്ദ്രനോടു പ്രാർഥിക്കുന്നത് ഋഗ്വേദത്തിൽ പലയിടത്തും കാണാം. അതിന്റെ ഒരു പ്രയോഗമായിരുന്നു ഇത്.

പിന്നെ ഹിരണ്യകശിപു അധികാരിയായി. അപ്പോൾ വിഷ്ണു, നരസിംഹത്തിന്റെ രൂപത്തിൽ അയാളുടെ മുമ്പിൽ ചെന്നു. നല്ല പട്ടിയെ പേപ്പട്ടിയെന്നു വിളിച്ചിട്ട് അതിനെ തല്ലിക്കൊല്ലുന്ന സമ്പ്രദായമാണ് ഹിരണ്യകശിപുവിനോട് ആര്യന്മാർ അനുവർത്തിച്ചത്. ഹിരണ്യകശിപു രാജ്യദ്രോഹം നടത്തുന്നു എന്നാണ് അവർ പ്രഖ്യാപിച്ചത്. ഹിരണ്യകശിപുവിന്റെ പുത്രനാണ് പ്രഹ്ലാദൻ, അഞ്ചു മക്കളിൽ മൂത്ത ആൾ. അസുരന്മാരും നരസിംഹവും തമ്മിൽ യുദ്ധമായി. ഹിരണ്യകശിപുവുമായുള്ള ഏറ്റുമുട്ടൽ കുറെ നീണ്ടുനിന്നു. അങ്ങനെ എളുപ്പം അയാളെ തോൽപ്പിക്കാൻ കഴിഞ്ഞില്ല. ഒടുവിൽ നരസിംഹം ഹിരണ്യകശിപുവിനെ വയറു കീറി കൊന്നു.

ഹിരണ്യകശിപുവിന്റെ പുത്രനാണ് മഹാബലി. അദ്ദേഹമാണ് പിന്നെ രാജാവാക്കപ്പെട്ടത്. ആദ്യം പ്രഹ്ലാദനെ ആര്യപക്ഷക്കാർ എങ്ങനെയോ തങ്ങളുടെ ഭാഗത്തേക്കു സ്വാധീനിച്ചെടുത്തിരുന്നു. അങ്ങനെയാണ് പുരാണപ്രസിദ്ധമായ പ്രഹ്ലാദകഥ ഉണ്ടായത്. പക്ഷേ, മുത്തച്ഛനായ ഹിരണ്യകശിപുവിനെ തന്ത്രവുംകൂടി ഉപയോഗിച്ചാണ് വധിച്ചതെന്നു കണ്ടപ്പോൾ പ്രഹ്ലാദൻ ആര്യപക്ഷക്കാരുടെ മനസ്സ് മനസിലാക്കി. കാരണം, മഹാബലിയും ആര്യവർഗക്കാരും തമ്മിലുള്ള യുദ്ധത്തിൽ പ്രഹ്ലാദൻ പിന്നീട് അച്ഛനുവേണ്ടി അതിഗംഭീരമായി യുദ്ധംചെയ്യുന്നു. അത് *മഹാഭാരത*ത്തിൽ വിശദമായി വർണിക്കുന്നുമുണ്ട്. അപ്പോൾ 'വിഷ്ണുഭക്തനായ പ്രഹ്ലാദൻ' എന്ന കഥയെവിടെ?

മഹാബലിയും ദേവന്മാരും തമ്മിൽ സുദീർഘമായ പോരാണ് നടന്നത്. അപ്പോഴെല്ലാം നിരന്തരം ദേവന്മാർ തോൽക്കുകയാണു ചെയ്തതെന്ന് ഭാരതത്തിൽ പറയുന്നു. ബലിയെ സഹായിക്കാൻ അനേകം അസുരനേതാക്കളും സൈന്യങ്ങളും ഇന്ദ്രന്റെ നേതൃത്വത്തിൽ, ദേവന്മാരും സൈന്യവും, സർവത്ര തോറ്റോടിയ ദേവസൈന്യം ഇന്ദ്രനെ അഭയം പ്രാപിക്കുന്നു. തീകൊണ്ട് അസുരന്മാരെ നശിപ്പിക്കാൻ ശ്രമിച്ചിട്ടും മഹാബലി തോറ്റില്ല. ശക്തിയായി പോരാടാൻ പ്രഹ്ലാദനാണു വീണ്ടും മഹാബലിക്കു പ്രേരണ നൽകുന്നത്. മഹാബലിയും ഇന്ദ്രനും നേരിട്ടു പോരാടി. ഇന്ദ്രൻ തോറ്റു. ദേവന്മാർ ബ്രഹ്മാവിന്റെ മുമ്പിൽ ചെന്ന് ആലോചിച്ച് വിഷ്ണുവിന്റെ അടുത്തെത്തി. അവർ ഒരു തന്ത്രം ആലോചിക്കുകയായിരുന്നു എന്ന് സ്പഷ്ടം. കാരണം, അപ്പോഴാണ് വിഷ്ണു വാമനനായി വന്നത്. അതു നേരിട്ടുള്ള യുദ്ധമല്ലായിരുന്നുവെന്നും ഏറ്റവും വലിയ ഗൂഢമാർഗമുപയോഗിച്ചാണ് വാമനൻ മഹാബലിയെ വകവരുത്തിയതെന്നും നമുക്കറിയാം. ആ കഥ വിവരിക്കുന്നില്ല. മഹാബലിയുടെ യജ്ഞശാലയിൽ പ്രവേശിച്ച് മൂന്നടി സ്ഥലം ചോദിച്ചു. ലോകങ്ങൾ മൂന്നും (എന്നുവച്ചാൽ ബലിയുടെ രാജ്യം മുഴുവനും അയാളെയും എന്നർഥം) കൈവശപ്പെടുത്തി. അയാളെ പാതാളത്തിലേക്കു ചവിട്ടിത്താഴ്ത്തുകയുംചെയ്തു. വാമനൻ കൈയിൽവന്ന ഭൂമി വിഭജിച്ച് ഭരണച്ചുമതല പലരെ ഏൽപ്പിച്ചു എന്നു പറയുന്നുണ്ട്. ബ്രാഹ്മണർ തെക്കൻപ്രദേശത്തു പ്രദേശങ്ങൾ കൈവശപ്പെടുത്തിയ പ്രത്യക്ഷമായ കഥയാണത്. വാമനനുശേഷം പരശുരാമനാണ്. പരശുരാമൻ കേരളത്തിൽ ബ്രാഹ്മണരെ ഉറപ്പിച്ച ആളാണല്ലോ.

മഹാബലിയെ പാതാളത്തിലേക്കു വിട്ടുവെന്നുവെച്ചാൽ സമ്പൂർണമായി കീഴടക്കി എന്നതാണർഥം.

12

കൃഷ്ണനും യാദവവംശവും

കൃഷ്ണൻ യാദവവംശക്കാരനായിരുന്നു. *മഹാഭാരത*ത്തിലെ അനേകം വംശങ്ങളിൽ യാദവവംശത്തിനു പല പ്രത്യേകതകളും പറയാനുമുണ്ട്. ശ്രീകൃഷ്ണന്റെ ജനനവളർച്ചകൾക്കുശേഷം പല വികാസ പരിണാമങ്ങളും അതിനുണ്ടായി. സാമൂഹ്യശാസ്ത്രപരമായിപ്പറഞ്ഞാൽ അവർ ആടുമാടുകളെ മേയ്ച്ചു ജീവിക്കുന്ന ഒരു വിഭാഗമായിരുന്നു. അതായത്, ഇടയവർഗം - (ഗോത്രം) പാസ്റ്റോറൽ ട്രൈബ്. സ്വാഭാവികമായും പാസ്റ്റോറൽ ട്രൈബുകൾ പരിഷ്കാരത്തിൽ താരതമ്യേന പിന്നിലായിരിക്കുമെന്നുള്ളത് ചരിത്രയാഥാർഥ്യമാണ്. അമ്പാടിയിലെ താമസക്കാലത്ത് ഈ ഗോപാലകവർഗത്തിലെ ഏറ്റവും വലിയ വ്യഥ വർധിച്ചുവന്ന ചെന്നായ്ക്കൂട്ടം ആടുമാടുകളെ തിന്നു നശിപ്പിക്കുന്നു എന്നതായിരുന്നു. ഗോപാലക കുടിലുകളിൽനിന്ന് എന്നും ഇതുമൂലം മനുഷ്യരുടെ കരച്ചിലായിരുന്നു. മറ്റെങ്ങോ മാറിത്താമസിക്കണമെന്ന ആവശ്യം മൂലമാണ് കൃഷ്ണനും കൂട്ടരും വൃന്ദാവനത്തിലേക്കു പോയത്. അവിടെവച്ച് യമുനയെ ശുദ്ധമാക്കുകയും (കാളിയമർദനം) വനം തെളിച്ചെടുക്കുകയും ആന തുടങ്ങിയവ ചെയ്യുന്ന സസ്യനാശം തടയുകയും (ധേനുകബന്ധനം) മറ്റും ബലരാമനും ശ്രീകൃഷ്ണനുംകൂടി ചെയ്തു. പിന്നെ ശ്രീകൃഷ്ണനും ഗോപന്മാരും വൃന്ദാവനപ്രദേശത്തെ കാടു സംരക്ഷിക്കാനും കൃഷിചെയ്യത്തക്കവിധം അത് തെളിച്ചെടുക്കാനുമാണ് ശ്രമിച്ചത്. വൃന്ദാവനത്തിൽ ഇന്ദ്രോത്സവം നടത്തുന്ന പതിവുണ്ടായിരുന്നു. ഇടയന്മാർക്ക് വനങ്ങളും കുന്നുകളുമാണ് ദൈവങ്ങളെന്നും ഇന്ദ്രന് അതിൽ ഒരു കാര്യവുമില്ലെന്നും അടുത്തുള്ള പർവതത്തെ പൂജിച്ചാൽ മതിയെന്നും കൃഷ്ണൻ ഗോപന്മാരെ പറഞ്ഞു മനസിലാക്കിക്കൊടുക്കുന്നു. ഇതാണ് ഗോവർധനപർവതത്തിന്റെ ഉത്ഭവകഥ. ഇന്ദ്രൻ മഴകൊണ്ടു പ്രളയം സൃഷ്ടിച്ചിട്ടും തോറ്റു

പോയി എന്നത് ശ്രീകൃഷ്ണൻ ഗോപകന്മാരിൽ ജനിപ്പിച്ച ആത്മവിശ്വാസത്തിന്റെ കഥയാണ്. താൻ എന്താണു ചെയ്യുന്നതെന്നു കാലക്രമത്തിൽ മനസിലാകുമെന്നാണ് കൃഷ്ണൻ ഗോപന്മാരോടു പറയുന്നത്. കൂടുതൽ പരിഷ്കൃതമായ കാർഷികവൃത്തിയിലേക്ക് ശ്രീകൃഷ്ണൻ തന്റെ ജനങ്ങളെ നയിക്കുകയാണ്.

ഈ കാലത്ത് കൃഷ്ണനും ബലരാമനും സാന്ദീപനി മഹർഷിയുടെയടുക്കൽ വിദ്യാഭ്യാസം ചെയ്തു. അമ്മാവനായ കംസനെ കൊന്നത് വ്യക്തിപരമായ ധർമബോധത്തോടൊപ്പം സാമൂഹ്യമായ വിശാലദൃഷ്ടിയോടുംകൂടിയായിരുന്നു. സാധുക്കളുടെ പേരിലാണ് ആ വധത്തിനു വ്യാഖ്യാനം നൽകിയത്. ഉഗ്രസേനനെ പകരം അധികാരത്തിൽ സ്ഥാപിച്ചത് ഈ നയത്തിന്റെ തുടർച്ചയായിരുന്നു. അവിടംതൊട്ട് കൃഷ്ണൻ നിരന്തരമായി രാഷ്ട്രീയകാര്യങ്ങളിൽ ഇടപെട്ടുകൊണ്ടിരുന്നു. അതിന്റെ ഏറ്റവും വലിയ സാഹചര്യം കൗരവപാണ്ഡവ വിഭാഗങ്ങളുടെ തർക്കവും യുദ്ധവും അതിന്റെ പരിസമാപ്തിയുമായിരുന്നു.

അനേകം ഗോത്രങ്ങൾ

കൃഷ്ണൻ വളരെ ചെറുപ്പത്തിൽത്തന്നെ യാദവരുടെ നേതാവായി. അച്ഛന്റെ സഹോദരിയായ കുന്തിയെ പാണ്ഡു കല്യാണം കഴിച്ചതിൽക്കൂടി അന്നത്തെ ഏറ്റവും പ്രബലരായ ചന്ദ്രവംശക്കാരുമായി ബന്ധത്തിലായി. പാണ്ഡവർ പാഞ്ചാലിയെ വിവാഹം ചെയ്തപ്പോൾ പാഞ്ചാല രാജ്യവുമായും അടുപ്പമായി. ഇവിടെയാണ് *മഹാഭാരത*ത്തിലെ അനേകം വംശങ്ങളിൽ യാദവർക്കുള്ള പ്രത്യേകത പറയാനുള്ളത്. യദുവിന്റെ വംശപരമ്പരയിൽപ്പെട്ടവർ എന്ന നിലയ്ക്ക് യാദവർ പുരുവംശത്തിൽപ്പെട്ടവരാണെന്ന് അവകാശപ്പെട്ടിരുന്നുവെങ്കിലും അവർക്ക് ആര്യന്മാരല്ലാത്ത വിഭാഗങ്ങളുമായിട്ടാണ് കൂടുതൽ ബന്ധമുണ്ടായിരുന്നത്. ആര്യന്മാരുടെ ധർമങ്ങൾ അതേപടി ആചരിക്കുന്നവരായിട്ടല്ല അവരെ പുരാണേതിഹാസങ്ങളിൽ കാണുന്നത്. ഇതെല്ലാംകൊണ്ടുതന്നെയായിരിക്കണം യാദവരുടെ ശാഖകളെ അസുരന്മാരെന്നാണ് വിളിച്ചിരുന്നത്. ഇന്ത്യയുടെ വടക്കു പടിഞ്ഞാറേ അറ്റത്തും വടക്കേ അറ്റത്തും പാർത്തിരുന്ന നീചർ, അപാച്യർ തുടങ്ങിയ ആദിമ ജനതയിൽ മറ്റൊരു കൂട്ടരായിട്ടാണ് യാദവരെയും കരുതിയിരുന്നത്. യാദവം എന്നാൽ, പശുക്കൂട്ടം എന്നർഥമാണ്. പശുക്കളെ വളർത്തി ജീവിക്കുന്ന ഈ വിഭാഗത്തിനു മറ്റു വിഭിന്ന ജാതിക്കാരുമായുണ്ടായിരുന്ന ആചാരവിവാഹാദികളിലെ ബന്ധങ്ങൾ കൃഷ്ണന്റെ വളർച്ചയിൽ അദ്ദേഹത്തിനു വളരെ പ്രയോജനപ്പെട്ടു. ഒപ്പം കുരുവംശക്കാരുമായുള്ള വിവാഹബന്ധവും മൈത്രിയും അവരുടെയുംകൂടെ പിൻബലം ലഭിക്കാൻ പ്രയോജനപ്പെട്ടു. യാദവർ സ്ഥാനമുള്ള ഒരു വംശമായി. ഒതുങ്ങാത്തവനോടു യുദ്ധം വെട്ടിയും മറ്റുള്ളവരുമായി പലതരം ബന്ധം സ്ഥാപിച്ചും കൃഷ്ണൻ ഒന്നാന്തരം രാഷ്ട്രീയനേതാവായി. കൂട്ടത്തിൽ യുദ്ധതന്ത്രജ്ഞനും മതാധ്യാപകനും തത്വജ്ഞാനിയുമായി അദ്ദേഹം.

ശ്രീകൃഷ്ണനുശേഷം ഭാരതാടിസ്ഥാനത്തിൽ ദേശീയത നേടിയ നേതാവ് മഹാത്മാഗാന്ധി മാത്രമാണ്.

രാക്ഷസന്മാർ, വാനരന്മാർ, അസുരന്മാർ, ദൈത്യന്മാർ, ദാനവന്മാർ, നാഗന്മാർ, നിഷാദന്മാർ, ദസ്യുക്കൾ, ദാസന്മാർ, ശാകന്മാർ, യവനന്മാർ, കംബോജർ, പുളിന്ദർ തുടങ്ങിയ അനേകം ഗോത്രങ്ങളുടെ പേരുകൾ ഭാരതചരിത്രത്തിൽ (*മഹാഭാരത*ത്തിലും) കാണുന്നുണ്ട്. ഇവർ ആര്യന്മാരല്ല, അതിനു പുറത്തുള്ളവരാണ്. രാക്ഷസന്മാർ എപ്പോഴും ആര്യവൈദികരുടെ എതിരാളികളാണ്. അതേസമയം മറ്റൊരു ആദിമഗോത്രമായ വാനരന്മാർ ആര്യന്മാരുമായി ബന്ധത്തിൽ കഴിഞ്ഞു പോന്നവരാണ്. ഇവരുടെ കൂട്ടത്തിൽ ഏറ്റവും താഴേക്കിടയിലുള്ള (പരിഷ്കാരത്തിൽ) ആദിമ കാട്ടാളവർഗക്കാരുണ്ട്. സംസ്കാരമില്ലാത്ത സാധുക്കളുണ്ട്. അർധപരിഷ്കാരം നേടിയ ട്രൈബുകളുമുണ്ട്. ഇവരെല്ലാംതന്നെ ഒരുവിധത്തിലല്ലെങ്കിൽ മറ്റൊരുവിധത്തിൽ ആര്യസംസ്കാരത്തിന്റെ വികാസത്തെ എതിർത്തിരുന്നു. ആര്യവിരോധികളായ രാക്ഷസന്മാർ, അസുരന്മാർ, ദൈത്യന്മാർ, ദാനവർ എന്നിവരോട് ആര്യന്മാർക്ക് ഓരോ ഘട്ടത്തിൽ വ്യത്യസ്തമായ മനോഭാവങ്ങളുണ്ടായിരുന്നു. പുരാണങ്ങളിൽ കാണുന്ന ഈ പ്രതിഭാസം ചരിത്രപഠനത്തിനു നമ്മെ സഹായിക്കും. ആദ്യം അവരെല്ലാം മനുഷ്യജീവികളാണെന്ന് ആര്യന്മാർ അംഗീകരിച്ചിരുന്നു. പക്ഷേ, തങ്ങളുടെ എതിരാളികളാണ് അവരെന്ന് അനുഭവത്തിൽനിന്നും അറിഞ്ഞപ്പോൾ അവർ അന്യരായി, വെറുക്കപ്പെട്ടവരായി, ശത്രുക്കളും കാട്ടാളന്മാരുമായി. ഇത്തരക്കാരെ പിന്നെ ഭീകരന്മാരായ മനുഷ്യവിരോധികളെന്നു മുദ്രയടിച്ചു. അതും കഴിഞ്ഞ് അവർ പിശാചുക്കളും ഭീകരസൃഷ്ടികളുമായി ചിത്രീകരിക്കപ്പെട്ടു. നിഷാദരും ദാസന്മാരും ദസ്യുക്കളും പുളിന്ദരും വിനതന്മാരും വളരെ പിന്നോക്കം കിടന്ന പ്രാകൃതഗണങ്ങളാണ്. നിഷാദന്മാർ ബ്രാഹ്മണപുരുഷനു ശൂദ്രസ്ത്രീയിൽ ജനിച്ചവരുമാകാമെന്നും *മനുസ്മൃതി*യിൽ പറയുന്നു. അവർ മ്ലേച്ഛന്മാരുമാണ്. ശാകന്മാരും യവനരും കംബോജരും മറ്റും വിദേശഗണങ്ങളുംകൂടിയാണ്. പുളിന്ദരും ശബരന്മാരും തെക്കേ ഇന്ത്യയിലെ ആദിമവർഗക്കാരാണ്.

ഇങ്ങനെ നാനാതരം ജീവിതരീതികളും ആചാരങ്ങളും സംസ്കാരനിലവാരങ്ങളുമുള്ള ജനങ്ങളുടെ കഥയാണ് *മഹാഭാരതം*. അവർക്കൊക്കെ എവിടെയാണ്, ധർമനീതിയും മോക്ഷവിചാരവും? പിന്നെങ്ങനെ *മഹാഭാരത*ത്തിൽ ഇതെല്ലാം വന്നു? അതു പറയാം. മനുഷ്യർക്കു നാലാണ്, പുരുഷാർഥങ്ങൾ (മനുഷ്യർക്കു വേണ്ടത്, മനുഷ്യർ ആഗ്രഹിക്കുന്നത്) പണ്ടേ പറയുന്നത്. പക്ഷേ, *ഋഗ്വേദ*ത്തിൽപ്പോലും അർഥ (ധനം)വും കാമവും (കാമവികാരവും മനുഷ്യന്റെ ആഗ്രഹങ്ങളും) മാത്രമേ ഉള്ളൂ. ധർമവും മോക്ഷവിചാരവും ഇല്ല. ആര്യന്മാർക്കുപോലും അന്ന് അത്രയും ചിന്തിക്കാൻ തക്ക വളർച്ച ഉണ്ടായിരുന്നില്ല. ആ സ്ഥിതിക്കു മുകളിൽ പറഞ്ഞ ട്രൈബുകൾക്ക് എങ്ങനെ അതുണ്ടാകും? കാലം വളരെ ചെന്നപ്പോഴാണ് ആര്യന്മാരും ഉന്നതമായ ചിന്തകളിലേക്കു

വളർന്നത്. അപ്പോൾ ഉപനിഷത്തും മറ്റുമുണ്ടായി. അതും കഴിഞ്ഞാണ് വേദവ്യാസൻ വേദങ്ങളെ ക്രോഡീകരിക്കുകയും *മഹാഭാരതം* എഴുതുകയും ചെയ്തത്. നാട്ടിൽ കേട്ട കഥകളെല്ലാം മുമ്പിലുണ്ട്. വേദം മാത്രമല്ല, ഉപനിഷത്തും അദ്ദേഹത്തിനറിയാം. തന്റെ ഇതിഹാസത്തിന് ഒരു കഥയും ഒരു തത്വവും വേണം. ഒരു മഹായുദ്ധവും അതിനു കാരണക്കാരായ വംശങ്ങളുടെ കഥയും അദ്ദേഹം സങ്കൽപ്പിച്ചു. അതിൽക്കൂടിക്കുഴഞ്ഞു കിടക്കുന്ന വിവിധ ജനവിഭാഗങ്ങളുടെ പല ആചാരമര്യാദകളും അദ്ദേഹം ഉൾപ്പെടുത്തി. പൊതുവായ തത്വത്തിന് ദൈവങ്ങളെയും മനുഷ്യന്റെ ചിന്തകളെയും അവതരിപ്പിച്ചു. കഥാസങ്കൽപ്പത്തിൽ ദൈവങ്ങളും അന്നോളം കേട്ടറിഞ്ഞ ബ്രാഹ്മണർ, ക്ഷത്രിയർ, ശൂദ്രർ, പിന്നെ നാനാ ജനവിഭാഗങ്ങൾ എന്നിവരും വന്നുകൂടി. ഉപനിഷത്തുകളിലെയും ധർമശാസ്ത്രങ്ങളിലെയും എല്ലാം തത്വങ്ങൾ പശ്ചാത്തലവുമായി. അപ്പോൾ കഥയും തത്വസംഹിതയുമായി. ഉജ്വല കഥാപാത്രങ്ങൾ ജന്മംകൊണ്ടു. *മഹാഭാരതം* എന്ന കാവ്യമുണ്ടായി. ഇതുവെറും സൂചനകളാണ്. മുഴുവൻ കാര്യം പറയണമെങ്കിൽ അനവധി പുസ്തകമെഴുതണം.

13

മഹാഭാരതത്തിലെ സ്ത്രീ-പുരുഷ ബന്ധങ്ങൾ

ശ്രീകൃഷ്ണന് പതിനാറായിരത്തിയെട്ടു ഭാര്യമാരുണ്ടായിരുന്നോ? ഉണ്ടായിരുന്നു എന്നാണ് നാം വിശ്വസിക്കുന്നത്. അതു നമുക്ക് ഒരു രസവുമാണ്. ഇതു സാധ്യമാണോ? ആണെങ്കിൽത്തന്നെ അതു യോഗ്യമായ ഒരു കാര്യമാണോ? കൃഷ്ണന്റെ 'രാസക്രീഡ' *മഹാഭാരത*ത്തിൽ (ഏഴാംഭാഗത്ത്) വർണിക്കുന്നുണ്ട്. ഗോപസ്ത്രീകളുമായുള്ള രതിക്രീഡയാണത്. ഗോപസ്ത്രീകൾക്ക് കൃഷ്ണനെ ഇഷ്ടമായിരുന്നു എന്നതിൽ അത്ഭുതമില്ല. പുരുഷന്റെ രൂപവും അസാധാരണവൈഭവവും സ്ത്രീകളെ ആകർഷിക്കും. അതാണ് ശ്രീകൃഷ്ണൻ ഇത്ര പ്രിയപ്പെട്ടവനായതിന് ഒരു കാരണം.

ശ്രീകൃഷ്ണനും രാധയുമായുള്ള പ്രേമകഥ ലോകപ്രസിദ്ധമാണ്. രാധ വൃന്ദാവനത്തിലെ വൃഷഭാനു എന്ന ഗോപവർഗക്കാരന്റെ മകളായിരുന്നുവത്രെ. പക്ഷേ, *മഹാഭാരത*ത്തിലെ ഹരിവംശത്തിൽ രാധയെപ്പറ്റി പറയുന്നില്ല. കൃഷ്ണൻ ദ്വാരകയിലേക്കു പോയതിനുശേഷം രാസലീലാമയനായ മനുഷ്യനെയല്ല നാം കാണുന്നത്. പന്ത്രണ്ടാം നൂറ്റാണ്ടിൽ (എ ഡി) ജീവിച്ചിരുന്ന ഭക്തകവിയായ ജയദേവൻ എഴുതിയ *ഗീതഗോവിന്ദ* (അഷ്ടപദി)ത്തിലാണ് രാധാമാധവന്മാരുടെ പ്രേമകഥ ആദ്യമായി വന്നത്. *ഭാരത*ത്തിലെ 'രാസക്രീഡ' എന്ന അധ്യായത്തിലെ വിവരണമാണ് ആ കവിതയ്ക്ക് ആധാരമായിനിന്നത് എന്നു സ്പഷ്ടം.

രാധയുമായുള്ള പ്രേമം ഒരിടത്തും ചെന്നെത്തുന്നില്ല. ശ്രീകൃഷ്ണന് എട്ടു ഭാര്യമാരായിരുന്നു. കുണ്ഡിന (വിദർഭരാജ്യം)ത്തിലെ രാജാവായ ഭീഷ്മകന്റെ പുത്രി രുക്മിണി, കാളിന്ദി (സൂര്യപുത്രി), മിത്രവിന്ദ (അവന്തിദേശം), സത്യ (അയോധ്യാരാജാവായ നഗ്നജിത്തിന്റെ മകൾ), ജാംബവതി (ജാംബവാന്റെ മകൾ), രോഹിണി (കൃഷ്ണന്റെ പിതൃസഹോദരി

യുടെ മകൾ), ലക്ഷണ (മദ്രരാജാവിന്റെ മകൾ), സത്യഭാമ (സത്രാജിത്തിന്റെ പുത്രി) എന്നിവരാണ് ആ എട്ടുപേർ. ഒന്നിലധികം ഭാര്യമാരുണ്ടായിരുന്നതിന്റെ വൈഷമ്യങ്ങളെല്ലാം ശ്രീകൃഷ്ണൻ അനുഭവിച്ചിട്ടുണ്ട്. ഇതിൽ മിക്കതും രാഷ്ട്രീയവിവാഹമായിരുന്നോ എന്ന് ആലോചിക്കാവുന്നതാണ്. ചാരുമതി എന്ന ഒരു മകൾ ഉൾപ്പെടെ പത്തു മക്കളും അദ്ദേഹത്തിനുണ്ടായി. പിന്നെ പറയുന്നു:

പതിനാറായിരം വേറെ സ്ത്രീകളെബ്ഭൂരിവിക്രമൻ
ഋഷീകേശൻ വേട്ടുകൊണ്ടാടിനാനേവരെയും സമം
ശ്ലാഘ്യഭൂഷാംബരകളെ സർവകാമത്തോടും സുഖം

അപ്പോൾ നമുക്കു ദഹിക്കാത്ത കാര്യം, *മഹാഭാരതം*തന്നെ പറഞ്ഞിരിക്കുന്നു!

ഒരു കാര്യം തോന്നുന്നുണ്ട്: നാട്ടിലുള്ള നൂറു കണക്കിനു പെൺകുട്ടികളെ സ്വന്തമാക്കുന്ന പരിപാടിയെപ്പറ്റി നാം ചിന്തിക്കേണ്ട. പണ്ടത്തെ പ്രവർത്തിയാരെപ്പോലെ പോകുന്നിടത്തെല്ലാം സംബന്ധം കൂടുന്ന ഏർപ്പാടും വേണ്ട. രുക്മിണിയെയും സത്യഭാമയെയും വിവാഹംചെയ്തതിനുശേഷം ഒരിക്കൽ പ്രാക്ജ്യോതിഷപുരത്തു വാണിരുന്ന നരകൻ എന്ന അസുരരാജനെ ശ്രീകൃഷ്ണൻ തോൽപ്പിക്കുന്നുണ്ട്. നരകൻ തന്റെ തടങ്കലിലിട്ടിരുന്ന പതിനാറായിരം കന്യകമാരെ അദ്ദേഹം മോചിപ്പിച്ച് ദ്വാരകയിലേക്കു കൊണ്ടുപോയി. ആ പതിനാറായിരത്തെട്ടു സ്ത്രീകളെ, അവർ അനാഥകളായി പോകാതിരിക്കാൻവേണ്ടി, ശ്രീകൃഷ്ണൻ പിൽക്കാലത്തു സംരക്ഷിച്ചു എന്നാണോ ആ പഴയ കഥയുടെ അർഥം? നരകം എന്നതിനു ധ്വന്യാത്മകമായ ഒരു പൊരുൾകൂടി സങ്കൽപ്പിച്ചാൽ നരകത്തിൽ കിടന്ന (ബുദ്ധിമുട്ടനുഭവിക്കുന്ന) തടവുകാരായ സ്ത്രീകളെ മോചിപ്പിച്ചു രക്ഷിച്ചു എന്നു വിചാരിക്കുമല്ലോ. പതിനാറായിരം എന്ന സംഖ്യ ഒത്തുവരുന്നതുകൊണ്ടുംകൂടിയാണ് ഇങ്ങനെ ആലോചിച്ചത്.

മുനിമാരും രാജാക്കന്മാരും സ്ത്രീകളും

മഹാഭാരതകാലത്ത് സ്ത്രീ-പുരുഷബന്ധങ്ങളിൽ, ഇന്നു നാം നോക്കുമ്പോൾ അനുചിതമെന്നു തോന്നത്തക്കവണ്ണം, കുത്തഴിഞ്ഞ പലതും കാണാം. അതു മുഴുവനും എന്തെന്നു ധരിക്കണമെങ്കിൽ, ഇനിയും ധാരാളം ഗവേഷണം നടത്തേണ്ടിവരും. ചരിത്രാതീത സാമൂഹ്യനിലകളെ അപഗ്രഥിച്ചു നോക്കേണ്ടിവരും. മുനിമാർക്കെല്ലാം ഭാര്യമാരുണ്ട്. ധാരാളം കുട്ടികളും ഉണ്ടാവാറുണ്ട്. അതെ മുനിമാർ മറ്റു സ്ത്രീകളിൽ കുട്ടികളെ ഉണ്ടാക്കുകയും എന്നിട്ട് അവരുടെ വഴിക്കു പോവുകയും ചെയ്യുന്നു. വൈദികകാലത്തെ ഏറ്റവും വലിയ രണ്ടു മുനിമാരായ വസിഷ്ഠനും വിശ്വാമിത്രനുംവരെ ഇക്കാര്യത്തിൽ മോശമല്ല. രാജാവുമായി ഗൂഢബന്ധമുണ്ടായാൽ തെറ്റില്ല എന്നു കണ്വമാമുനിതന്നെ ശകുന്തളയോടു പറയുന്നു. അവൾ ആശ്രമത്തിൽ കിടന്നു പ്രസവിച്ചിട്ടും പോരായ്മയൊന്നും കണ്വനും നാമും കൽപ്പിക്കുന്നില്ല. കുന്തിയുടെയും മാദ്രി

യുടെയും അനുഭവം വിവരിച്ചു പറയുന്നില്ല. ഭർത്താവിൽ കുട്ടികളുണ്ടാ കാതിരിക്കുമ്പോൾ, തനിക്ക് എങ്ങനെയും കുട്ടി ഉണ്ടാവട്ടെ എന്നു ഭാര്യ മാർ വിചാരിക്കാറുണ്ടോ? വിചാരിച്ചാൽത്തന്നെ അത് അവർ നടപ്പാ ക്കുമോ? കുട്ടിയില്ലാത്തതു ദുഃഖമാണ്. അതുകൊണ്ടു ഭർത്താവ് അറിഞ്ഞായാലും അറിയാതെയായാലും കുട്ടിയെ ജനിപ്പിക്കുന്നത് മറ്റൊരു നിത്യദുഃഖമായിരിക്കുകയില്ലേ? അപ്പോൾ 'ടെസ്റ്റ്യൂബ്' ശിശുക്കൾ കൊള്ളാ മെന്നു തോന്നിപ്പോകുന്നു. അതല്ല, ഇതിലൊന്നും കാര്യമില്ലെന്നാണോ കുന്തിയിലും മാദ്രിയിലുംകൂടി *മഹാഭാരതം* നമ്മെ പഠിപ്പിക്കുന്നത്? അവി ടെയും ഒരു പ്രയാസമുണ്ട്. അവിടെ സൂര്യന്റെയും കാലന്റെയും വായു വിന്റെയും ഇന്ദ്രന്റെയും പേരുകൾ പറയാനുണ്ടായിരുന്നു? അശ്വനിദേവ ന്മാരുടെ പിതൃത്വം പറയാനുണ്ടായിരുന്നു? ഇന്ന്, എന്തു ചെയ്യും? ഏത വന്റെ പേരു പറഞ്ഞാലും ഭർത്താവു സഹിക്കുമോ?

ദൈവങ്ങളും മനുഷ്യരും

യൗവനത്തിൽ വളർത്തച്ഛനായ കുന്തിഭോജന്റെ കൊട്ടാരത്തിൽ താമസിക്കുമ്പോൾ കുന്തി ദുർവാസാവ് മഹർഷിക്കു പരിചരണം ചെയ്തു. മഹർഷി തൃപ്തനായി കൊടുത്ത വരം കൊണ്ടാണ് കുന്തി യമധർമൻ തുടങ്ങിയ ദേവന്മാരിൽ പുത്രന്മാരെ സൃഷ്ടിച്ചത്. മഹർഷി നൽകിയ മന്ത്രം, കുന്തി, മാദ്രിക്ക് ഉപദേശിച്ചു കൊടുക്കുകയാണ്. അങ്ങനെയാണ് നകുല-സഹദേവന്മാരുടെ ജനനം. ദൈവങ്ങളും മനുഷ്യരും തമ്മിലുള്ള ബന്ധം ഇതിഹാസങ്ങളിലെ ഒരു മൗലികഭാവമാണ്. ഇതിഹാസകാല ത്തിനുമുമ്പ് ഗണഗോത്ര ജീവിതത്തിന്റെ (ട്രൈബൽജീവിതം) ആദ്യദശ യിലാണ് ഇതിന്റെ ആരംഭം. അന്നു മലദൈവങ്ങളും മറ്റുമായിരുന്നു മനുഷ്യരുടെ ആരാധനാപാത്രങ്ങൾ. അന്ന് ആ കഥകളൊക്കെ നാടോ ടിക്കഥകളായിരുന്നു; എഴുതിവച്ചിട്ടില്ല. പിൽക്കാലത്ത് ആ ദൈവങ്ങളു ടെയെല്ലാം രൂപവും ഭാവവും മാറി. മനുഷ്യനു ഭാഷ കൈവശം വന്ന താണ് ഈ മാറ്റത്തിനു വലിയ പ്രേരണയും സഹായവുമായത്. സങ്കൽപ്പ ങ്ങൾ എഴുതിവയ്ക്കാൻ കഴിഞ്ഞു എന്നതുതന്നെ. ദൈവങ്ങൾക്ക് സ്പഷ്ട മായ പേരുകളുണ്ടായി. സ്വാഭാവവിശേഷങ്ങളുണ്ടായി. എല്ലാം ആദിമ കാലത്തെ നാടൻ പ്രകൃതി ദൈവങ്ങളുടെ വികസിച്ച രൂപങ്ങളായിരുന്നു. നമ്മുടെ ഭാരതത്തിൽ ഇപ്രകാരം വരുണനും അഗ്നിയും സ്വാഹായും സവിതാവും എല്ലാവരുമുണ്ടായത് അങ്ങനെയാണ്. ഭാരതത്തിൽ ആദ്യം എഴുതപ്പെട്ട ഗ്രന്ഥം വേദമാണ്. അവയിലാണ് ഈ പേരുകൾ ആദ്യം വന്നതും.

എല്ലാം പ്രകൃതിശക്തികൾതന്നെ. ഇന്ദ്രൻ ഇടിമിന്നൽ കൈവശമുള്ള ആകാശദേവനാണ്. വരുണൻ കടൽ ഉൾപ്പെടെ സകല ജലാശയങ്ങളു ടെയും നാഥനാണ്. അഗ്നി സർവത്ര വ്യാപിച്ചുനിൽക്കുന്ന ശക്തിയാണ്. അങ്ങനെയങ്ങനെ മനുഷ്യന് സാധിക്കാത്ത കാര്യങ്ങൾ കാണിക്കണമെ ങ്കിൽ, ഈ ദേവശക്തികളുടെ അംശം അവനിലുണ്ടാവണം. ഇതിഹാസ

ങ്ങളിലെ പ്രമുഖ മനുഷ്യ കഥാപാത്രങ്ങൾ ആ സങ്കൽപ്പത്തിൽ സൃഷ്ടിക്കപ്പെട്ടവരാണ്. ഇതിൽ മനുഷ്യനെയും ദൈവത്തെയും ഏറ്റവും സമർഥമായി കൂട്ടിച്ചേർത്തു സൃഷ്ടിക്കപ്പെട്ട ഇതിഹാസകഥാപാത്രം ശ്രീകൃഷ്ണനാണ്. അതാണ് കൃഷ്ണൻ ഇത്ര ഉജ്വല വ്യക്തിയായത്. പ്രേമിക്കാനറിയാം, യുദ്ധം ചെയ്യാനറിയാം, രാജ്യതന്ത്രം അറിയാം, തത്വസംഹിത പ്രഖ്യാപിക്കാനറിയാം. മായാമയനാണ്. സ്വർഗഭൂമിപാതാളങ്ങൾ അദ്ദേഹത്തിനു സുപരിചിതമാണ്.

പാണ്ഡുവിന് കുട്ടികളുണ്ടാവുകയില്ലെങ്കിൽ അയൽരാജ്യത്തുനിന്നെങ്ങാനും കുട്ടികളെ ദത്തെടുത്താൽ പോരായിരുന്നോ? പാണ്ഡുഭാര്യയായ കുന്തിതന്നെ കുന്തീഭോജനാൽ ദത്തെടുക്കപ്പെട്ടവളല്ലേ? അങ്ങനെയല്ലേ പൃഥ എന്ന പെൺകുട്ടി കുന്തി ആയത്? അപ്പോൾ ദത്തു പോരാ, ദൈവികശക്തി അടങ്ങിയിട്ടുള്ള മക്കൾ വേണം. മഹാഭാരതയുദ്ധം നടത്തേണ്ടവരാണ്. അതുകൊണ്ട് എങ്ങനെ സൂര്യനും യമധർമനും ഇന്ദ്രനും കുട്ടികളെ ഉണ്ടാക്കി എന്ന പ്രശ്നം ഉദിക്കുന്നില്ല. അതു സങ്കൽപ്പസ്രഷ്ടമായ കഥതന്നെയാണ്. പക്ഷേ, യഥാർഥത്തിൽ കുട്ടികളുണ്ടായല്ലോ- ധർമപുത്രാദികൾ. എന്നുവച്ചാൽ മറ്റേതോ മനുഷ്യരിൽത്തന്നെയാണ്. അതിലെ സദാചാരലംഘനത്തിനു പരിഹാരം ഇതിഹാസ സങ്കൽപ്പം മാത്രമാണ്. ദുർവാസാവ് കുന്തിക്കു നൽകിയ വരവും ആ അർഥത്തിലെടുത്താൽ മതി.

*മഹാഭാരത*ത്തിൽ സതിയെപ്പറ്റി പറയുന്നുണ്ട്. ഏറ്റവും ഹീനമായ ഒരു സാമൂഹ്യാചാരമാണതെന്നു പരിഷ്കാരം പ്രാപിച്ച ലോകം സമ്മതിക്കും. സതിക്കു ന്യായം കണ്ടെത്താവുന്നത് *മനുസ്മൃതി*യിലാണ്. കുരുക്കളുടെ രാജവംശം *മനുസ്മൃതി*യുടെ അടിസ്ഥാനത്തിൽ ജീവിച്ചവരുമാണ്. പക്ഷേ, അതിലും വേദവ്യാസനു തെറ്റുപറ്റിയിട്ടില്ല. എല്ലായിപ്പോഴും 'സതി' ഇല്ല. ചിത്രാംഗദനും വിചിത്രവീര്യനും മരിച്ചപ്പോൾ അംബികയും അംബാലികയും സതി അനുഷ്ഠിച്ചില്ല. ദുഷ്യന്തന്റെ മഹത്തായ വംശം അന്യംനിൽക്കാൻ പാടില്ല എന്ന് സത്യവതിക്കു നിർബന്ധമുണ്ടായിരുന്നു. പാണ്ഡു മരിച്ചപ്പോൾ കുന്തി ചിതയിൽ ചാടിയില്ല. മാദ്രി മാത്രമാണ് സതി അനുഷ്ഠിച്ചത്. കുന്തി *മഹാഭാരത*ത്തിൽ അവസാനംവരെ വേണം. രുക്മിണിയായിരുന്നു ശ്രീകൃഷ്ണന്റെ പ്രധാന ഭാര്യ. കൃഷ്ണൻ മരിച്ചപ്പോൾ രുക്മിണി തീയിൽ ചാടി. അവർക്കു പിന്നെ ഒന്നും ചെയ്യാനില്ല.

ഈ അനാചാരത്തെക്കാൾ ഭീകരമാണ് മൗദ്ഗല്യമുനിയുടെ കഥ. മുനി സർവസുഖവുമനുഭവിച്ചു ജീവിച്ചു. ഒടുവിൽ കുഷ്ഠം പിടിച്ചു. ഭാര്യ, രാപകൽ മുനിയെ ശുശ്രൂഷിച്ചു. ഒരിക്കൽ മുനിയുടെ ഒരു കൈവിരൽ ചോറിൽ മുറിഞ്ഞുവീണു. ഭാര്യ അത് എടുത്തുമാറ്റി വച്ചിട്ട് ഉച്ഛിഷ്ടം ഭക്ഷിച്ചു. മുനി സന്തോഷിച്ചു. എന്തൊരു സന്തോഷമാണത്?

പക്ഷേ, ഈ കഥയുടെ ബാക്കി നാം കാണുന്നത് ദ്രുപദന്റെ മകളായി ജനിക്കുന്ന പാഞ്ചാലിയിലാണ്.

പാഞ്ചാലി

പാഞ്ചാലി കാമവികാരം തീരാത്തതുകൊണ്ട് പല ജന്മങ്ങൾ ജനിച്ച വളാണ്. മൗദ്ഗല്യമുനി ദേശാന്തരങ്ങളിൽ കൊണ്ടുപോയി. വായുവായും നദിയായും വൃക്ഷമായും ലതയായും എല്ലാം അനേകം കാലം രമിപ്പിച്ചിട്ടും അവൾക്കു കാമസമ്പൂർത്തി വന്നില്ല. മുനി എല്ലാം കഴിഞ്ഞു വിരക്തനായി തപസിനു പോകാൻ നിശ്ചയിച്ചപ്പോൾ 'എനിക്കു ആഗ്രഹം തീർന്നില്ല' എന്നു തുറന്നു പറഞ്ഞ് അവൾ മുനിയെ തടഞ്ഞു. അദ്ദേഹം ക്ഷോഭിച്ച് അവളെ ശപിച്ചു. അതും അവൾക്കു സഹായകമായി. ഇനിയും ജനിച്ചു കാമവാസനയ്ക്കു തൃപ്തി വരുത്തണമെന്ന് അവൾ തീരുമാനിച്ചു. അതിന്റെ വ്യഗ്രതയിൽ പലതവണ ശിവനോടും അവൾ വരം ചോദിച്ചു. അതാണ് അഞ്ചുതവണ 'നല്ല ഭർത്താവുണ്ടാവട്ടെ' എന്ന് ശിവൻ അനുഗ്രഹിച്ചത്. സിഗ്മണ്ട് ഫ്രോയിഡിനെപ്പോലെ ഒരു മാനസികാപഗ്രഥന വിദഗ്ധൻ പറയും മഹാഭാരതയുദ്ധത്തിനു കാരണം പാഞ്ചാലിയുടെ കാമവികാരമാണെന്ന്.

അടുത്ത ജന്മത്തിൽ അഞ്ചു ഭർത്താക്കന്മാരുണ്ടാകുമെന്ന് പരമശിവൻ പറഞ്ഞപ്പോൾ പാഞ്ചാലി (മുജ്ജന്മത്തിൽ) പ്രാർഥിച്ചതിങ്ങനെയാണ്:

"അഞ്ചു ഭർത്താക്കളുണ്ടാകുമെനിക്കു ദൃഢമെങ്കിലോ
അവരായ് സംഗമം തോറും കുമാരീത്വം ഭവിക്കണം
പതിശുശ്രൂഷകൊണ്ടിട്ട് മുന്നമേ സിദ്ധി നേടി ഞാൻ
ഭോഗേച്ഛയിൽ കിട്ടുമിതിൽ ഭോഗം സമ്പൂർണമാക്കണം."

എന്തൊരു വരപ്രാർഥനയാണിത്! ആലോചിച്ചാൽ നാം അങ്ങനെ അത്ഭുതപ്പെടേണ്ടതില്ല. പരമശിവനോട് അവൾ ഇങ്ങനെ പറയുന്ന ആ വാക്കുകൾതന്നെ അതിനു തെളിവ്. ഭർതൃശുശ്രൂഷ ധാരാളം ചെയ്തു. അതിന്റെ സാഫല്യം മുമ്പേ നേടിക്കഴിഞ്ഞു. ഇപ്പോൾ ഭോഗം സമ്പൂർണമാക്കണം. അതിനാണ് അവൾ പാഞ്ചാലിയായി ജനിച്ചത്. മഹാഭാരതത്തിൽ നിന്ന് പാഞ്ചാലിയെ എടുത്തുമാറ്റുക. പിന്നെ ആ കഥയില്ല. യുദ്ധവും ഇല്ല. അഞ്ചു ഭർത്താക്കന്മാരുണ്ടാകുമെന്ന് അറിഞ്ഞുകൊണ്ടുതന്നെ ജനിക്കുകയും എന്നിട്ടും പതിവ്രത എന്ന പേരു സമ്പാദിക്കുകയും ഈ അഞ്ചുപേരെയും ഉപദേശിച്ചും നിയന്ത്രിച്ചും മുമ്പോട്ടു കൊണ്ടുപോകുകയും ചെയ്യുന്ന ഈ പാത്രസൃഷ്ടി വേദവ്യാസന്റെ ഒരു അത്ഭുതകരമായ വിരുതു പ്രദർശിപ്പിക്കുന്നു. സമൂഹത്തിൽ യൂഥവിവാഹം നിലനിന്നിട്ടുണ്ട്. ബഹുഭാര്യാത്വവും ബഹുഭർതൃത്വവും പല ട്രൈബുകളിലും ഉണ്ടായിരുന്നു. കുറെയൊക്കെ ഇന്നുമുണ്ട്. പക്ഷേ, പാഞ്ചാലി ഇതിൽനിന്നെല്ലാം വ്യത്യസ്തമായി നിൽക്കുന്നു, അതാണത്ഭുതം.

*മഹാഭാരത*ത്തിലെ പ്രധാന സ്ത്രീകഥാപാത്രങ്ങളെ നോക്കുക. പരാശരന്റെ കുട്ടിയെ ലോകൈകജ്ഞാനിയായി വളർത്തിയെടുത്തു. ശന്തനു കൊടുത്ത സന്തതികൾ മരിച്ചിട്ടും വംശത്തെ അതിഗംഭീരമായി നിലനിർത്തി — അതാണ് സത്യവതി. പുരുഷനോട് വൈരാഗ്യം തീർക്കാൻ വേണ്ടി പല ജന്മങ്ങൾ ജനിച്ചു തന്റെ ലക്ഷ്യം നിർവഹിച്ചു ഭീഷ്മരെ

കൊന്നു — അതാണ് അംബ. ഒരു രാജ്യത്തിന്റെ ഭാഗധേയം കുറിക്കുമാറ് ശംബുവിനെയും ബസുവിനെയും സ്വന്തം വയറ്റിൽ ജനിപ്പിച്ചു. കുന്തി ഭർത്താവിന്റെ സമ്പൂർണ അടിമയും. അതേസമയം ഭർത്താവിന്റെയും മക്കളുടെയും അധർമസഞ്ചാരത്തെ മരണംവരെ എതിർത്തു ജീവിച്ചു ഗാന്ധാരി. കാമവികാരത്തിന്റെ സംതൃപ്തിക്കുവേണ്ടി ജീവിക്കുകയും ഭർത്താക്കന്മാരെ വരുതിക്കു നിറുത്തുകയും ഒരു യുദ്ധത്തിന്റെ കാരണക്കാരിയായിത്തീരുകയും ചെയ്തു പാഞ്ചാലി. പുരുഷകഥാപാത്രങ്ങളുടെ സ്ഥിതിയോ? ലോകം കണ്ടിട്ടുള്ള ഏറ്റവും വലിയ ജ്ഞാനികളും യുദ്ധവീരന്മാരും മാതൃകാപുരുഷന്മാരും. എല്ലാവരും മനുഷ്യന്റെ മിക്ക ദുർബലതകളുടെയും പ്രതീകങ്ങളായിരുന്നു. *ഭാരതം* വായിച്ചു തീരുമ്പോൾ, ഒരാൾ മാത്രം ശക്തനായി എല്ലാം കണ്ടവനായി, സമചിത്തനായി നില നിൽക്കുന്നു, വേദവ്യാസൻ. അദ്ദേഹം അവസാനം പറയുന്നു. "പാരം ശ്രേയസിനിച്ഛിപ്പോനെന്നും യത്നിച്ചു കൊള്ളണം."

14

വനവാസത്തിനുശേഷം

മഹാഭാരത കഥാഗതിയിൽ നാം എവിടെ നിൽക്കുന്നു?

ഇടയ്ക്ക് ശ്രീകൃഷ്ണന്റെ ജനനവും അമ്പാടിയിലെയും വൃന്ദാവനത്തിലെയും വളർച്ചയും നാം കണ്ടു. കംസവധംവരെ അവിടെ നടന്നു. കൃഷ്ണൻ മഥുരയുടെ രാജാവായില്ല. പകരം ഉഗ്രസേനൻ അവിടെ രാജസ്ഥാനത്ത് അവരോധിക്കപ്പെട്ടു.

നേരത്തെ പാണ്ഡവരുടെയും കൗരവരുടെയും കഥയിൽക്കൂടിയാണ് നാം മുമ്പോട്ടു പോയിരുന്നത്. പാണ്ഡവരുടെ വനവാസകാലത്തെ സംഭവങ്ങൾ വിവരിച്ചു.

പാണ്ഡവരുടെ വനവാസവും ഒരു വർഷത്തെ അജ്ഞാതവാസവും കഴിഞ്ഞു. തങ്ങൾ ധരിച്ചതുപോലെ അരക്കില്ലത്തിൽ കിടന്ന് പാണ്ഡവർ മരിച്ചിട്ടില്ലെന്നും പാഞ്ചാലരാജധാനിയിൽ ലക്ഷ്യം ഭേദിച്ച് പാഞ്ചാലിയെ കൊണ്ടുപോയത് അർജുനനാണെന്നും ദുര്യോധനൻ തന്റെ ചാരന്മാർ മുഖേന മനസിലാക്കി. അയാൾ ശകുനി, കർണൻ മുതലായവരുമായി ഭാവിയെപ്പറ്റി ഗൂഢമായി ആലോചിച്ചു. അവിടംതൊട്ടാണ് മഹാഭാരതയുദ്ധത്തിലേക്കു നയിക്കുന്ന സംഭവങ്ങൾ പ്രത്യക്ഷത്തിലും നിരന്തരമായും ആരംഭിക്കുന്നത്. അവ ക്രമാനുഗതമായി നമുക്കു കാണാവുന്നതാണ്.

കർണനും ശകുനിയും ദുര്യോധനനും മറ്റുമായുള്ള ഗൂഢസംഭാഷണങ്ങളിൽ പാണ്ഡവരെ ഉന്മൂലനം ചെയ്യണമെന്ന് ശകുനി വാദിച്ചു. അതല്ല, അവരുമായി യോജിച്ചുപോവുകയാണു നല്ലതെന്ന് സൗമദത്തി മുതലായവരും പറഞ്ഞു. ഉടനെ പറപ്പെട്ടു ചെന്ന് പാണ്ഡവന്മാരെ പാഠം പഠിപ്പിക്കണമെന്നായി കർണൻ. ദുര്യോധനൻ കർണന്റെ വാക്കാണു കേട്ടത്. സൈന്യവുമായി അയാൾ പാഞ്ചാലത്തിലെത്തി യുദ്ധംചെയ്തു. ദുര്യോധനനും കൂട്ടരും പരാജയപ്പെട്ടു മടങ്ങുന്നു.

ശ്രീകൃഷ്ണൻ ഈ വാർത്തയറിഞ്ഞ് പാഞ്ചാലത്തിലെത്തി, അവരെ സമാധാനിപ്പിച്ചു. കുറച്ചുനാൾ അവരോടൊത്ത് പാഞ്ചാലനഗരത്തിൽ താമസിക്കുകയും ചെയ്തു.

ഹസ്തിനപുരത്തിൽ ഒളിഞ്ഞും തെളിഞ്ഞുമുള്ള സംഭാഷണമാകെ പാണ്ഡവരെപ്പറ്റിയായിരുന്നു. വിദുരരും ധൃതരാഷ്ട്രരും തമ്മിൽ പാണ്ഡവരെപ്പറ്റി സംസാരിച്ചു. അവർക്കനുകൂലമായി അഭിപ്രായം മറച്ചുവെച്ച് ധൃതരാഷ്ട്രർ സംസാരിച്ചത് ദുര്യോധനനും കർണനും കേട്ടു. അവർ പരിഭവിച്ച് ധൃതരാഷ്ട്രരോട് തങ്ങളുടെ തീരുമാനത്തെപ്പറ്റി അറിയിച്ചു. അവരുടെ തീരുമാനം പറയുവാൻ ധൃതരാഷ്ട്രർ ആവശ്യപ്പെട്ടു. പാണ്ഡവരെ കുടുക്കിൽപ്പെടുത്തുക എന്നതാണ് തങ്ങളുടെ തീരുമാനമെന്ന് ദുര്യോധനൻ അച്ഛനോടു പറഞ്ഞു. അത് വിശദീകരിക്കുകയുംചെയ്തു. പാണ്ഡവരെ ഭിന്നിപ്പിക്കാമെന്നും പാഞ്ചാലരാജാവിനു കൈക്കൂലികൊടുത്തു വശീകരിക്കാമെന്നുമുള്ള ദുര്യോധനന്റെ വിചാരങ്ങൾ മൗഢ്യമാണെന്ന് കർണൻതന്നെ തുറന്നുപറഞ്ഞു. ആക്രമിച്ചു കീഴടക്കുകതന്നെയാണ് മാർഗമെന്നത്രെ അയാളുടെ പക്ഷം. ഭീഷ്മർ ഇതൊക്കെ കേട്ടിരിക്കുകയായിരുന്നു. ദുര്യോധനന്റെ വഞ്ചനാചിന്തയും കർണന്റെ സമരചിന്തയും നല്ലതല്ലെന്ന് ഭീഷ്മർ തുറന്നു പറഞ്ഞു. പാണ്ഡവർക്ക് അവകാശപ്പെട്ട രാജ്യത്തിന്റെ ഭാഗം അവർക്കു കൊടുക്കുക; അവരുമായി അങ്ങനെ രമ്യതയിൽ കഴിയുക. അതാണു വേണ്ടതെന്ന് ഭീഷ്മർ കൗരവരെ ഉപദേശിച്ചു.

ഭീഷ്മർക്കു പുറകേ ദ്രോണരും ഇതേ അഭിപ്രായംതന്നെ പറഞ്ഞു. അപ്പോഴും കർണൻ പല കൊള്ളിവാക്കുകളും ഉപയോഗിച്ച് ആ നിർദേശങ്ങളെ എതിർത്തു. ദ്രോണർ വികാരഭരിതനായി. അദ്ദേഹം പറഞ്ഞു: "ഞാൻ പറയുന്നതു കേൾക്കാതെ തന്നിഷ്ടംപോലെ പ്രവർത്തിക്കുകയാണെങ്കിൽ ഏറെത്താമസിയാതെ അതുമൂലം കുരുവംശംതന്നെ നശിക്കും." തുടുർന്ന് വിദുരരും പറഞ്ഞു: "കർണനും ശകുനിയും മറ്റും നിർദേശിക്കുന്നത് നാശത്തിനാണ്. ഭീഷ്മദ്രോണന്മാരുടെ അഭിപ്രായം സ്വീകരിക്കുകയാണ് നമുക്കു നല്ലത്." ഇവിടെ സൽബുദ്ധി അൽപ്പം വിജയിക്കുകയാണ്. ഭീഷ്മരുടെയും ദ്രോണരുടെയും അഭിപ്രായങ്ങൾ ശരിയെന്നു തീരുമാനിച്ചു. പാണ്ഡവരെ പാഞ്ചാലത്തുനിന്നു കൂട്ടിക്കൊണ്ടു വരാനായി ധൃതരാഷട്രർ വിദുരരെ അയയ്ക്കുന്നു. വിദുരർ ദ്രുപദരാജാവിനെ കണ്ട് ധൃതരാഷ്ട്രരുടെ സന്ദേശം അറിയിച്ചു. ദ്രുപദന്റെ അനുമതിയോടും ശ്രീകൃഷ്ണന്റെ ആലോചനയോടുംകൂടി പാണ്ഡവർ വിദുരരുടെകൂടെ ഹസ്തിനപുരയിലേക്കു പോകുന്നു. അവിടെ പൗരന്മാർ പാണ്ഡവരുടെ തിരിച്ചുവരവിനെ സഹർഷം സ്വാഗതംചെയ്തു. കുറെക്കാലം കഴിഞ്ഞു. ധൃതരാഷ്ട്രർ രാജ്യം രണ്ടായി പകുത്തു; പാണ്ഡവരെ ഇന്ദ്രപ്രസ്ഥത്തിലേക്ക് അയയ്ക്കുന്നു.

ഇന്ദ്രപ്രസ്ഥം

പാണ്ഡവർ പുതിയ സ്ഥലത്ത് മനോഹരമായ ഒരു നഗരം പണിയുന്നു. ഉയർന്ന കോട്ടകളും വലിയ കിടങ്ങുകളും മണിമേടകളും ഗരുഡാഗാരങ്ങളും വീതിയുള്ള പാതകളും കവാടങ്ങളും കാവൽക്കാരും എല്ലാം ചേർന്ന് അത്യന്തം ശോഭിച്ചു ആ നഗരം. പൂങ്കാവുകളും പക്ഷിമൃഗാദികളും വൃക്ഷലതാദികളും ചിത്രഗേഹങ്ങളും പൊയ്കകളും പലതരം പൂക്കളും തടാകങ്ങളും എല്ലാം അതിനെ ഹൃദയാവർജകമാക്കി. ഇങ്ങനെ മനോഹരമായ ആ ഖാണ്ഡവദേശത്തെ രാജധാനിയിൽ പാണ്ഡവരെ വാഴിച്ചശേഷം ശ്രീകൃഷ്ണനും ബലഭദ്രരാമനും ദ്വാരകയിലേക്കു മടങ്ങിപ്പോവുകയും ചെയ്തു.

ഇങ്ങനെ ഇന്ദ്രപ്രസ്ഥത്തിൽ താമസിക്കുന്ന കാലത്താണ് നാരദമുനി അവിടെ വരികയും പാഞ്ചാലിയും ഭർത്താക്കന്മാരും തമ്മിലുള്ള ജീവിത വ്യവസ്ഥ ഉണ്ടാക്കുകയും ചെയ്തത്.

അർജുനൻ ഒരു ബ്രാഹ്മണനെയും കുടുംബത്തെയും രക്ഷിക്കാനുള്ള ശ്രമത്തിനിടയ്ക്ക് അറിയാതെ ധർമപുത്രരും പാഞ്ചാലിയും പാർക്കുന്നിടത്തു കയറിച്ചെന്ന് അവരുടെ വ്യവസ്ഥ ലംഘിക്കുകയും സ്വയം കാട്ടിലേക്കു പോവുകയും ചെയ്തതും ഇവിടെവെച്ചുതന്നെ.

അർജുനന്റെ ഈ വനസഞ്ചാരത്തിനിടയ്ക്ക് പലതും സംഭവിച്ചു. ഗംഗാതീരത്തിൽവച്ച് ഉലൂപി എന്ന നാഗകന്യക അർജുനനോട് പ്രണയ പ്രാർഥന നടത്തി. അർജുനന് അവളിൽ ഇരാവാൻ എന്ന പുത്രനുണ്ടായി.

പല പുണ്യതീർഥങ്ങളും സന്ദർശിച്ചു. സമുദ്രതീരത്തിലുള്ള മണലൂരപുരത്തെത്തി. അവിടെ ചിത്രാംഗദൻ എന്ന രാജാവിന്റെ പുത്രിയായ ചിത്രാംഗദയെ കണ്ടുമുട്ടി. അവളുമായി പ്രേമബന്ധത്തിലായി. അവളെ വിവാഹം കഴിച്ചു. അവൾ ഗർഭിണിയായി. അർജുനൻ തന്റെ തീർഥാടനം തുടർന്നു.

ദക്ഷിണ സമുദ്രതീരത്തുവെച്ച് ആരും ഉപയോഗിക്കാത്ത അഞ്ചു തീർഥങ്ങൾ കണ്ടു. അവിടെ മുതലകളുടെ വേഷത്തിൽ കിടന്ന വർഗ തുടങ്ങി അഞ്ച് അപ്സരസ്ത്രീകളുടെ കഥ കേട്ടു. അവർ ഒരു മുനിയുടെ ശാപത്താൽ ഇങ്ങനെ മുതലകളായി പോയതാണ്. അർജുനൻ അവർക്കു ശാപമോക്ഷം കൊടുത്തു. പിന്നെ അദ്ദേഹം ഗോകർണത്തെത്തിച്ചേരുന്നു.

ചിത്രാംഗദയെ ഇതിനിടയ്ക്ക് അർജുനൻ സന്ദർശിക്കുന്നു. അവൾക്ക് ബഭ്രുവാഹനൻ എന്ന ഒരു പുത്രനാണുണ്ടായത്. അവളെ സന്തോഷപൂർവം പാർപ്പിച്ചിട്ടാണ് അദ്ദേഹം ഗോകർണത്തിലേക്കു പോയത്. അവിടത്തെ ശിവക്ഷേത്രത്തിൽ ധ്യാനിച്ചു കാലം കഴിച്ചുകൂട്ടി. അവിടെനിന്നു പോകുമ്പോൾ സുഭദ്രയെപ്പറ്റി കേട്ടു. അവളുടെ സൗന്ദര്യത്തെപ്പറ്റി വഴിപോക്കർ വിശദീകരിച്ചപ്പോൾ അർജുനൻ മോഹംപൂണ്ട് അവളെ സ്വന്തമാക്കാൻ തീരുമാനിച്ചു. കൃഷ്ണനെ കണ്ട് കാര്യം ഗ്രഹിപ്പിച്ചു. കൃഷ്ണന്റെ ഒത്താശയോടെ യാദവരുടെ എതിർപ്പിനെയെല്ലാം അതിജീ

വിച്ച് അർജുനൻ സുഭദ്രയെ അപഹരിച്ചു. സുഭദ്രാർജുനന്മാർ ഇന്ദ്രപ്രസ്ഥത്തിൽ വന്നുചേർന്നു. കുന്തിയും പാഞ്ചാലിയും മറ്റും സുഭദ്രയെ സ്വീകരിക്കുന്നു. ഒടുവിലാണ് അവർ വിവരങ്ങളറിഞ്ഞത്. കൃഷ്ണനും ബലഭദ്രരാമനും യാദവരും ഇന്ദ്രപ്രസ്ഥത്തിലെത്തി. അവർ സുഭദ്രയ്ക്കും അർജുനനും ധാരാളം സമ്മാനങ്ങൾ നൽകി. യാദവരെല്ലാം ദ്വാരകയ്ക്കു പോയി. കൃഷ്ണൻ ഇന്ദ്രപ്രസ്ഥത്തിൽ താമസിച്ചു.

ഖാണ്ഡവദാഹം

ഒരിക്കൽ കൃഷ്ണാർജുനന്മാർ ജലക്രീഡയ്ക്കായി പരിവാരസമേതം യമുനാതീരത്തേക്കു പോയി. അവിടെ അവർ മനോഹരമായ ഒരു കാടു കണ്ടു. അതാണ് ഖാണ്ഡവവനം. അവർ അങ്ങനെ സന്തോഷിച്ച് ക്രീഡയിൽ മുഴുകിക്കഴിയുമ്പോൾ തേജസ്വിയായ ഒരു ബ്രാഹ്മണൻ കൃഷ്ണാർജുനന്മാരെ സമീപിക്കുന്നു. ഖാണ്ഡവവനം ദഹിപ്പിക്കാൻ തന്നെ സഹായിക്കണമെന്ന് ആ ബ്രാഹ്മണൻ അർജുനനോട് അപേക്ഷിക്കുന്നു. ആരാണ് അദ്ദേഹം? താൻ അഗ്നിയാണെന്ന് ബ്രാഹ്മണൻ അർജുനനെ അറിയിച്ചു. അപ്പോൾ ഖാണ്ഡവവനം ദഹിപ്പിക്കണമെന്ന് അഗ്നിക്കു തോന്നാൻ കാരണമെന്ത്? പണ്ട് ശ്വേതകി എന്ന രാജാവ് അനവധി ഹോമങ്ങൾ കഴിച്ചു. അഗ്നി ആ ഹോമങ്ങളിലെ ഹവിസ് മുഴുവൻ കഴിച്ചു. അഗ്നിക്ക് അജീർണമുണ്ടായി. ആ സുഖക്കേടു മാറ്റാൻ എന്താണു വേണ്ടതെന്ന് അഗ്നി ആലോചിച്ചു. ഖാണ്ഡവവനത്തിലെ ജന്തുക്കളുടെ വർമം ഭക്ഷിക്കണമെന്ന് ബ്രഹ്മാവ് അഗ്നിയെ ഉപദേശിച്ചു.

പക്ഷേ, ഖാണ്ഡവവനം ദഹിപ്പിക്കാൻ അഗ്നിക്ക് കഴിയുന്നില്ല. കാരണം, ആ വനത്തെ നിത്യവും ഇന്ദ്രൻ കാത്തുകൊണ്ടിരിക്കുന്നു. അഗ്നി അതിനെ ദഹിപ്പിക്കാൻ ശ്രമിച്ചാൽ ഉടനെ ഇന്ദ്രൻ വർഷം ചൊരിയും. എന്നല്ല, ഇന്ദ്രന്റെ സഖിയായ തക്ഷകൻ എന്ന പാമ്പും ഈ കാട്ടിൽ വസിക്കുന്നുണ്ട്. ശ്രീകൃഷ്ണനും അർജുനനും ദിവ്യാസ്ത്രങ്ങളിൽ അറിവുള്ളവരാണ്. അവർ സഹായമായി നിന്നാൽ ജലധാരകളെയും മറ്റു ഭൂതങ്ങളെയും തടുത്തു നിറുത്താൻ കഴിയും. ഇതായിരുന്നു അഗ്നിയുടെ അപേക്ഷ. നല്ല വില്ലും അമ്പുകളും തേരും കുതിരകളുമൊക്കെ ഉണ്ടെങ്കിൽ ഖാണ്ഡവവനം ദഹിപ്പിക്കുന്നതിനുവേണ്ട സൗകര്യം താൻ ഉണ്ടാക്കിത്തരാമെന്ന് അർജുനൻ അഗ്നിയോട് ഉറപ്പു പറയുന്നു. അഗ്നി വരുണനെ ധ്യാനിച്ചു. വരുണൻ ഗാണ്ഡീവവും രഥവും ഒരിക്കലും ഒടുങ്ങാത്ത അമ്പുകളും നൽകി. അവ അർജുനനു കൊടുത്തു. ശ്രീകൃഷ്ണന് ഒരു ചക്രവും കൊടുത്തു.

കൃഷ്ണാർജുനന്മാരുടെ രക്ഷയിൽ അഗ്നി ഖാണ്ഡവവനം ദഹിപ്പിക്കുന്നതറിഞ്ഞ് ഇന്ദ്രൻ കോപിച്ചു. ആ തീ തടസപ്പെടുത്താൻ മഴ പെയ്യിച്ചു. പക്ഷേ, ഇന്ദ്രൻ പരാജയപ്പെട്ടു. അയാൾ ദേവന്മാരെയും ദിക്പാലകന്മാരെയുമെല്ലാം കൊണ്ടുവന്ന് കൃഷ്ണാർജുനന്മാരോടു യുദ്ധം തുടങ്ങി. ദേവന്മാർ തോറ്റു. ഇന്ദ്രൻ ക്ഷുഭിതനായി. പർവതങ്ങൾ പറിച്ച് കൃഷ്

ണാർജുനന്മാരുടെ നേർക്കെറിഞ്ഞു. ആ പർവതങ്ങൾ ചെന്നു വീണ് ഖാണ്ഡവവനത്തിലെ അനവധി ജീവജാലങ്ങൾ മൃതിയടഞ്ഞു. യുദ്ധം നിറുത്തകയാണ് നല്ലതെന്ന് അശരീരി കിട്ടി ഇന്ദ്രൻ പിൻവാങ്ങുന്നു. ശ്രീകൃഷ്ണന്റെ ചക്രം ഭയന്ന് മയൻ അർജുനനെ അഭയംപ്രാപിക്കുന്നു. തക്ഷകപുത്രനായ അശ്വസേനൻ, മയൻ, നാലു ശാർങ്ഗകപക്ഷികൾ എന്നിവ രക്ഷപ്പെടുന്നു. ബാക്കിയെല്ലാം നശിച്ചു. പതിനഞ്ചു ദിവസങ്ങൾകൊണ്ട് അഗ്നി ഖാണ്ഡവവനത്തെ ആകെ ദഹിപ്പിച്ചു കളഞ്ഞു. മന്ദപാലൻ എന്ന ഒരു മഹർഷിയുടെ അഭ്യർഥനപ്രകാരമാണ് അഗ്നി ആ നാല് ശാർങ്ഗകപക്ഷികളെ ദഹിപ്പിക്കാതിരുന്നത്. ഇന്ദ്രൻ ദേവന്മാരോടുകൂടി കൃഷ്ണാർജുനന്മാരെ ചെന്നുകണ്ടു. വേണ്ട വരം ചോദിക്കണമെന്ന് അവരോട് അഭ്യർഥിച്ചു. നിത്യസൗഹൃദം മതിയെന്ന് കൃഷ്ണൻ പറഞ്ഞു. എല്ലാത്തരം ആയുധവിദ്യയിലുമുള്ള പാണ്ഡിത്യം കിട്ടണമെന്ന് അർജുനൻ അപേക്ഷിച്ചു. ശിവനെ തപസുകൊണ്ട് പ്രീതനാക്കുന്ന കാലത്ത് അതെല്ലാം നൽകാമെന്ന് ഇന്ദ്രൻ വാഗ്ദാനം ചെയ്തു.

ഇന്ദ്രപ്രസ്ഥത്തിൽ പാർപ്പു തുടങ്ങിയ കാലത്ത് വനസഞ്ചാരത്തിനിടയിൽ അർജുനന് ഉണ്ടായ അനുഭവമാണിത്. സുഭദ്രാവിവാഹത്തോടുകൂടി ശ്രീകൃഷ്ണനും പാണ്ഡവരും തമ്മിൽ ഉള്ള ബന്ധം കൂടുതൽ ദൃഢമായി. അർജുനനാണ് അവരിൽ പ്രധാന കണ്ണിയായി വർത്തിച്ചത് എന്നർഥം. ഖാണ്ഡവദാഹം കഴിഞ്ഞ് കുറച്ചു ദിവസങ്ങൾ ചെന്നപ്പോൾ കുന്തി, സുഭദ്ര, പാഞ്ചാലി, പാണ്ഡവർ എന്നിവരോടു യാത്ര ചോദിച്ച് കൃഷ്ണൻ ദ്വാരകയിലേക്കു പോയി.

15

ഖാണ്ഡവദാഹം എന്ത്? എന്തിന്?

ഖാണ്ഡവദാഹം എന്ന കഥ എല്ലാവർക്കും സുപരിചിതമാണ്. നമ്മുടെ കൊച്ചുക്ലാസുകളിൽ തുടങ്ങി, പണ്ടുമുതൽക്കേ, ഈ കഥ കാണാറുണ്ട്. ശ്രീകൃഷ്ണനും അർജുനനുംകൂടി ഖാണ്ഡവം എന്ന ഒരു വലിയ വനം ദഹിപ്പിച്ചു എന്നതാണ് അന്നു കേട്ടിരിക്കാവുന്ന കഥ. അതുതന്നെയാണ് സംഭവം. പക്ഷേ, ആ കഥയുടെ അർഥമെന്താണ്? അന്നും ഇന്നും ഇതേപ്പറ്റി അധികമാരും ആലോചിക്കാറില്ല. ഇപ്പോൾ നമുക്കൊന്ന് അത് അന്വേഷിച്ചു നോക്കാം.

നമുക്ക് അതിന്റെ അർഥം മുഴുവനും വ്യക്തമായി കിട്ടണമെന്നില്ല. എങ്കിലും പൊതുവായി കാര്യം ഒന്നു മനസിലാക്കാൻ ശ്രമിക്കാമെന്നു തോന്നുന്നു. ഖാണ്ഡവദാഹത്തിൽ പല സംഭവങ്ങളുണ്ട്. ഒന്നാമത്, ഖാണ്ഡവവനം പ്രധാനപ്പെട്ട ഒന്നായിരിക്കണം. ഇത് പാണ്ഡവന്മാരുടെ ആസ്ഥാനമായി (അവരുടെ രാജ്യമായി ധൃതരാഷ്ട്രർ പകുത്തുകൊടുത്ത പ്രദേശം) നൽകിയ ഇന്ദ്രപ്രസ്ഥത്തിന്റെ പേരാണ് ഖാണ്ഡവപ്രസ്ഥം. അവിടെയുള്ള ഖാണ്ഡവവനം ഒരു പ്രധാന സ്ഥലമാണെന്ന് ഊഹിക്കാം. ആ കാട് ശ്രീകൃഷ്ണനും അർജുനനുംകൂടി കാണുന്നു. അതിലെ വൃക്ഷലതാദികളും പക്ഷിമൃഗാദികളും സസ്യജലസംവിധാനങ്ങളും മറ്റും അവരുടെ ശ്രദ്ധയിൽപ്പെടുന്നു. ഈ വനത്തെ ദഹിപ്പിക്കാൻ സൗകര്യമുണ്ടാക്കിത്തരണമെന്നു സാക്ഷാൽ അഗ്നിദേവൻ തന്നെ വന്ന് അർജുനനോട് അപേക്ഷിക്കുന്നു. കൃഷ്ണനും അത് അറിയുന്നു. ആദ്യം ശ്രീപരമേശ്വരനോടും പിന്നെ ബ്രഹ്മാവിനോടും അനുഗ്രഹം വാങ്ങിയിട്ടാണ് അവരിൽനിന്നുള്ള അറിവുകളോടെ അഗ്നി കൃഷ്ണാർജുനന്മാരെ സമീപിക്കുന്നത്. അവർ അഗ്നിയെ സഹായിക്കാമെന്ന് ഏൽക്കുകയും ചെയ്യുന്നു. പക്ഷേ, ഇന്ദ്രനും ദേവന്മാരും ഇതിന് എതിരാണ്. ഇന്ദ്രന്റെ എതിർപ്പുകൊണ്ടാണ് ഖാണ്ഡവവനം ദഹിപ്പിക്കാൻ അഗ്നിക്ക് ഇതുവരെ കഴിയാതെ പോയത്. കൃഷ്ണാർ

ജുനന്മാർ അഗ്നിയുടെ പക്ഷത്ത് ഉറച്ചുനിന്നു. ഖാണ്ഡവദഹനം തുടങ്ങി, ദേവന്മാർ വിവരമറിഞ്ഞു. ഇന്ദ്രനെ അഭയം പ്രാപിച്ചു. ഇന്ദ്രൻ ഭയങ്കര വർഷപാതംകൊണ്ട് ഈ സംരംഭത്തെ എതിർത്തു. വരുണനോട് ഗാണ്ഡീവാസ്ത്രവും ചക്രവും നേടിയിരുന്ന അർജ്ജുനകൃഷ്ണന്മാർക്ക് ദേവന്മാരെ എതിർക്കുവാൻ ഒരു പ്രയാസവുമുണ്ടായില്ല. ഖാണ്ഡവവനത്തിലെ എല്ലാ ജീവജാലങ്ങളും നശിച്ചു. മയൻ എന്ന അസുരനും തക്ഷകനെന്ന നാഗത്തിന്റെ പുത്രന്മാരും നാലു ശാർങ്ഗകപ്പക്ഷികളും രക്ഷപ്പെട്ടു.

ഖാണ്ഡവവനം ദഹിപ്പിക്കണമെന്ന് അഗ്നിക്കു തോന്നാൻ കാരണമെന്താണ്? ശ്വേതകി എന്ന ഒരു രാജാവ് ഒരുപാട് യാഗം നടത്തി. കുറെ ആയപ്പോൾ യാഗകർമ്മം ചെയ്യുന്ന ബ്രാഹ്മണർ മടുത്ത് പിണങ്ങിപ്പോയി. പിന്നെ യാഗകർമ്മത്തിന് ആളെ കിട്ടാതായി. ഒടുവിൽ ശ്രീപരമേശ്വരന്റെ അനുമതിപ്രകാരം ദുർവാസാവ് മഹർഷി തന്റെ ആൾക്കാരെക്കൊണ്ട് യാഗം നടത്തിച്ചുകൊടുത്തു. പന്തീരാണ്ടുകാലം ആ യാഗത്തിലെ ഹവിസ് കഴിച്ച് അഗ്നിക്ക് സുഖക്കേടായി. അതിൽനിന്നു ഭേദം കിട്ടാൻ ബ്രഹ്മാവ് പറഞ്ഞുകൊടുത്ത മാർഗമാണിത്. ഖാണ്ഡവവനത്തിലെ ജീവികളുടെ മേദസ് കഴിക്കുക, അജീർണം മാറും.

സൂക്ഷ്മമായും വിശദമായും പരിശോധിച്ചാൽ ഈ കഥയുടെ അർഥം നമുക്കു മനസിലാക്കാൻ കഴിയുമെന്ന് എനിക്കു തോന്നുന്നു. ഖാണ്ഡവദാഹം ഉപാഖ്യാനത്തിലെ പ്രധാനഭാഗം ഒരുവശത്ത് കൃഷ്ണാർജുനന്മാരും മറുവശത്ത് ഇന്ദ്രന്റെ നേതൃത്വത്തിൽ ദേവന്മാരും തമ്മിലുള്ള യുദ്ധമാണ്. ഇത് ഒരു അസാധാരണസംഭവമാണ്. ദേവന്മാരും ഇവരും തമ്മിൽ അങ്ങനെയൊരെതിർപ്പ് ഉണ്ടാകാൻ പാടില്ലാത്തതാണ്. വിഷ്ണുവിന്റെ പ്രതിരൂപമല്ലേ കൃഷ്ണൻ? അർജുനന്റെ പിതാവ് (അതിന്റെ അർഥം എന്തായാലും) അല്ലേ ഇന്ദ്രൻ? എന്നിട്ടും ആ യുദ്ധമുണ്ടായി. ആർക്കുവേണ്ടിയാണത്? അഗ്നിക്കുവേണ്ടി. അഗ്നിഭഗവാൻ ദേവവംശത്തിന്റെ ആളല്ലേ? ദേവന്മാരുടെ യാഗത്തിന്റെ പ്രധാന ദേവൻ അഗ്നിയാണ്. ഇതൊക്കെക്കൂടി എങ്ങനെയാണ് മനസിലാക്കാൻ കഴിയുക? വേദവ്യാസൻ *മഹാഭാരത*ത്തിൽ വെറുതെ ഇങ്ങനെ ഒരു കഥാഭാഗം എഴുതിവയ്ക്കുമോ?

ഖാണ്ഡവദാഹം കഥയുടെ ആരംഭം ആലോചിക്കുക. ശ്വേതകി എന്ന രാജാവ് ധാരാളം സത്രം (യാഗം) നടത്തി. ഈ രാജാവ് അസുരവംശത്തിൽപ്പെട്ടവനാണെന്ന് ഒരു സൂചനയുണ്ട്. ദേവന്മാർക്ക് ഇഷ്ടമില്ലാത്തവൻ ഒരു ഘട്ടത്തിൽ യാഗംചെയ്യാൻ തങ്ങൾക്കു വയ്യെന്നു പറഞ്ഞ് യാഗകർമ്മം ചെയ്യുന്നവർ (ബ്രാഹ്മണർ) എല്ലാവരും പൊയ്ക്കളഞ്ഞു. വേറെ ആൾക്കാരെ വിളിച്ച് അയാൾ യാഗം പര്യവസാനിപ്പിച്ചു. പിന്നെയും യാഗം നടത്തണമെന്നു രാജാവിനു നിർബന്ധമായി. ആരും സഹായിക്കാൻ തയാറായില്ല. രാജാവ് മുനിമാരുടെയടുക്കൽച്ചെന്ന് തന്നെ കൈവെടിയുന്നതു ശരിയല്ലെന്നു കയർത്തു പറഞ്ഞു. മുനിമാർ രാജാവിനെ അധിക്ഷേപിച്ചു. "നീ വല്ല ശൂദ്രന്റെയും അടുത്തുപോയി യാഗംചെയ്യി

ക്കുക" എന്നു പറഞ്ഞു. ശ്വേതകി ഉടനെതന്നെ ശ്രീപരമേശ്വരന്റെ അടുക്കലെത്തി. പന്ത്രണ്ടോ പതിനാറോ ദിവസം തപസുചെയ്ത് അദ്ദേഹത്തെ പ്രീതിപ്പെടുത്തി. ഇവിടെ പരമശിവൻ പറയുന്നത് ശ്രദ്ധേയമാണ്: "യാഗം നടത്താൻ ഞങ്ങൾക്ക് അവകാശമില്ല. എന്നാലും നിന്നെക്കൊണ്ട് ഒരു പ്രത്യേകനിശ്ചയത്തിൽ ഞാൻ യാഗം ചെയ്യിക്കാം. നീ ബ്രഹ്മചാരിയായിരിക്കണം. അഗ്നിയെ തൃപ്തിപ്പെടുത്തണം. അപ്പോൾ എന്നിൽനിന്ന് എന്ത് പ്രതീക്ഷിക്കുന്നുവോ അതു ലഭ്യമാകും."

രാജാവ് പരമശിവന്റെ വാക്കുകളനുസരിച്ച് പ്രവർത്തിച്ചു. "യാഗം ബ്രാഹ്മണരുടെ അവകാശമായതുകൊണ്ട് നീ സ്വയമേ യാഗം ചെയ്യേണ്ട. എന്റെ അംഗമായി ഒരാളുണ്ട് – ദുർവാസാവുമുനി അവൻ നിന്റെ യാഗം നടത്തിത്തരും." പരമശിവൻ പറഞ്ഞു. ഭഗവാൻ ദുർവാസാവിനെ വരുത്തി വേണ്ട ഏർപ്പാടുകൾ ചെയ്തു.

യാഗം നടന്നു; പന്ത്രണ്ടു വർഷം.

ഈ കഥയിൽ പ്രത്യക്ഷമായി മനസിലാകുന്ന ഒരു കാര്യമുണ്ട്. ദേവന്മാർക്കും ബ്രാഹ്മണർക്കും ഇഷ്ടമില്ലാത്ത കാര്യമാണ് നടന്നത്. പരമശിവനാണ് അതിൽ ശ്വേതകിക്കു വേണ്ടതു ചെയ്തുകൊടുത്തത്. ശ്വേതകി പ്രതാപശാലിയായ ബലിവംശരാജാവായിരുന്നു. അയാളുടെ യാഗം ഇന്ദ്രനു ഭയമായിരുന്നിരിക്കണം. പരമശിവൻ യാഗത്തെപ്പറ്റി പറയുന്നതും ശ്രദ്ധേയമാണ്. യാഗം തങ്ങളുടെ സാധനമല്ല; അത് ദേവപ്രതിനിധികളായ ബ്രാഹ്മണർക്ക് വിധിക്കപ്പെട്ടതാണ്. പക്ഷേ, ദുർവാസാവുമുനി തന്റെ പ്രതിനിധിയാണ്. അദ്ദേഹത്തെക്കൊണ്ടു യാഗം ചെയ്യിക്കാം.

ഈ യാഗം നടന്നതോടെയാണ് അഗ്നിക്ക് പരാജയമുണ്ടായത്. അഗ്നിക്കു സുഖമില്ലാതായി; അതായത്, പന്ത്രണ്ടു വർഷവും ഹവിസ് (യാഗഹോമത്തിനുള്ള നെയ്യ്) കഴിച്ചതുകൊണ്ട് അജീർണം ബാധിച്ചു. എന്താണിതിനർഥം? അഗ്നിക്ക് അജീർണം ബാധിക്കുകയില്ല. ദേവന്മാരുടെ ദേവൻ. അനേകകാലമായി അവർ നടത്തുന്ന യാഗത്തിൽ ഹവിസു കഴിച്ചവൻ. അന്നൊന്നും അഗ്നിക്ക് ക്ഷീണമുണ്ടായില്ല. ശ്വേതകിക്കുവേണ്ടി യാഗം ചെയ്തപ്പോൾ അസുഖമായി. പ്രത്യേകിച്ചും ബ്രാഹ്മണേതരമായ യാഗം നടത്തിയപ്പോൾ, അതിന്റെ പൊരുൾ മനസിലാക്കണം. അഗ്നിയെ ദുർബലാവസ്ഥയിലാക്കി. യാഥാർഥ്യം ആലോചിച്ചാൽ അഗ്നി ഒരു വ്യക്തിയല്ല. അഗ്നിയെ ആരാധിക്കുന്നവരുടെ ഒരു വംശത്തെ ദുർബലമാക്കി എന്നേ അർഥം കൽപ്പിക്കാനാവൂ. പിന്നെയുള്ള സംഭവങ്ങൾ അതും വെളിവാക്കുന്നു.

ആ വംശത്തിന്റെ നേതാവ് അർജ്ജുനനെയും ശ്രീകൃഷ്ണനെയും സമീപിക്കുകയാണ്. എന്തിന്? ഈ പതനത്തിൽനിന്ന് രക്ഷ നേടുവാൻവേണ്ടി. ഖാണ്ഡവപ്രസ്ഥം പാണ്ഡവരുടെ കൈയിൽ വന്നതിനുശേഷം ഖാണ്ഡവവനംകൊണ്ട് തനിക്കും അനുയായികൾക്കും രക്ഷയുണ്ടാകാൻ സഹായിക്കണമെന്നുമാണ് കൃഷ്ണാർജുനന്മാരോടുള്ള അപേക്ഷ. അവർ അത് സ്വീകരിക്കുകയും ചെയ്തു.

ദേവന്മാർക്കും ബ്രാഹ്മണർക്കും യാഗദൈവതം അഗ്നിയാണ്. മറ്റുള്ളവർക്കും അഗ്നിയെ വേണം. എന്നിട്ടും ഇന്ദ്രനും ദേവന്മാരും അഗ്നിയുടെ അവസ്ഥയിൽ അയാളെ സഹായിക്കാൻ തയാറായില്ല. എതിർക്കുകയും ചെയ്തു. ഖാണ്ഡവവനം സ്വാധീനമാക്കാൻ പലതവണ ശ്രമിച്ചു പരാജയപ്പെട്ടതിനു ശേഷമാണ് അഗ്നിയെ ആരാധിക്കുന്നവർ കൃഷ്ണാർജുനന്മാരെ സമീപിക്കുന്നത്. കൃഷ്ണാർജുനന്മാർ എന്തുകൊണ്ട് അഗ്നിവംശത്തെ സഹായിക്കാൻ തയാറായി? വ്യക്തമായ കാരണമുണ്ട്. പാണ്ഡവർ പ്രത്യേക രാജ്യത്തേക്ക് നീങ്ങിയിരിക്കുന്നു. അവർക്ക് സഹായികളെ വേണ്ടിവരുമെന്ന് ശ്രീകൃഷ്ണനറിയാം. അർജുനനും അതിനെപ്പറ്റി ബോധവാനായിരിക്കാൻ സാധ്യതയുണ്ട്. ഖാണ്ഡവവനം ദഹിപ്പിച്ച് അവിടത്തെ പക്ഷിമൃഗാദികളുടെ മേദസു തിന്ന് രോഗം മാറ്റുക എന്നത് ഒരു ആലങ്കാരികമായ സങ്കൽപ്പമായേ കരുതാനൊക്കൂ. ഖാണ്ഡവനം തെളിച്ചെടുക്കണം. അവിടത്തെ ജീവിവിഭവങ്ങൾകൊണ്ട് ജീവിക്കാൻ സാധിക്കണം — ഇതായിരിക്കണം അഗ്ന്യാരാധകരുടെ ആവശ്യം. തങ്ങൾക്ക് ഒരു ബന്ധുവർഗത്തെ കിട്ടുമെന്നറിയാവുന്ന അർജുനനും കൃഷ്ണനും അത് സമ്മതിക്കുകയും ചെയ്തു.

ഇന്ദ്രനും ദേവന്മാരും എതിർത്തു. അവർ ചെയ്യാവുന്ന മാർഗങ്ങളെല്ലാം നോക്കി. അതായത്, ശ്വേതകിയുടെ യാഗത്തെ എതിർത്ത ബ്രാഹ്മണവിഭാഗം എതിർത്തു എന്നർഥം. പക്ഷേ, അവർ പരാജയപ്പെട്ടു. കൃഷ്ണനെയും അർജുനനെയും തോൽപ്പിക്കാൻ സാധ്യമല്ലെന്ന് അവർക്ക് മനസിലായി. അവർ പരാജയം സമ്മതിച്ചു. കൃഷ്ണാർജുനന്മാരെ സ്തുതിച്ചു. യുദ്ധം പതിനഞ്ചു ദിവസം നീണ്ടുനിന്നു എന്നാണ് കാണുന്നത്.

ശ്രദ്ധിക്കേണ്ട മറ്റു ചില കാര്യങ്ങൾ കൂടിയുണ്ട്. ഖാണ്ഡവദാഹത്തിനുശേഷം ആ കാട്ടിൽ ചിലർ അവശേഷിച്ചു — ഒന്ന് അസുരശിൽപ്പിയായ മയന്റെ വംശക്കാരാണ്. മറ്റേത്, നാഗന്മാരുടെ വംശക്കാരായിരിക്കണം. തക്ഷകന്റെ പുത്രന്മാർ നാശം സംഭവിക്കാതെ രക്ഷപ്പെട്ടു എന്നു കാണുന്നു. പിന്നെ ഒരു കഥ ഖാണ്ഡവദാഹോപാഖ്യാനത്തിലുള്ളത് നാല് ശാർങ്ഗകപ്പക്ഷികളുടെതാണ്. ആദ്യത്തെ രണ്ടു കൂട്ടരിൽ മയന്റെ വംശക്കാർ പാണ്ഡവരുടെ ബന്ധുക്കളാണ്. ഇന്ദ്രപ്രസ്ഥനഗരം നിർമിച്ചതുതന്നെ മയനാണ്. തക്ഷകവംശമാകട്ടെ, ഇന്ദ്രനെയും ദേവന്മാരെയും തുണയ്ക്കാൻ കൂടിയില്ലെന്നു വ്യക്തമായ സൂചനയുണ്ട്. തക്ഷകൻ ഖാണ്ഡവത്തിൽനിന്നു പോയിക്കഴിഞ്ഞിരുന്നു. അല്ലെങ്കിൽത്തന്നെയും നാഗവംശക്കാരെ കൃഷ്ണാർജുനന്മാർ നിഹനിക്കുകയില്ല. ശാർങ്ഗകങ്ങളുടെ കാര്യം മറ്റൊന്നാണ്. പക്ഷികളുടെ കഥ എന്ന നിലയ്ക്ക് *മഹാഭാരത*ത്തിൽ അതിഹൃദയസ്പർശിയായി നിൽക്കുന്നു. പക്ഷേ, മന്ദപാലൻ എന്ന മഹർഷിയുടെ അപേക്ഷപ്രകാരമാണ് അഗ്നി ആ നാല് ശാർങ്ഗകപ്പക്ഷികളെ രക്ഷിക്കുന്നത്. അത് മനുഷ്യബന്ധങ്ങളുടെ ഒരു ആഖ്യാനമാണ്. ഒരുതരത്തിൽ പറഞ്ഞാൽ, ദേവന്മാരുടെ തോൽവി ഇത്ര സ്പഷ്ടമായി കാണിക്കുന്ന അധികം കഥകൾ *മഹാഭാരത*ത്തിലില്ല. *മഹാഭാരത*രചനയിൽ ദേവവ്യാസൻ കൈക്കൊണ്ടിട്ടുള്ള നാനാതരം ചിന്താപദ്ധതികളും

ആശയസന്നിവേശങ്ങളും മനസിലാക്കുവാൻ ഖാണ്ഡവദാഹോപാഖ്യാനവും വളരെ സഹായകമാണെന്ന് എനിക്കു തോന്നുന്നു. വളരെയൊന്നും ക്ലേശിക്കാതെ തന്നെ ആഖ്യാനത്തിലെ ആന്തരാർഥം ഗ്രഹിക്കാൻ കഴിയുന്നുമുണ്ട്. ദേവന്മാരുടെ ഉള്ളിലെ ഭിന്നതകൾ ഇത് വ്യക്തമാക്കിത്തരുന്നു; അർജുനകൃഷ്ണന്മാരുടെ ചിന്താഗതിയും.

16

ശ്രീകൃഷ്ണനും അർജ്ജുനനും

അർജുനനും ശ്രീകൃഷ്ണനും തമ്മിൽ പ്രായംകൊണ്ട് മൂത്തതാരായിരുന്നു? ഇതിഹാസപുരാണങ്ങൾ വച്ചുകൊണ്ട് ഇത് നിശ്ചയിക്കാൻ എളുപ്പമാണെന്ന് എനിക്കു തോന്നുന്നില്ല. ജ്യോതിർഗണിതംവച്ചുകൊണ്ട് പലരും പല കണക്കുകളും പുരാണത്തിലെ കാലവും തീയതിയും കണ്ടെത്താൻവേണ്ടി അവതരിപ്പിക്കാറുണ്ട്. അതൊക്കെ അവ്യക്തവും പലപ്പോഴും അനുമാനമാത്രങ്ങളുമാണ്. നാം ഇപ്പോൾ ചർച്ചചെയ്യുന്ന വിഷയത്തിൽ മറ്റൊരു പ്രയാസവുംകൂടിയുണ്ട്. ശ്രീകൃഷ്ണന്റെ ജനനത്തെപ്പറ്റി 'ഹരിവംശ'ത്തിൽ ഇങ്ങനെയാണ് പറയുന്നത്:

ഇളകീ കടലൊക്കെയുമുലഞ്ഞു പർവതങ്ങളും
ജ്വലിച്ചു ശാന്തമായഗ്നി ജനാർദ്ദനനുദിക്കവേ,
നല്ല കാറ്റുകളും വീശിയൊടുങ്ങി പൊടിയൊക്കെയും
ജ്യോതിർഗണം പ്രകാശിച്ചു ജനാർദ്ദനനുദിക്കവേ
അഭിജിത്തെന്ന നക്ഷത്രം ജയന്തീരാത്രിയങ്ങനെ
ജനാർദ്ദനനുദിച്ചപ്പോൾ മുഹൂർത്തം വിജയാഭിധം.

അഷ്ടമിരോഹിണിയിലാണ് ശ്രീകൃഷ്ണന്റെ ജനനം. ശ്രീകൃഷ്ണന്റെ ജനനം, ആ ദിവസം നാം ആഘോഷിക്കുന്നു. പക്ഷേ, ഏതു വർഷത്തെ അഷ്ടമിരോഹിണി? അതു പറയാൻ പ്രയാസമാണ്. അർജുനന്റെ ജനനമാണെങ്കിൽ ഇത്രയുംകൂടി നമുക്ക് അറിയാൻ പ്രയാസമാണ്. ഇന്ദ്രനിൽനിന്ന് കുന്തി ഒരു പുത്രനെ സ്വീകരിക്കുന്നു എന്നുമാത്രമേ കാണുന്നുള്ളൂ.

ശ്രീകൃഷ്ണൻ സാന്ദീപനി മഹർഷിയുടെ അടുക്കൽ വിദ്യാഭ്യാസം ചെയ്യുന്ന കാലത്ത് പാണ്ഡവന്മാർ ദ്രോണാചാര്യരുടെ അടുക്കൽ ആയുധവിദ്യ അഭ്യസിക്കുകയായിരുന്നു എന്നു നമുക്ക് ഊഹിക്കാവുന്നതാണ്.

ഇത് സംബന്ധിച്ച് നമുക്ക് ചില നിഗമനങ്ങളിൽ എത്തിച്ചേരാം. അർജുനനും ശ്രീകൃഷ്ണനും തമ്മിൽ വലിയ പ്രായവ്യത്യാസം ഉണ്ടായിരുന്നില്ല. ഏതാണ്ട് ഒരേ പ്രായക്കാരുടെ പെരുമാറ്റങ്ങളാണ് ആദ്യകാലത്തൊക്കെ പ്രത്യേകിച്ച് അവരിൽനിന്നു നാം കാണുന്നത്.

വിചിത്രമായ ബന്ധം

അർജുനനും ശ്രീകൃഷ്ണനുമായുള്ളത് വിചിത്രമായ ബന്ധമാണ്. നമ്മുടെ ഇതിഹാസപുരാണങ്ങളിൽ സൗഹൃദബന്ധങ്ങളിലെ ഏറ്റവും സമ്പൂർണമായ ഒരുദാഹരണമാണ് അവരുടേത്. അങ്ങനെ പറയാൻ കാരണമുണ്ട്. യൗവനത്തിന്റെ സൗന്ദര്യവും ചോരത്തിളപ്പും സാഹസികതയുമുള്ള പല സന്ദർഭങ്ങളും അതിൽക്കാണുന്നു. സാമൂഹ്യമായി അർഥവത്തും രാഷ്ട്രീയമായി ഗൗരവപൂർണവുമായ പല കർമങ്ങളും അവരൊരുമിച്ച് നിർവഹിക്കുന്നു; ഒടുവിൽ യുദ്ധത്തെയും സമാധാനത്തെയും ജീവിതത്തെയും മരണത്തെയും ജ്ഞാനത്തെയും കർമത്തെയും എല്ലാം സംബന്ധിച്ച് ദാർശനികമായ നിലവാരത്തിൽ അവർ സംവേദനം നടത്തുകയും ചെയ്യുന്നു. ഇങ്ങനെ എല്ലാ നിലയിലും ഇടപഴകുന്ന മനുഷ്യാവസ്ഥയുടെ എല്ലാ വശങ്ങളും അനാവരണം ചെയ്യുന്ന കഥാപാത്രങ്ങൾ വളരെ വിരളമാണ്. അതാണ് വിചിത്രമായ ബന്ധം എന്നു പറഞ്ഞത്.

ഇന്നു നാം മനസിലാക്കുന്നവിധം ശ്രീകൃഷ്ണന്റെ വ്യക്തിജീവിതം നമുക്ക് ലഭിക്കുന്നത് 'ഹരിവംശ'ത്തിൽ നിന്നാണ്. *ഭാഗവത*ത്തിൽ അതുണ്ട്. പക്ഷേ, ഭക്തിപരമായ ഒരു രചനയാണത്. *മഹാഭാരത*ത്തിന്റെ ഒരു അനുബന്ധകൃതിയായ 'ഹരിവംശം' അങ്ങനെയല്ല. യാദവവംശത്തിന്റെ ഉൽപ്പത്തിയും മറ്റു വംശങ്ങളും വ്യക്തികളും മറ്റും തമ്മിലുള്ള ബന്ധവും ശ്രീകൃഷ്ണന്റെതന്നെ നമ്മിൽ ശോകമുണർത്തുന്ന അന്ത്യവും എല്ലാം വസ്തുനിഷ്ഠമെന്നു നമുക്കു തോന്നത്തക്കവിധം അതിൽ നിബന്ധിച്ചിരിക്കുന്നു. *മഹാഭാരത*ത്തിലെ ശ്രീകൃഷ്ണൻ ഇതൊക്കെയാണെങ്കിലും മറ്റൊരാളാണ്. യാദവരുടെ ഒരു നേതാവായി അദ്ദേഹം ആദ്യം കാണപ്പെടുന്നു. അവിടെനിന്ന് നാനാതരം ബന്ധങ്ങളിൽക്കൂടി വളർന്നു പന്തലിക്കുന്ന ഒരു വ്യക്തിയായിത്തീരുന്നു. ഒരു അതിവിദഗ്ധനായ രാഷ്ട്രീയ നയതന്ത്രജ്ഞന്റെ എല്ലാ വൈഭവങ്ങളും അദ്ദേഹത്തിൽ പ്രവർത്തിക്കുന്നു. ശത്രുക്കൾക്കും മിത്രങ്ങൾക്കും അദ്ദേഹം ആരാധ്യനാണ്. ചെറിയ കാര്യങ്ങൾ തുടങ്ങി രാജ്യത്തിന്റെയും മനുഷ്യന്റെയും ഭാവിവരെയുള്ള വിഷയങ്ങളിൽ സുചിന്തിതങ്ങളായ അഭിപ്രായങ്ങളും മാർഗദർശനങ്ങളുമാണ് ശ്രീകൃഷ്ണനിൽനിന്നുണ്ടാവുന്നത്. അനായാസവും ആരെയും വശീകരിക്കുന്നതുമായ നയങ്ങളാണത്. പക്ഷേ, കർശനമായ കർമനിഷ്ഠയും കർമബോധവും അതിനെ ആദ്യന്തം നയിക്കുന്നു. അതുകൊണ്ട് ശത്രുക്കൾക്ക് അദ്ദേഹത്തെ ഭയമാണ്. മിത്രങ്ങൾക്ക് കരുതലോടുകൂടിയുള്ള ആദരവും. അദ്ദേഹം എല്ലാറ്റിലുമുണ്ട്; എന്നാൽ, ഒന്നിലുമില്ല, അങ്ങനെ ഒരാളായതുകൊണ്ടാണ് അദ്ദേഹത്തിന് ഭക്തി, വിഭക്തി, ആസക്തി, അനാ

സക്തി, ജ്ഞാനം, കർമം എന്നതിൽക്കൂടിയൊക്കെ ഉൾക്കാഴ്ചയോടെ സഞ്ചരിച്ച് നിഷേധിക്കാൻവയ്യാത്ത ചിന്തകൾ അവതരിപ്പിക്കാൻ കഴിഞ്ഞത്. എന്നിട്ട് അവസാനം അദ്ദേഹം എവിടെനിന്നു?

കർമയോഗം

അതാണ് പ്രധാനം. ഒടുവിൽ തന്റെ ലക്ഷ്യത്തിലേക്കു ചെന്നെത്താനുള്ള പ്രായോഗികതത്വചിന്തയിൽ അദ്ദേഹം ഉറച്ചുനിന്നു. *ഭഗവദ്ഗീത*യുടെ ആദർശവും ശ്രീകൃഷ്ണന്റെതന്നെ ജന്മകർമവും അതായിത്തീർന്നു. സത്വരജസ്തമോഗുണങ്ങളിൽക്കൂടിയുള്ള മനുഷ്യന്റെ പ്രയാണവും അതിന്റെ ഫലങ്ങളും ധരിച്ചിരുന്ന അദ്ദേഹം സ്വകർമമെന്ന മഹനീയലക്ഷ്യത്തിലേക്ക് വേണ്ടപ്പെട്ടവരെയെല്ലാം ആനയിച്ചു. അതിന് അദ്ദേഹം മുഖ്യമായും കണ്ടെടുത്ത സഹപാഠി അർജുനനായിരുന്നു.

ശ്രീകൃഷ്ണൻ എല്ലാം ചെയ്യിച്ചത് അർജുനനെക്കൊണ്ടാണ്. യുദ്ധത്തിൽ കൃഷ്ണൻ ആയുധം കൈകൊണ്ടു തൊട്ടില്ല. തന്റെ സൈന്യത്തെപ്പോലും കൗരവപക്ഷത്തിനു കൊടുത്തു. ഭാരതത്തിന്റെ ആദ്യഘട്ടംമുതൽക്ക് എല്ലാ കർമങ്ങളും നിർവഹിപ്പിക്കുന്നത് അർജുനനെക്കൊണ്ടാണ്. ശ്രീകൃഷ്ണന്റെ സൗഹൃദം അതായിരുന്നു. അർഥമുള്ള സൗഹൃദം, ഫലവത്തായ സൗഹൃദം.

*മഹാഭാരത*ത്തിൽ ദ്രൗപദിയുടെ സ്വയംവരത്തിനാണ് നാം ശ്രീകൃഷ്ണനെ ആദ്യമായി കാണുന്നത്. അപ്പോൾ അദ്ദേഹം അമ്പാടിയിലെയോ വൃന്ദാവനത്തിലെയോ കൃഷ്ണനല്ല. അദ്ദേഹം യാദവരുടെ നേതാവാണ്. അത്രയും കാലംകൊണ്ട് മഥുരയിൽ കംസനെതിരായ നിരവധി കൃത്യങ്ങൾ ചെയ്ത്, കംസന്റെ അനവധി കിങ്കരന്മാരെ വകവരുത്തി യാദവവംശക്കാർക്കാകെ ഒരു അത്ഭുതപുരുഷനായിത്തീർന്നിരുന്നു. തന്റെ ജനതയെ മുഴുവനും മഥുരയിൽനിന്ന് ദ്വാരകയിലേക്ക് മാറ്റിപ്പാർപ്പിച്ചതും അവിടെ കോട്ടകൊത്തളങ്ങളുറപ്പിച്ച് അവരെ സൈനികമായുംകൂടി സുരക്ഷിതരാക്കിയതും അതോടൊപ്പം ആ പ്രദേശത്ത് കാർഷികമായ വളർച്ചയുണ്ടാക്കുവാനുള്ള നടപടികൾ കൈക്കൊണ്ടതും യാദവരിൽ അതിശക്തമായ വിശ്വാസം വളർത്താൻ സഹായിച്ചു.

സൗഹൃദവും ബന്ധങ്ങളും

തന്റെ സൗഹൃദങ്ങൾക്ക് രാഷ്ട്രീയമായ ലക്ഷ്യവും വ്യക്തിപരമായ സൗന്ദര്യവും കൊടുക്കാൻ അദ്ദേഹം വിദഗ്ധനായിരുന്നു. യാദവനായ വസുദേവന്റെ സഹോദരി കുന്തിയെ പാണ്ഡു വിവാഹംകഴിച്ചത് ശ്രീകൃഷ്ണന്റെ ഒരു സംരംഭമായിരിക്കാനിടയില്ല. അന്ന് ഇതിഹാസപുരാണങ്ങളിൽ കാണുന്ന കാലഗണന വച്ചുനോക്കിയാലും ശ്രീകൃഷ്ണന് അതിനുള്ള പ്രായമായിട്ടില്ല. പക്ഷേ, അദ്ദേഹം വളർന്നുവന്നപ്പോൾ ആ ബന്ധത്തിന്റെ മഹിമയും സാധ്യതകളും അദ്ദേഹം കണ്ടു. രാജ്യത്തെ ഏറ്റവും വലിയ ധനുർവേദാചാര്യനായ ദ്രോണരുടെ ഏറ്റവും പ്രമുഖനായ ശിഷ്യ

നാണ് അർജ്ജുനനെന്ന് അദ്ദേഹം മനസിലാക്കി. രാജ്യവും വംശങ്ങളും അവയുടെയെല്ലാം ബന്ധങ്ങളും കലങ്ങിമറിഞ്ഞുകൊണ്ടിരിക്കുകയാണ്. അവിടെ നയതന്ത്രങ്ങൾ പ്രധാനമാണ്; തത്വങ്ങൾക്കു വിലയുണ്ട്. അതേ സമയം അത് നടപ്പാക്കണമെങ്കിൽ കരുത്തനായ ഒരു ആയോധകന്റെ കൈ വേണം. അതിന് അർജ്ജുനനാണ് വേണ്ടത്. ആ അർജ്ജുനനെയാണ് ശ്രീകൃഷ്ണൻ ഉടനെ സുഹൃത്താക്കിയത്. തന്റെ മേൽപ്പറഞ്ഞ ധാരണ *ഭഗവദ്ഗീത*യുടെ അവസാനഭാഗത്ത് ശ്രീകൃഷ്ണൻ പ്രഖ്യാപിക്കുന്നുണ്ട്:

എങ്ങു യോഗേശ്വരൻ കൃഷ്ണ, നെങ്ങു പാർഥൻ ധനുർദ്ധരൻ
അവിടെ ശ്രീജയം ഭൂതി ദൃഢനീതിയതെന്മതം

തത്വവേദിയായ കൃഷ്ണനും അതേസമയം കർമശേഷിയുള്ള അർജ്ജുനനും എവിടെ ഒരുമിച്ചു ചേരുന്നുവോ അവിടെ വിജയമുണ്ട്, ഐശ്വര്യമുണ്ട്. ഇത് എന്റെ ഉറച്ച അഭിപ്രായമാണ്.

സ്വന്തം സഹോദരിയായ സുഭദ്രയെ കട്ടുകൊണ്ടുപോയിക്കൊള്ളാനാണ് ശ്രീകൃഷ്ണൻ അവളെ ആഗ്രഹിച്ച അർജ്ജുനനോട് പറഞ്ഞത്. യാദവരെയും ബലഭദ്രരാമനെയുംവരെ അത് നടപ്പാക്കാൻവേണ്ടി അനുനയിപ്പിച്ച് സുഭദ്രയെ ഇന്ദ്രപ്രസ്ഥത്തിലേക്കു കൊണ്ടുപോകാൻ അദ്ദേഹം സർവ ഒത്താശകളും ചെയ്തു. അർജ്ജുനനും ശ്രീകൃഷ്ണനും തമ്മിലുള്ള ബന്ധത്തെ ദൃഢതരമാക്കിയ ഒരു സംഭവമാണത്. ഖാണ്ഡവദാഹത്തിൽ അവർ ഒരുമിച്ചുനിന്നു പൊരുതിയതെന്തിനാണ്? കൗരവസദസിൽ ദ്രൗപദിയുടെ അഭിമാനം കാക്കുകമാത്രമല്ല, അതിൽക്കൂടി സകല കൗരവരുടെയും ഭീഷ്മരടക്കമുള്ള ആചാര്യന്മാരെയും മുട്ടുകുത്തിക്കുകയും ചെയ്തത് എന്തിനുവേണ്ടിയാണ്? ഒടുവിൽ തന്റെ യാദവസൈന്യത്തെ മുഴുവനും ദുര്യോധനന് കൊടുത്തിട്ട് നിരായുധനായ ശ്രീകൃഷ്ണൻ അർജ്ജുനന്റെ തേരാളിയായത് എന്തിനുവേണ്ടിയാണ്?

മഹാഭാരതയുദ്ധം അവസാനിച്ചശേഷം എല്ലാ പ്രതാപത്തിന്റെയും അധിനായകനായിരുന്ന ശ്രീകൃഷ്ണനും അദ്ദേഹത്തിന്റെ യാദവരും ഒരു ദയനീയമായ പര്യവസാനത്തിലേക്കാണ് എത്തിച്ചേരുന്നത്. യാദവർ പരസ്പരം ഉലക്കകൊണ്ടടിച്ച് മൃതിയടഞ്ഞു. അവശേഷിച്ചവരെ രക്ഷിച്ച് ഇന്ദ്രപ്രസ്ഥത്തിലേക്കെത്തിക്കാൻ തന്റെ ഏക സുഹൃത്തായ അർജ്ജുനനെയാണ് ശ്രീകൃഷ്ണൻ അങ്ങോട്ടയയ്ക്കുന്നത്. പക്ഷേ, ശേഷിച്ചുള്ള സ്ത്രീകളെയുംകൊണ്ട് പുറപ്പെട്ട അർജ്ജുനന് അവരെ സംരക്ഷിക്കാൻ പോലും കഴിഞ്ഞില്ല. ശത്രുക്കൾ അവരെ ആക്രമിച്ചുകളഞ്ഞു. അർജ്ജുനൻ യമുനാതീരത്തെത്തിയപ്പോൾ ഒരു വേടന്റെ അമ്പേറ്റ് ശ്രീകൃഷ്ണൻ മരിച്ചുകഴിഞ്ഞിരുന്നു. ഒടുവിൽ അദ്ദേഹത്തിനുവേണ്ടി ചിതയൊരുക്കി ദഹിപ്പിച്ചത് അർജ്ജുനനായിരുന്നു. ഉൽക്കൃഷ്ടവും അവിസ്മരണീയവുമായ ഒരു സൗഹൃദത്തിന്റെ പര്യവസാനം അങ്ങനെയായിരുന്നു. കൃഷ്ണൻ പോയി. ദ്വാരക വെള്ളത്തിൽ മുങ്ങി. *മഹാഭാരത*ത്തിലെ രണ്ട് അപൂർവ സുഹൃത്തുക്കളുടെ കഥ അവസാനിച്ചു.

17

വിരോധത്തിന്റെ തുടക്കം

പാണ്ഡവകൗരവകുടുംബങ്ങളുടെ ബാല്യകാലം, കൗരവർക്ക് ഉണ്ടാകുന്ന അസൂയയും വിരോധവും പാണ്ഡവരെ, എങ്ങനെയും നശിപ്പിക്കണമെന്നുള്ള കൗരവരുടെ ആലോചനയും അതിനുള്ള നീക്കങ്ങളും, ആയുധാഭ്യസനം, ആയുധാഭ്യാസപ്രദർശനം, കർണന്റെ രാജാഭിഷേകം, പാണ്ഡവരെ ഹസ്തിനപുരിയിൽനിന്ന് പുറത്തു പറഞ്ഞയയ്ക്കുന്നത്, അരക്കില്ലം, അവിടെനിന്ന് പാണ്ഡവരുടെ രക്ഷനേടൽ, ഗന്ധമാദനത്തിലും ഏകചക്രയിലുമെല്ലാം പാർത്തശേഷം പാഞ്ചാലരാജ്യത്തേക്കുള്ള യാത്ര, ദ്രൗപദീസ്വയംവരം, പാണ്ഡവരുടെ മടങ്ങിവരവ്, ഒരു വർഷത്തേക്ക് അർജുനന്റെ വനവാസം എന്നിവിടെവരെ സാമാന്യം വിശദമായി കഥ പറഞ്ഞു കഴിഞ്ഞിരിക്കുകയാണ്.

ഇനി കഥാഗതി അവിടെ നിൽക്കട്ടെ.

ഇടയ്ക്ക് മറ്റു ചില വിശദാംശങ്ങളാണു പറയുന്നത്.

കൗരവ-പാണ്ഡവ ബന്ധം

ആയുധാഭ്യാസമെല്ലാം കഴിഞ്ഞ് ഒരു സംവത്സരമായപ്പോൾ ധൃതരാഷ്ട്രർ ധർമപുത്രരെ യുവരാജാവായി അഭിഷേകംചെയ്യുന്നു. അത് മനഃസുഖത്തോടെയല്ല അദ്ദേഹം ചെയ്തത്. ആയുധാഭ്യാസം നടക്കുമ്പോൾത്തന്നെ കൗരവകുമാരന്മാരും പാണ്ഡവരും തമ്മിലുള്ള ഇഷ്ടമില്ലായ്മയും മത്സരവും പ്രകടമായിരുന്നു. അതിൽ ദുര്യോധനാദികളാണ് വലിയ നീരസം പ്രകടിപ്പിച്ചത്. പാണ്ഡവരുടെ അഭ്യാസബലം ധൃതരാഷ്ട്രരെ അന്നുതന്നെ വ്യാകുലപ്പെടുത്തുകയും ചെയ്തു. കർണനനും അർജുനനും തമ്മിലുള്ള മത്സരത്തിൽ രണ്ടു കൂട്ടരും രണ്ടു കക്ഷിയായി തിരിഞ്ഞു. രാജകുലത്തിൽ ജനിക്കാത്ത കർണനുമായി അർജുനൻ മത്സ

രത്തിൽ ഏറ്റുമുട്ടുന്നതെങ്ങനെ എന്ന പ്രശ്നം ഉന്നയിച്ചത് കൃപരാണ്. ഉടനെ താൻ കർണനെ അംഗരാജ്യത്തെ രാജാവായി വാഴിക്കുന്നു എന്ന് ദുര്യോധനൻ പ്രഖ്യാപിച്ചു. അപ്രകാരം രാജാഭിഷേകം നടത്തുകയും ചെയ്തു. ഇതിനിടയ്ക്ക് കൗരവരും പാണ്ഡവരും തമ്മിൽ ഈ പ്രശ്നത്തെച്ചൊല്ലി നേരിട്ടുള്ള സംഭാഷണം നടക്കുന്നുണ്ട്. കർണനു പറ്റിയ ആയുധം അസ്ത്രമല്ല, ചമ്മട്ടിയാണെന്ന് ഭീമൻ ആക്ഷേപിക്കുകയും ചെയ്തു. അതിനു കർശനമായ ഭാഷയിൽ ദുര്യോധനൻ മറുപടി നൽകി.

ഇങ്ങനെ ആയുധാഭ്യാസകാലത്തുതന്നെ കൗരവരും പാണ്ഡവരും തമ്മിലുള്ള ബന്ധം മോശമായിക്കൊണ്ടിരുന്നു. അതിന്റെയെല്ലാം പിന്നിൽ രാജ്യാവകാശമെന്ന പ്രശ്നം കിടപ്പുണ്ടായിരുന്നു. അഭ്യാസങ്ങൾ കഴിഞ്ഞ ഉടനെതന്നെ കൗരവർക്ക് മറ്റൊരു പരാജയം സംഭവിക്കുകയും ചെയ്തു. ഇരുകൂട്ടരുടെയും ആചാര്യനായ ദ്രോണരുമായി ബന്ധപ്പെട്ട സംഭവമാണത്. ദ്രുപദരാജാവിനെ യുദ്ധത്തിൽ തോൽപ്പിച്ചു കെട്ടിക്കൊണ്ടു വരണമെന്നും അതാണ് തനിക്കു ലഭിക്കേണ്ട ഗുരുദക്ഷിണയെന്നും ദ്രോണർ ഇരുപക്ഷക്കാരുടെയും സദസിൽവച്ചു പ്രഖ്യാപിച്ചു. ഉടനെതന്നെ കൗരവന്മാർ അക്കാര്യത്തിനുവേണ്ടി ചാടിപ്പുറപ്പെട്ടു. പക്ഷേ, ദ്രുപദന്റെ പാഞ്ചാലസൈന്യവും ആ നാട്ടിലെ ആബാലവൃദ്ധം ജനങ്ങളുംകൂടി കൗരവരെ ആക്രമിച്ചു. കൗരവർക്ക് പരാജയപ്പെട്ടു പിൻവാങ്ങേണ്ടിവന്നു. അവർക്ക് പാണ്ഡവരുടെ അടുക്കൽ അഭയം പ്രാപിക്കേണ്ടിവന്നു. പിന്നെ പാണ്ഡവരാണ് ദ്രുപദനോടേറ്റ് അയാളുടെ സൈന്യത്തെ തോൽപ്പിച്ച് ആ രാജാവിനെ പിടിച്ചുകെട്ടി ദ്രോണരുടെ മുമ്പാകെ കൊണ്ടുവന്നത്.

ഇതെല്ലാം കഴിഞ്ഞാണ് ധർമപുത്രരെ യുവരാജാവായി വാഴിച്ചത്. ധൈര്യവും സ്ഥൈര്യവും ക്ഷമയും സഹിഷ്ണുതയും ആർജവവും എല്ലാംകൊണ്ട് ധർമപുത്രർ തന്റെ അച്ഛനായ പാണ്ഡുവിനെക്കാൾ യോഗ്യനും അങ്ങനെ പ്രശസ്തനുമായിത്തീർന്നു. അതിന് അധികദിനം വേണ്ടിവന്നില്ലതാനും.

അർജുന-ഭീമ പരാക്രമം

പാണ്ഡവരുടെ അഭ്യാസങ്ങൾ അവർ തുടർന്നുകൊണ്ടേയിരുന്നു. വാളും ഗദയും രഥവും എല്ലാമുപയോഗിച്ചുള്ള യുദ്ധത്തിൽ ഭീമസേനൻ നൈപുണ്യം നേടി. ലക്ഷ്യഭേദനത്തിൽ അത്ഭുതകരമായ കഴിവ് അർജുനൻ ആർജിച്ചു. അങ്ങനെയിരിക്കെ ഒരു സംഭവമുണ്ടായി. ധനുർവിദ്യയിൽ അർജുനനെപ്പോലെ വിദഗ്ധനായി മറ്റൊരാളുമില്ലെന്നു പരിപൂർണ ബോധ്യം വന്ന ദ്രോണാചാര്യർ ഒരു ദിവസം അർജുനനോട് ഇങ്ങനെ പറഞ്ഞു:

"അഗസ്ത്യമുനിയുടെ ശിഷ്യനായിരുന്ന അഗ്നിവേശനാണ് എന്റെ ആദ്യത്തെ ഗുരു. അദ്ദേഹത്തിന്റെ ശിഷ്യനായ ഞാൻ ആ പാരമ്പര്യവഴിക്കു സവിശേഷമായ ധനുർവേദാഭ്യസനം നേടാൻ ശ്രമിച്ചു. ബ്രഹ്മാസ്ത്രം അങ്ങനെയാണ് ഞാൻ തപസുചെയ്തു നേടിയത്. അത്

എനിക്കുപദേശിക്കുമ്പോൾ ഗുരു പറഞ്ഞു. ഇത് നീ മനുഷ്യരിൽ എയ്യരുത്. പ്രത്യേകിച്ചും അൽപ്പവീര്യന്മാരായവരിൽ ഒരിക്കലും പ്രയോഗിക്കരുത്. അർജുനാ, ദിവ്യമായ ആ ബ്രഹ്മാസ്ത്രം നീ കൈവശമാക്കിയിരിക്കുന്നു. എന്റെ ഗുരു എനിക്ക് ഇത് സംബന്ധിച്ചു നൽകിയ നിയമം ഇനി നീ പാലിക്കണം. ഇതിന് ബന്ധുക്കൾ കാൺകെ നീ എനിക്കു പ്രത്യേകം ഗുരുദക്ഷിണ നൽകണം."

അർജുനൻ പറഞ്ഞു:

"തരാം ഗുരോ."

അപ്പോൾ ആ ആചാര്യൻ ഇങ്ങനെ പറഞ്ഞു:

"എപ്പോഴെങ്കിലും നിനക്കെതിരായി ഞാൻ യുദ്ധംചെയ്യുന്നുവെങ്കിൽ, നീ എനിക്കെതിരായും യുദ്ധം ചെയ്യണം."

അങ്ങനെ ചെയ്യാമെന്ന് അർജുൻ സമ്മതിച്ചു.

അത് ഇരുകൂട്ടരുടെയും മനസിനെ മഥിച്ച ഒരു സംഭവമാണ്. തന്റെ ഏറ്റവും പ്രിയപ്പെട്ട ശിഷ്യനോടാണ് ദ്രോണാചാര്യർ അത് പറഞ്ഞത്. പാണ്ഡവ-കൗരവബന്ധങ്ങളുടെ പര്യവസാനംവരെയുള്ള കാര്യങ്ങൾ ഉള്ളിൽ കണ്ടുകൊണ്ടാവണം അദ്ദേഹം അതു പറഞ്ഞത്. അതേ സമയം ലോകത്തിൽത്തന്നെ ഏറ്റവും സ്നേഹിക്കുന്ന ഗുരുഭൂതനാണ് ദ്രോണാചാര്യർ എന്ന് അർജുനനറിയാം. തന്നെക്കാൾ വലിയ ഒരാൾ ധനുർവിദ്യയിലില്ലെന്നദ്ദേഹം വിചാരിക്കുന്നു. ആ മനുഷ്യൻ തനിക്കെതിരെ യുദ്ധം ചെയ്യണമെന്നു വാഗ്ദാനം വാങ്ങിയിരിക്കുന്നു. അർജുനൻ ദ്രോണരുടെ കാൽ പിടിച്ചു വണങ്ങി; വടക്കോട്ടേക്കിറങ്ങുകയും ചെയ്തു. അർജുനന്റെ പ്രശസ്തി ലോകമാകെയും വ്യാപിക്കാൻ തുടങ്ങി.

രാജാവായിരുന്ന തന്റെ പിതാവ് പാണ്ഡുവിനു സാധിക്കാത്ത അനേക വിജയങ്ങൾ ധർമപുത്രർക്കു നേടാൻ കഴിഞ്ഞു. അർജുനനും ഭീമനുംകൂടിയാണ് ആ ദിഗ്വിജയങ്ങൾ സാധിച്ചത്. യവനരാജാവിനെയും സുമിത്രനെയും കിഴക്കൻ ദിക്കിലെ രാജാക്കന്മാരുടെ കൂട്ടത്തെയും ദക്ഷിണപ്രദേശങ്ങളിലെ രാജാക്കന്മാരെയും എല്ലാം തോൽപ്പിച്ച് അവരുടെയെല്ലാം രാജ്യങ്ങളെ കുരുരാജ്യത്തോടു ചേർത്തു. അങ്ങനെയുള്ള വിജയങ്ങളിൽക്കൂടി ധർമപുത്രരുടെ രാജ്യത്തെ അവർ വളരെ വളർത്തി; ശക്തിപ്പെടുത്തി.

ധൃതരാഷ്ട്രരും കണികനും

പാണ്ഡവരുടെ ആയുധബലത്തെപ്പറ്റി അറിഞ്ഞ ധൃതരാഷ്ട്രർ വിഷാദമഗ്നനായി. ധർമപുത്രരുടെ നേതൃത്വത്തിൽ ഭീമാർജുനന്മാരും മറ്റും അത്യന്തം ശക്തന്മാരായിത്തീർന്നിരിക്കുന്നു. ഇത് ജനങ്ങളിൽ വലിയ അഭിപ്രായം സൃഷ്ടിച്ചിട്ടുണ്ടെന്ന് ആ രാജാവിനറിയാം. ധൃതരാഷ്ട്രർ കണികൻ എന്ന മന്ത്രിയെ വിളിച്ചുവരുത്തി. സംഗതിയെപ്പറ്റി അയാളുമായി സംസാരിച്ചു. എന്താണ് ഇതു സംബന്ധിച്ചു ചെയ്യുക? കണികൻ

സമർഥനായ ഒരു മന്ത്രിയായിരുന്നു. പാണ്ഡവർക്കെതിരായി യാതൊരു വിട്ടുവീഴ്ചയും കൂടാതെ പ്രവർത്തിക്കണം എന്ന് അയാൾ ധൃതരാഷ്ട്രരെ ഉപദേശിച്ചു. ശത്രുവിനെ അങ്ങനെതന്നെ കാണണം. അവൻ ആവലാതി പറഞ്ഞാലും വെറുതെ വിടരുത്. അതിന് അയാൾ പല നീതിസാരകഥ കളും ഉദ്ധരിച്ചു. എല്ലായിടത്തും ശത്രുവിന്റെ നീക്കങ്ങളറിയാൻ ചാര ന്മാർ ചുറ്റണം. കൈവിട്ടാൽ ശത്രു വളരും എന്ന് അയാൾ ഓർമിപ്പിച്ചു. കാട്ടുതീപോലെ അവർ പടരും. അതിനനുവദിക്കരുത്.

ഇതേ സമയം സ്വഭാവഗുണവും പ്രവർത്തനശേഷിയും മറ്റും കണ്ടിട്ട് ധർമപുത്രരെ രാജാവായി വാഴിക്കണമെന്ന് പൗരന്മാർ അഭിപ്രായപ്പെട്ടു. ഇതു കേൾക്കുന്നത് കൗരവർക്കു സഹിച്ചില്ല. ദുര്യോധനൻ പിതാവിനെ ച്ചെന്നു കണ്ടു. പൗരജനങ്ങൾ പറയുന്നത് അറിയിച്ചു. ഭൂമി ഭരിക്കുവാൻ ആഗ്രഹിക്കാത്ത ഭീഷ്മർക്ക്, പാണ്ഡവർക്ക് രാജ്യം കൊടുക്കുന്നതിലും വിരോധമില്ല. പാണ്ഡു മുമ്പ് രാജ്യം ഭരിച്ചു. അദ്ദേഹത്തിന്റെ സഹോദര നായ അങ്ങ് അന്ധനായിപ്പോയി. അതുകൊണ്ട് നാടു കിട്ടിയില്ല. പാണ്ഡു രാജ്യാധിപതിയായതുകൊണ്ട് തുടർന്ന് അയാളുടെ പുത്രനും പിന്നെ ആ പുത്രന്റെ പുത്രനും ക്രമത്തിൽ ഭരണമേൽക്കണമെന്നാണ് ജനങ്ങൾ വിചാരിക്കുന്നത്. അപ്പോൾ ഞങ്ങളും ഞങ്ങളുടെ കുട്ടികളുമോ? ലോകർക്കാർക്കും അറിഞ്ഞുകൂടാത്തവരായി കഴിഞ്ഞുകൂടണം. മറ്റുള്ള വരുടെ ചെലവിൽ ജീവിക്കണം. ഈ ഗതി ഞങ്ങൾക്കുണ്ടാവാത്തവിധം അങ്ങു നീതി നടത്തണം.

ധൃതരാഷ്ട്രരിൽനിന്ന് ഇതിന് ശക്തമായ മറുപടി കിട്ടിയില്ല. ഫല പ്രദമായി ഒന്നും നടന്നില്ല. ദുര്യോധനൻ, ദുശ്ശാസനൻ, കർണൻ, ശകുനി എന്നിവരുമായി ആലോചിച്ച് വീണ്ടും ധൃതരാഷ്ട്രരെ ചെന്നു കാണുന്നു. അപ്പോഴാണ് പാണ്ഡവരെ വാരണാവതത്തിലേക്ക് എന്തെങ്കിലും നല്ല വാക്കു പറഞ്ഞ് അയയ്ക്കണമെന്ന ആശയം അവർ ധൃതരാഷ്ട്രരുടെ മുമ്പാകെ വയ്ക്കുന്നത്. ഭീഷ്മരും ദ്രോണരുമൊക്കെ പാണ്ഡവരുടെ പക്ഷ ത്താണെന്നും അതുകൊണ്ട് അവർ അങ്ങനെ ഒരാശയത്തെ അനുകൂലി ക്കുകയില്ലെന്നും ധൃതരാഷ്ട്രർ പറയുന്നു.

പക്ഷേ, തുടർച്ചയായ പ്രേരണകൊണ്ട് പാണ്ഡവർക്ക് വാരണാവതം എന്ന പ്രദേശത്തേക്കു പോകാൻ ഒരു കൗതുകമുണ്ടാകുന്നു.

അവർ അങ്ങോട്ടു പോവുകയും ചെയ്യുന്നു.

പാണ്ഡവരുടെയും കൗരവരുടെയും ഇടയിൽ അകൽച്ച ഉണ്ടാവു കയും അതിന് തൽപ്പരകക്ഷികൾ ഗൂഢതന്ത്രങ്ങൾ പ്രയോഗിക്കുകയും ചെയ്യുന്നത് ഇങ്ങനെയാണ്. ധൃതരാഷ്ട്രർ ഈ സംഗതിയിലെ ഒരു പ്രധാന കഥാപാത്രമാണ്. അതേസമയം അയാൾ വളരെ വൈചിത്ര്യ മുൾക്കൊള്ളുന്ന മനസുള്ള ആളുമാണ്. സ്വന്തം മക്കളോടുള്ള അമിത മായ സ്നേഹമാണ് അതിന്റെ അടിസ്ഥാനപരമായ കാര്യം. അതുമൂലം അവരുടെ ദുഷ്ചെയ്തികളെ ഒന്നും അയാൾ ശ്രദ്ധിക്കുന്നില്ല. ഫലത്തിൽ അതിനെല്ലാം കൂട്ടുനിൽക്കുകയും ചെയ്യുന്നു. പാണ്ഡവപക്ഷത്തിന്റെ

എല്ലാ നല്ല വശങ്ങളും അയാളിൽ അസൂയ ഉണ്ടാക്കുകയാണ്. രാജാധികാരം എന്ന വിചാരം അത് ആളിക്കത്തിക്കാൻ പര്യാപ്തവുമാണല്ലോ. അങ്ങനെ മഹാഭാരതകഥയുടെ ഏറ്റവും പ്രധാനപ്പെട്ട വിഷയമായ സഹോദരന്മാർ തമ്മിലുള്ള വൈരത്തിന്റെ പ്രധാനപ്പെട്ട കാര്യങ്ങൾ ഈ ഘട്ടത്തിൽ നമുക്ക് കാണാൻ കഴിയുകയാണ്.

18

ദേവാസുരയുദ്ധത്തിന്റെ മറ്റൊരു തുടർച്ച

*മഹാഭാരത*ത്തിലെ ഓരോ 'പർവ'ത്തിനും പേരിട്ടിരിക്കുന്നത് അർഥ വത്തായിട്ടാണ്. പ്രധാന പർവങ്ങളും അവയിൽ 'ഉപപർവങ്ങ'ളുമുണ്ട്. അതിൽ പ്രധാനപ്പെട്ട ഒരു ഭാഗം പറയാനാണ് ഇത് സൂചിപ്പിച്ചത്. 'ആദി പർവ' (ആദ്യത്തെ പർവം) ത്തിൽ അനുക്രമണികാപർവം, പർവസംഗ്ര ഹപർവം, പൗഷ്യപർവം, പുലോമപർവം, അംശാവതരണപർവം എന്നിവ അടങ്ങിയിരിക്കുന്നു. ഒരു ഉദാഹരണത്തിനുവേണ്ടി ഇത് ചൂണ്ടിക്കാണി ക്കുകയായിരുന്നു.

രണ്ടാമത്തേത് 'സഭാപർവമാണ്,' അതിനർഥം 'രംഗസ്ഥലം' എന്നോ മറ്റോ പറയാം. അതുവരെ വ്യാസൻ പറഞ്ഞത് ഭാരതഭൂമിയുടെയാകെ പൂർവകഥയാണ്. അതായത്, അനേകം വംശങ്ങൾ, അവർ തമ്മിലുള്ള ബന്ധങ്ങൾ, ബന്ധമില്ലായ്മകൾ, അവയുടെ ഉൽപ്പത്തി തുടങ്ങിയവ. പിന്നെ 'സഭാപർവ'ത്തിലേക്കു കടക്കുമ്പോൾ താനെഴുതുന്ന മഹാകാ വ്യത്തിലെ സംഗതികളുമായി ബന്ധപ്പെട്ട വംശപരമ്പര പ്രദേശങ്ങൾ തുട ങ്ങിയവയിലേക്കു കടക്കുകയാണ്. വളരെ വേഗം വ്യാസൻ നമ്മെ ദുഷ്യ ന്തമഹാരാജാവിലേക്കു കൊണ്ടുചെന്നെത്തിക്കുന്നു.

ആ വംശപരമ്പരയുടെ കഥയും അതിലെ ബന്ധങ്ങളും ഒരു പശ്ചാ ത്തലംപോലെ ഒന്നു മനസ്സിലാക്കിവെക്കുന്നത് നല്ലതാണ്.

ഭാരതയുദ്ധത്തിന്റെ അർഥം

എന്തെല്ലാം ആഖ്യാനങ്ങളും ഉപാഖ്യാനങ്ങളും ഒക്കെ ഉണ്ടെങ്കിലും മഹാഭാരതകഥ ചെന്നെത്തുന്നത് പാണ്ഡവരും കൗരവരും തമ്മിലുള്ള യുദ്ധത്തിലാണ്. പതിനെട്ടു ദിവസങ്ങളിലെ ആ ഘോരയുദ്ധം എവിടെ ചെന്നെത്തി? ഇരുകൂട്ടരും യഥാർഥത്തിൽ ജയിച്ചില്ലെന്നും ജയിച്ച പാണ്ഡവർ

പോലും ബന്ധുക്കളുടെ നഷ്ടവും മറ്റുംകൊണ്ട് എന്നും ദുഃഖിതരായി കഴിഞ്ഞുകൂടുകയാണ് ചെയ്തതെന്നും *മഹാഭാരതം* വായിക്കുമ്പോൾ നമുക്കറിയാനാകും. അതുകൊണ്ടാണ് കുട്ടിക്കൃഷ്ണമാരാർ പറഞ്ഞത്, മഹാഭാരതകഥയിൽക്കൂടി വേദവ്യാസൻ ആകെയുള്ള അർഥശൂന്യത ഓർമിച്ചു ചിരിക്കുകയാണു ചെയ്തതെന്ന്.

എന്നാൽ, അങ്ങനെ പറഞ്ഞ് അവസാനിപ്പിക്കാമോ? സാധ്യമല്ല എന്ന ഒരു വശംകൂടിയുണ്ട്. ഭാരതകഥ രാജ്യങ്ങളുടെയും വംശങ്ങളുടെയും ചരിത്രമാണ്. നാനാതരം ജനവിഭാഗങ്ങളുടെ കഥയാണ്. യുദ്ധത്തിന് സ്പഷ്ടമായ കാരണമുണ്ടായിരുന്നു--അധികാരമോഹം, സ്വത്തിലുള്ള ആകാംക്ഷ, ഇന്ത്യയിലെ ചെറുതും വലുതുമായ മിക്ക രാജ്യങ്ങളും ആ യുദ്ധത്തിൽ ഇരുപക്ഷങ്ങളിലുമായി പങ്കെടുത്തു. ഇങ്ങനെ നടന്ന ഒരു യുദ്ധം രക്തരൂഷിതവും ഭീകരവുമായിരുന്നിരിക്കും എന്നു പറയേണ്ടതില്ല. ശ്രീകൃഷ്ണൻ നിഷ്പക്ഷനായിരുന്നു എന്നു പറയുന്നതിൽ അർഥമില്ല. അദ്ദേഹം, തന്റെ സൈന്യത്തെ മുഴുവൻ കൗരവർക്കു കൊടുത്തു. അദ്ദേഹം അർജുനന്റെ തേരാളിയുമായി. സൈന്യത്തെ മുഴവനും കൊടുത്താലും ശ്രീകൃഷ്ണൻ ഇപ്പുറത്ത് നിൽക്കുന്നതിന്റെ അർഥം നമുക്ക് മനസിലാക്കാവുന്നതേയുള്ളൂ. അങ്ങനെ യഥാർഥത്തിൽ ജയിച്ചത് പാണ്ഡവർ തന്നെയാണ്. തത്വജ്ഞാനപരമായി അതിന്റെ ജയാപജയങ്ങളെപ്പറ്റി ഒരു ആധ്യാത്മികഭാഷയിൽ പറയാമെന്നേയുള്ളൂ. പ്രത്യേകിച്ച് ഒരു കാര്യമുണ്ട്. ധർമത്തിന്റെ വിജയത്തിന് വേണ്ടിയാണ് യുദ്ധം നടന്നത്. അതു വിജയിച്ചു. പാണ്ഡവരുടെ വിജയം അതാണ്. ധർമം എന്നു പറയുന്നത് അവിടെ വെറും താത്വികപ്രശ്നമല്ല, ഒരു യാഥാർഥ്യമാണ്. പാണ്ഡവവിജയവും യാഥാർഥ്യംതന്നെ എന്നർഥം.

മഹാഭാരതം തുടങ്ങുമ്പോൾ അനേകം വംശങ്ങളുടെ കഥ നമ്മെ പറഞ്ഞു കേൾപ്പിക്കുന്നു. ആ വംശപരമ്പരകൾ വന്നു. പുരു-കൗരവവംശങ്ങളിലെത്തുന്നു. ആദ്യമുണ്ടായ വംശങ്ങളെ പൊതുവെ ദേവവംശങ്ങളും അസുരവംശങ്ങളുമായി വേർതിരിച്ചിട്ടുണ്ട്. പിന്നെപ്പിന്നെ ഈ രണ്ടു വംശക്കാരെ കൃത്യമായി വേർതിരിച്ചറിയാൻ വയ്യാത്ത വിധത്തിലാണു കിടക്കുന്നത്. വ്യാസൻ എഴുതിയിട്ടുള്ളത് അങ്ങനെയാണ്. ഈ രണ്ടു പേരുകൾ തന്നെ കൂടിക്കുഴഞ്ഞുകിടക്കുന്നു. പലപ്പോഴും അസുരന്മാർക്കാണ് മുൻതൂക്കമെന്നും കാണാവുന്നതാണ്. പാണ്ഡവർ ജയിച്ചപ്പോൾ, അതായത് ധർമം ജയിച്ചപ്പോൾ, അതു ബ്രാഹ്മണ്യത്തിന്റെ വിജയമായിരുന്നു എന്നും പറയാൻ നിവൃത്തിയില്ല. വിഷ്ണുവിന്റെ അവതാരം എന്നുള്ളതിരിക്കട്ടെ. വംശംകൊണ്ടും ജന്മകർമങ്ങൾകൊണ്ടും ശ്രീകൃഷ്ണൻ ബ്രാഹ്മണനായിരുന്നില്ലല്ലോ. യാദവവംശം, ദേവന്മാർക്കെതിരായിട്ടും അസുരവിഭാഗങ്ങൾക്ക് അനുകൂലമായിട്ടും അനേകം കാര്യം ചെയ്ത ചരിത്രം — അതല്ലേ ശ്രീകൃഷ്ണൻ? പാണ്ഡവരുടെ അമ്മയായ കുന്തി യാദവസ്ത്രീയാണ്.

ദേവാസുര യുദ്ധം

ഇവിടെ ദേവാസുരയുദ്ധത്തെപ്പറ്റി ഒന്നു പറയേണ്ടതുണ്ട്. അതു പണ്ട് ഏതോ അനാദികാലത്തു നടന്ന യുദ്ധമാണെന്നാണ് നാം കേട്ടിട്ടുള്ളത്. പുരാണങ്ങളിലെ പ്രധാനപ്പെട്ട ഒരു കഥയാണത്.

ആരാണ് ദേവന്മാർ? ആരാണ് അസുരന്മാർ? ഇതു വ്യക്തമായി ഒന്ന് അറിയേണ്ടതുണ്ട്. വ്യക്തമായി ഇത് അറിയാൻ മാർഗമുണ്ട്. *മഹാഭാരത*ത്തിൽത്തന്നെ ഇതുണ്ട്.

ദേവാസുരയുദ്ധം ഉണ്ടാകാൻ കാരണം ദേവന്മാർക്ക് അമൃതം ലഭിക്കണമെന്ന് ആഗ്രഹമുണ്ടായതാണ്. ആ സമയത്തു ദേവന്മാരെപ്പറ്റി പറയുന്നു:

മഹാപ്രസിദ്ധമായുണ്ട് മഹാമേരു മഹീധരം
സുവർണശൃംഗജാലത്തിൻ രവിപ്രഭകെടുപ്പതായ്
കേവലം പൊൻമയം നാനാദേവഗന്ധർവ സേവിതം
അപ്രമേയം പാപമുള്ളോർക്കപ്രധൃഷ്യം ശുഭാകരം
വ്യാളങ്ങൾ ചുറ്റും വാഴ്വോന്നായ് ദിവ്യൗഷധികളുള്ളതായ്
പൊക്കത്തിൽത്തന്റെ പൃഷ്ഠത്തിൽ സ്വർഗം താങ്ങും മഹാഗിരി
മറ്റുള്ളവർക്കഗമ്യംതാൻ മുറ്റുംവൃക്ഷനദീവ്രതം
നാനാമനോജ്ഞവിഹഗ സ്വനാനന്ദമതത്ഭുതം
അതിന്റെ നാനാരത്നങ്ങൾ മുതിർന്നുച്ചമനന്തമായ്
നിൽക്കുന്ന ശിഖരത്തട്ടിൽ പാർക്കുന്നു ദേവകോടികൾ

അപ്പോൾ ഉന്നതമായ മഹാമേരുപർവതശിഖരങ്ങളുടെ തട്ടിലാണു ദേവന്മാർ താമസിക്കുന്നത്. ഹിമാലയത്തിന്റെ പടിഞ്ഞാറേ ഭാഗത്താണ് മഹാമേരുപർവതം. അത് ഉയരംകൂടിയ മുടികളുള്ളതാണ്. മധ്യേഷ്യയിൽനിന്ന് ആര്യന്മാർ വന്നവഴിക്ക് ആദ്യഭാഗത്തുള്ള പ്രദേശമാണത്. ദേവന്മാർ എന്ന വാക്കിനർഥം വെളുത്തവർ, അതായത് നല്ല നിറമുള്ളവർ എന്നാണ്. ദേവന്മാരെ ദൈവങ്ങളെന്നു നാം വിചാരിക്കാറുണ്ട്. അതല്ല, ശരീരപരമായി നല്ല പ്രഭയുള്ളവരായിരുന്നു അവർ. ഇതു പ്രാചീനചരിത്രഗവേഷകന്മാർ വിശദമായി പറയുന്നുണ്ട്. ആ പ്രദേശത്ത് വളരെ വിലപ്പെട്ട ഔഷധികളും മറ്റുമുണ്ടെന്ന് അവർ അറിയുന്നു. എന്നുവച്ചാൽ അവർ മറ്റു പ്രദേശങ്ങളിൽനിന്ന് അവിടെ വന്നു എന്നതിനു തെളിവുംകൂടിയാണത്. അതിൽ വലിയ ഔഷധഗുണമുള്ള ഒന്നാണ് അമൃതം. നിത്യയൗവനത്തിനും അമരത്വത്തിനും പറ്റിയ ആ അമൃതം സംഭരിക്കണമെന്ന് ദേവന്മാർക്കു മോഹമായി. പക്ഷേ, ദേവന്മാർമാത്രം ശ്രമിച്ചാൽ അതു കിട്ടുകയില്ല. അസുരന്മാരും ചേർന്ന് അതിന് യത്നിക്കണം. താൻ നിവസിക്കുന്ന പാലാഴി കടയണമെന്നാണ് വിഷ്ണു പറയുന്നത്.

എന്താണ് പാലാഴി? സൂര്യപ്രകാശത്തിൽ മുങ്ങിക്കുളിച്ചു കിടക്കുന്ന പ്രദേശം എന്നല്ലാതെ മറ്റൊരു വ്യാഖ്യാനവും അതിനു കൊടുക്കാനില്ല (വിഷ്ണുവിന്റെ അതായത്, സൂര്യന്റെ ആസ്ഥാനമെന്നാണ് വേദവ്യാഖ്യാതാക്കളെ ആശ്രയിച്ചാലും അതിന് അർഥം കിട്ടുന്നത്) അസുരന്മാർ വ്യത്യ

സ്തരായ ജനവിഭാഗങ്ങളാണ്. അവർ ദേവന്മാർ പാർക്കുന്നതിന്റെ സമീപപ്രദേശങ്ങളിലും കീഴിലുള്ള സമതലങ്ങളിലുമായിരിക്കും പാർത്തിരിക്കുക. അവരുടെകൂടി സഹായമുണ്ടെങ്കിൽ ആ പ്രദേശത്തുള്ള ദിവ്യൗഷധങ്ങൾ സംഭരിക്കുവാൻ കഴിയുമെന്നു സാരം.

അങ്ങനെയാണ് 'പാലാഴിമഥനം' നടന്നത്. അതിന്റെ വിശദാംശങ്ങളിലേക്കു കടക്കുന്നില്ല. ചില സംഭവങ്ങൾ മാത്രം പറയാം. കൗസ്തുഭം, കാമധേനു, പാരിജാതം, ഉച്ചൈശ്രവസ് തുടങ്ങിയ അമൂല്യവസ്തുക്കൾ പാലാഴിമഥനത്തിന്റെ ഫലമായി സമുദ്രത്തിൽ നിന്നു പൊന്തിവന്നു. ഒടുവിൽ അമൃതവും വന്നു. അസുരന്മാർ അത് അപഹരിച്ചുകൊണ്ടുപോയി. വിഷ്ണു മോഹിനീരൂപം പൂണ്ടുചെന്ന് അസുരന്മാരെ വശീകരിച്ച് അമൃതം അവരിൽനിന്നും വീണ്ടെടുത്തു. പിന്നെ ദേവന്മാരും അസുരന്മാരും തമ്മിൽ യുദ്ധം നടക്കുന്നു.

പാണ്ഡവ കൗരവവംശത്തിലേക്ക്

ഈ ദേവാസുരയുദ്ധകഥ ഇവിടെ പറഞ്ഞത് മഹാഭാരതയുദ്ധം മേൽപ്പറഞ്ഞ വംശക്കാർ അനേകകാലം കഴിഞ്ഞ് വ്യത്യസ്ത കുലങ്ങളായി രൂപംപ്രാപിച്ച് ഒരു ഘട്ടത്തിലെത്തിയപ്പോൾ നടന്നതാണെന്നുള്ളത് ഓർമിപ്പിക്കാൻവേണ്ടിയാണ്. *മഹാഭാരത*ത്തിൽ ഈ വംശഗതികളുടെ കഥ പറഞ്ഞ് ഭീഷ്മദ്രോണന്മാർ, കൗരവപാണ്ഡവന്മാർ, യാദവർ എന്നീ വിഭാഗക്കാരുടെ ആവിർഭാവത്തെക്കുറിച്ചു പറഞ്ഞിരിക്കുന്നു. ദേവന്മാർ, അസുരന്മാർ എന്നിവരിൽനിന്നു ബ്രാഹ്മണരും മറ്റു ജാതിക്കാരും ഉത്ഭവിക്കുന്നു. ബ്രാഹ്മണരിൽ നിന്നാണ് ക്ഷത്രിയരും ഉണ്ടായത്. മരീചി, അംഗിരസ്, അത്രി, പുലസ്ത്യൻ, പുലഹൻ എന്നിങ്ങനെ അഞ്ച് മഹർഷിമാരാണത്രെ (ബ്രാഹ്മണരാണത്രെ) ആദ്യം ആവിർഭവിച്ചത്. ഇത് ബ്രാഹ്മണഗോത്രങ്ങളാണ്. മുകളിൽപ്പറഞ്ഞ ഋഷിമാരിൽപ്പെട്ട കശ്യപന്റെ ഭാര്യ അദിതിയായിരുന്നു. ഇവർ മറ്റൊരു പ്രജാപതിയായ ദക്ഷന്റെ പുത്രിയായിരുന്നു. ഇവരിൽനിന്നാണ് അസുരവംശങ്ങൾ ഉണ്ടായത്. ദക്ഷൻ ബ്രഹ്മാവിന്റെ വംശത്തിൽപ്പെട്ട ആളായിരുന്നുവെന്നിരിക്കെ ദേവാസുരവംശങ്ങൾ കൂടിക്കുഴഞ്ഞാണ് ഉണ്ടായതെന്നല്ലേ വ്യക്തമാകുന്നത്? അദിതി വേദങ്ങളിലും പുരാണങ്ങളിലും പല സ്ഥാനങ്ങളുള്ള സ്ത്രീയാണ് — അമ്മ, ഭാര്യ, അങ്ങനെ. *മഹാഭാരത*പ്രകാരംതന്നെ അവർ വിഷ്ണുവിന്റെ മാതാവാണ്. വിഷ്ണുപുരാണപ്രകാരം കശ്യപന്റെ ഭാര്യയും ദക്ഷന്റെ പുത്രിയുമാണ്. ശ്രീകൃഷ്ണന്റെ മാതാവായ ദേവകിയാകട്ടെ, അദിതിയുടെ അവതാരമാണ്. ആ വംശത്തിൽപ്പെട്ടവരെന്നാകാം അതിനർഥം. അദിതി, ദിതി എന്ന സഹോദരിമാരിൽനിന്നാണ് നാം കേൾക്കുന്ന അസുരവംശക്കാരെല്ലാം ഉണ്ടായത്. ഹിരണ്യകശിപു, പ്രഹ്ലാദൻ, മഹാബലി, ബാണൻ, വിപ്രചിത്തി, നമുചി തുടങ്ങി അനേകംപേരെയും അവരുടെ വംശങ്ങളെയും പറ്റി ഭാരതത്തിൽ പറയുന്നു. അസുരഗുരുവായ ശുക്രാചാര്യരും ഈ വംശത്തിലുണ്ടായ ആളാണ്.

അങ്ങനെ ദേവന്മാരുടെയും അസുരന്മാരുടെയും അംശങ്ങൾ ഭൂമിയിൽ വിവിധ കുലങ്ങളായി ജനിക്കുന്നു. അന്നുണ്ടായ രാജാക്കന്മാരിൽ പലരും അസുരന്മാരുടെ അവതാരമായിരുന്നുവെന്ന് *മഹാഭാരത*ത്തിൽ പറയുന്നു. അങ്ങനെ ദീർഘമായ വംശചരിതം ഭരദ്വാജനിലും ദ്രോണാചാര്യരിലും അശ്വത്ഥാമാവിലും ശന്തനുവിലും പരമ്പരയിലും ശകുനിയിലും കൃതവർമാവിലും വിദുരരിലും ദുര്യോധനാദികളിലുംവരെയൊക്കെ ചെന്നുചേരുന്നു.

ഈ വിധം സങ്കുലമായ ഒരു പരമ്പരയുടെ കഥയാണ് മഹാഭാരതയുദ്ധത്തിൽ നാം കാണുന്നത്. പഴയ ദേവാസുരയുദ്ധത്തിന്റെ ഒരു പുതിയ പതിപ്പാണ് *മഹാഭാരത*ത്തിലുള്ളതെന്നു പറയുന്നതിൽ തെറ്റുണ്ടെന്നു തോന്നുന്നില്ല. ദേവാസുരയുദ്ധകാലത്ത് രാജ്യങ്ങൾ പലതായി തിരിഞ്ഞിരിക്കുകയില്ല. അന്ന് പല കുലങ്ങൾ ഒരുമിച്ചു വിലപ്പെട്ട ഔഷധങ്ങൾക്കും സാധനങ്ങൾക്കും (അമൃതം അതിന്റെ ജീവനപ്രതീകമാണല്ലോ) വേണ്ടി പ്രയത്നിക്കുകയും കലഹംകൂട്ടുകയും ചെയ്തു. കാലം പോയി. രാജ്യങ്ങൾക്ക് അതിർത്തിയുണ്ടായി. അവിടെ വിവിധ വംശക്കാർ ഭരിക്കാൻ തുടങ്ങി. അന്ന് സ്വത്തിനെപ്പറ്റി മനുഷ്യർക്ക് ധാരണകൾ വളർന്നു. അതിനുവേണ്ടിയുള്ള പോരാട്ടമായി. സ്വന്തവും ബന്ധവും എല്ലാം അതിന്റെ അടിസ്ഥാനത്തിലായി. മഹാഭാരതകഥ. ആ കാലഘട്ടത്തിലേതാണ്.

പാണ്ഡവ – കൗരവ ബന്ധങ്ങളും അതിലെ കലഹങ്ങളും ഇങ്ങനെ വേണം കാണുക. വേദോപനിഷത്തുകളുമൊക്കെ വന്നതിനുശേഷമായതുകൊണ്ട് അതിൽ ധർമത്തെയും അധർമത്തെയുംപറ്റിയുള്ള വിചാരങ്ങളുമുണ്ടായി. ശ്രീകൃഷ്ണൻ അത്തരം വിഷയങ്ങളെപ്പറ്റി ജ്ഞാനവും ലക്ഷ്യബോധവുമുള്ളവനായിരുന്നതുകൊണ്ട് അദ്ദേഹം ആ നിലയ്ക്കുള്ള നേതൃത്വമാണു നൽകിയത്. ആ ചിന്താഗതിയുള്ള ഭീഷ്മദ്രോണാദികളും മറ്റും പ്രമുഖരായതും അതുകൊണ്ടുതന്നെയാണ്. *മഹാഭാരത*ത്തിലെ ഏതു കഥാപാത്രത്തെയും നിശ്ചിതമായി ഏതു കുലം, ഏതു ഗോത്രം, ഏതു വംശം എന്നു പറയാൻ വളരെ പ്രയാസമാണ്.

19

വിദുരർ

മഹാഭാരതത്തിലെ പ്രമുഖ കഥാപാത്രങ്ങളിൽ മുൻപന്തിയിലാണ് വിദുരർ. അദ്ദേഹം മറ്റൊരു കഥാപാത്രത്തോടും സാമ്യമില്ലാതെ ഒറ്റപ്പെട്ടു നിൽക്കുന്നു. രാജാധികാരത്തിന്റെ നടുവിൽ യാദൃച്ഛികവശാലോ ആവശ്യത്തിനുവേണ്ടിയോ താൻ വിശ്വസിക്കുന്ന തത്വങ്ങളിൽനിന്ന് ഒരക്ഷരംപോലും വ്യത്യസ്തമായിപ്പറയാതെ, നിതാന്ത ധർമജ്ഞാനോപാസകനായി കഴിയുന്ന കഥാപാത്രമാണദ്ദേഹം.

വിദുരരുടെ മുൻജന്മത്തെപ്പറ്റി *മഹാഭാരത*ത്തിൽ രണ്ടു ദിക്കിൽ രണ്ടു തരത്തിലാണ് പറഞ്ഞിരിക്കുന്നത്. പാഠഭേദങ്ങൾ, കഥയെ സംബന്ധിച്ച്, എന്തെങ്കിലും കാരണങ്ങളാൽ വരാവുന്നതാണ്. പ്രശസ്തമായ ഒരു കഥ (ധൃതരാഷ്ട്രർ, പാണ്ഡു, വിദുരർ എന്നിവരുടെ ജനനകഥയിൽ) പറഞ്ഞിട്ടുണ്ട്. അണിമാണ്ഡവ്യൻ എന്ന മുനിയെ തെറ്റിദ്ധരിച്ച് ശിക്ഷിച്ചതിന് യമധർമനെ "നീ ശൂദ്രയോനിയിൽ മനുഷ്യനായി ജനിക്കും" എന്ന് മാണ്ഡവ്യൻ ശപിക്കുന്നു. അതനുസരിച്ച് ജനിച്ച ആളാണ് വിദുരർ എന്നാണ് ആ കഥ. അംബയുടെ ദാസിയുടെ പുത്രനായി വ്യാസനിൽ അദ്ദേഹം ജനിച്ചു.

വിദുരർ വിവാഹംകഴിച്ചത് ബ്രാഹ്മണന് ശൂദ്രസ്ത്രീയിൽ ജനിച്ച ഒരു പെൺകുട്ടിയെയാണ്. അദ്ദേഹത്തിന് പല ഗുണങ്ങളും വിനയവുമുള്ള പുത്രന്മാരുണ്ടായി.

വിദുരരും പാണ്ഡവരും

വിദുരർ എക്കാലത്തും മനസാ പാണ്ഡവരുടെ പക്ഷത്തായിരുന്നു. അതു വെറും ഇഷ്ടാനിഷ്ടങ്ങളുടെ അടിസ്ഥാനത്തിലായിരുന്നില്ല എന്നുള്ളതാണ് പ്രധാനം. കൗരവരുടെ ചിന്തകളും പ്രവൃത്തികളും ധർമത്തെ

നശിപ്പിക്കുന്ന മട്ടിലായിരുന്നു എന്നതാണ് എപ്പോഴും അദ്ദേഹത്തെ വേദനിപ്പിച്ചിരുന്നത്. നീതിരഹിതമായ അവരുടെ പ്രയാണംമൂലം പാണ്ഡവർ അനുഭവിക്കേണ്ടിവരുന്ന ദുഃഖങ്ങളിൽ അദ്ദേഹം സഹതപിച്ചു. ശക്തമായി അവർക്കുവേണ്ടി വാദിക്കാൻ അദ്ദേഹം എപ്പോഴും മുൻപന്തിയിലുണ്ടായിരുന്നു; നിശ്ശബ്ദമായി അവരെ സഹായിക്കാൻ അദ്ദേഹം മുൻപന്തിയിലുണ്ടായിരുന്നു.

പാണ്ഡവരെ അകറ്റിനിർത്താൻവേണ്ടി ധൃതരാഷ്ട്രാദികൾ ആദ്യം നടത്തിയ രഹസ്യപദ്ധതിയായിരുന്നു അവരെ വാരണാവതപ്രദേശത്തേക്ക് അയച്ചത്. സുന്ദരമായ ഒരു പ്രദേശമാണതെന്ന് മന്ത്രിമാരും അനുയായികളും ആവർത്തിച്ചാവർത്തിച്ചു പറഞ്ഞു കേൾപ്പിച്ച് പാണ്ഡവരുടെ മനസിൽ അനുകൂലമായ വിചാരമുളവാക്കി. അവിടെയാണ് രഹസ്യമായി അവർ അരക്കില്ലം പണിഞ്ഞത്. പാണ്ഡവർ അവിടെ പോകുന്നതിനു മുമ്പ് അരക്കില്ലത്തിന്റെ ആപത്തിനെപ്പറ്റി വിദുരർ ഗൂഢമായി ധർമപുത്രരെ അറിയിച്ചു. അതാണ് വിദുരർ ആദ്യമായി പാണ്ഡവർക്കു ചെയ്ത സഹായം. എന്നല്ല, ഖനകൻ എന്നൊരാളെ അദ്ദേഹം വാരണാവതത്തിലേക്ക് അയച്ചു. അയാൾ അവിടെ അരക്കില്ലത്തിൽനിന്നു പുറത്തു കടക്കുവാൻ തക്കവണ്ണം ഒരു തുരങ്കം നിർമിച്ചുകൊടുത്തു. പിന്നെ അരക്കില്ലത്തിന് തീയിട്ടിട്ട് പാണ്ഡവർ രക്ഷപ്പെട്ടത് ആ മാർഗത്തിൽക്കൂടിയാണ്.

പാണ്ഡവർക്ക് ഗംഗയുടെ മറുകരയിലെത്താൻ വിദുരർ തന്നെ ഒരു വിശ്വസ്തനായ അനുയായിയെ തോണിക്കാരനായി പറഞ്ഞയച്ചു. കാറ്റിൽ പായ കെട്ടി വിടാവുന്ന തോണിയാണ് അയാൾ ഉപയോഗിച്ചത്. പാണ്ഡവർ വാരണാവതം വിട്ടത് ആരുമറിയരുത്. അവർ അതിവേഗം മറുകരയെത്തണം. അതും വിദുരരുടെ ബുദ്ധിയായിരുന്നു. അതു ഫലിച്ചു. അരക്കില്ലം കത്തിയെന്നും പാണ്ഡവർ അതിൽ കിടന്നു മരിച്ചെന്നും ഹസ്തിനപുരത്തിൽ വാർത്തയെത്തി. തീവയ്ക്കാൻ കൗരവരയച്ച പുരോചനനും കൂട്ടത്തിൽ മരിച്ചുപോയി. ധൃതരാഷ്ട്രാദികൾ വാർത്ത കേട്ട് ദുഃഖം ഭാവിച്ചു. അവർക്കുവേണ്ടി ശേഷക്രിയയും നടത്തി.

സ്വഭാവപ്രത്യേകത

വിദുരർ എപ്പോഴും സത്യം പറയാനും അതേസമയം ആരോടും ആവശ്യമില്ലാതെ പിണങ്ങാതിരിക്കാനും ശ്രമിച്ചിരുന്നു. പാണ്ഡവർക്കെതിരായി ഗൂഢശ്രമങ്ങൾ കൗരവർ നടത്തുന്ന സമയത്ത് വിദുരർ വ്യാസനോടും ഭീഷ്മരോടുമൊപ്പം തനിക്കു ബോധ്യമുള്ള ധർമനീതിയെക്കുറിച്ച് ധൃതരാഷ്ട്രരെ അഭിപ്രായങ്ങൾ അറിയിച്ചിരുന്നു. പക്ഷേ, ധൃതരാഷ്ട്രർക്ക് അതൊന്നും ഇഷ്ടപ്പെട്ടില്ല. തന്മൂലം അയാൾ വിദുരരോട് പിണങ്ങി സംസാരിച്ചു. അതിനുമുമ്പ് വിദുരർ ഇപ്രകാരം പറഞ്ഞിരുന്നു:

ത്രിവർഗമേ ധർമമൂലം നരേന്ദ്ര !
രാജ്യത്തിന്നും മൂലമാം ധർമമത്രേ.
ധർമത്താൽ താൻ നിന്നു നിൻ മക്കളേയും

ശക്ത്യാ കാക്കൂ പാണ്ഡുവിന്മക്കളെയും.

ഇതാണ് ധൃതരാഷ്ട്രർക്കു പിടിക്കാതെ വന്നത്. പാണ്ഡവരുടെ ഹിതവും നന്മയും നോക്കി മാത്രമാണ് വിദുരർ ഇതു പറയുന്നതെന്നാണ് ധൃതരാഷ്ട്രർ ധരിച്ചത്. ആ വിശ്വാസംകൊണ്ടാണ് അയാൾ വിദുരരോട് ഇഷ്ടക്കേട് കാട്ടിയത്.

വിദുരർ ഇതിനു ക്ഷോഭിച്ചില്ല. പക്ഷേ, വിവരങ്ങൾ പാണ്ഡവരെ ധരിപ്പിക്കണമെന്ന് അദ്ദേഹം തീരുമാനിച്ചു. ഉടനെതന്നെ കാട്ടിലേക്കു പുറപ്പെട്ടു. പാണ്ഡവർ ഈ സമയത്ത് കാമ്യകവനത്തിലേക്കു പോയിരുന്നു. (ചൂതുകളിയിൽ പരാജയപ്പെട്ട ശേഷമാണ് ഈ സംഭവം നടക്കുന്നത്) കാമ്യകവനത്തിൽവച്ച് വിദുരർ പാണ്ഡവരെ കണ്ടു. ധൃതരാഷ്ട്രർ തന്നോടു പിണങ്ങിയാണ് സംസാരിച്ചതെങ്കിലും വിദുരർ ആ വികാരമല്ല ധർമപുത്രാദികളോടു പ്രകടിപ്പിച്ചത്. താൻ ധൃതരാഷ്ട്രരോടു സംസാരിച്ചതും അതിന്റെ പ്രതികരണവും അദ്ദേഹം പാണ്ഡവരെ ധരിപ്പിച്ചു. പക്ഷേ, പാണ്ഡവരെ അദ്ദേഹം സമാശ്വസിപ്പിക്കുകയാണു ചെയ്തത്. ശാന്തമായി ദുഃഖത്തെ സഹിക്കുന്നവർക്ക്, സൗമ്യമായി പ്രവർത്തിക്കുന്നവർക്ക് വിജയം കൈവരും. അതുകൊണ്ട് സമാധാനചിത്തതയോടെ വനവാസം കഴിച്ചുകൂട്ടുവാനാണ് വിദുരർ അവരെ ഉപദേശിക്കുന്നത്.

വിദുരരെ സംബന്ധിച്ച് പലതും ഇനിയും പറയാനുണ്ട്. അതെല്ലാം പുറകെ പല ഘട്ടങ്ങളിലായി പറയേണ്ടതായിവരും. കാരണം, ആ കഥാപാത്രം *മഹാഭാരത*ത്തിൽ അവസാനംവരെ അങ്ങനെ നിറഞ്ഞുനിൽക്കുന്നു. പക്ഷേ, ഒരു പ്രത്യേക കാര്യം സൂചിപ്പിക്കാനാണ് ഈ ഘട്ടത്തിൽ വിദുരരെപ്പറ്റി സൂചിപ്പിച്ചത്. എല്ലാറ്റിന്റെയും അറിവു കൈവശമുള്ള വേദവ്യാസൻ എന്ന മഹൽപുരുഷനുണ്ട്. അതോടൊപ്പം ജ്ഞാനത്തിലും ആയുർവിദ്യയിലും ആചാര്യനായ ഭീഷ്മപിതാമഹനുണ്ട്. മൂന്നാമതു വരുന്ന കഥാപാത്രമാണ് *മഹാഭാരത*ത്തിൽ വിദുരർ. അദ്ദേഹത്തിന്റെ സ്ഥാനമെന്ത്? ദാസിയുടെ പുത്രനെന്ന നിലയ്ക്ക്, കുലമഹിമയ്ക്കു കുറവുള്ള ആളാണ് അദ്ദേഹം. അതിന്റെ പ്രകടമായ സൂചനകൾ ചില പ്രധാന സന്ദർഭങ്ങളിൽ നമുക്കു കാണുകയും ചെയ്യാം. കൗരവസദസിൽവച്ച് ദ്രൗപദിയെ അപമാനിക്കുമ്പോൾ അവരെ അങ്ങോട്ടാനയിക്കാൻ ദുര്യോധനൻ ചുമതലപ്പെടുത്തുന്നത് വിദുരരെയാണെന്നത് ഇതിനൊരു തെളിവായേ കരുതാൻ കഴിയൂ (ചൂതുകളിയുടെ ഈ ഭാഗത്തേക്കു നാം എത്തിയിട്ടില്ല). ഇതെല്ലാമാണെങ്കിലും ജീവിച്ചിരിക്കുന്ന ധൃതരാഷ്ട്രരുടെയും മരിച്ചുപോയ പാണ്ഡുവിന്റെയും സഹോദരനായ അദ്ദേഹത്തിന് ഭാരതകഥയിലുള്ള സ്ഥാനം വളരെ വലുതാണ്. ബന്ധുത്വംകൊണ്ടല്ല അത്. അസാധാരണമായ ലോകജ്ഞാനവും സമചിത്തതയും ദാർശനികമായ ഒരു മനോഗതിയുംകൊണ്ടാണ്.

ദാർശനികന്റെ അന്ത്യം

വിദുരരുടെ അന്ത്യംമാത്രം രേഖാമൂലമായി ഒന്നു പറയാം. അദ്ദേഹം

ധൃതരാഷ്ട്രരോടും ഗാന്ധാരിയോടും കുന്തിയോടുമൊപ്പം കാട്ടിലേക്കു പോയി; മഹാഭാരതയുദ്ധമെല്ലാം കഴിഞ്ഞ് ധർമപുത്രരും പാണ്ഡവസഹോദരന്മാരും രാജ്യം ഭരിച്ചുകൊണ്ടിരുന്നപ്പോഴാണ്. ജീവിതകാലം മുഴുവൻ ധർമനീതികളെപ്പറ്റി പ്രഭാഷണംചെയ്തിരുന്ന അദ്ദേഹം അന്ത്യകാലത്തു നിശ്ശബ്ദനായി. അതു മനഃപൂർവം സ്വയം സ്വീകരിച്ചതാണ്. തന്നെ കാണാൻ ചെന്ന ധർമപുത്രരുടെ ആത്മാവിലേക്ക് അദ്ദേഹം ലയിക്കുകയായിരുന്നു. അവർ രണ്ടുപേരും യമധർമന്റെ അംശങ്ങളായിരുന്നല്ലോ. അതാണ് വിദുരരുടെ അന്ത്യം.

20

കിരാതം

‘കിരാതം’ എന്ന കഥ പ്രസിദ്ധമാണ്. മലയാളത്തിൽ ഏറ്റവും രംഗ ഭംഗിയുള്ള ആട്ടക്കഥയാണ് കിരാതം. *മഹാഭാരത*ത്തിലെ പ്രസിദ്ധമായ ഈ കഥ, അർജുനന്റെ സ്വഭാവവും ഭക്തിയും സിദ്ധിയും എല്ലാം വ്യക്ത മാക്കുന്നു. ഇത് പാണ്ഡവരുടെ വനവാസകാലത്താണ് നടക്കുന്നത്. ധർമ പുത്രരടക്കം പാണ്ഡവരുടെ മനോഗതികൾ വിവരിക്കുന്ന അർജുനാഭിഗ മനപർവത്തിൽ ശിവനെ ഭജിച്ച് അനുഗ്രഹവും പാശുപതാസ്ത്രവും വാങ്ങുന്നതാണ് കഥ.

കാമ്യകവനത്തിൽവെച്ച് ധർമപുത്രർ അർജുനനോട് ഇങ്ങനെ പറഞ്ഞു:

“വേദവ്യാസൻ എനിക്ക് ഉപനിഷത്സാരങ്ങൾ ഉപദേശിച്ചുതന്നിട്ടുണ്ട്. അത് സവിശേഷമായ വെളിച്ചം നൽകിയിരിക്കുന്നു. പക്ഷേ, നീയാണ് എല്ലാക്കാര്യങ്ങളും നോക്കേണ്ടത്. ഭാവിയിലെ എല്ലാ ഭാരങ്ങളും നിന്നിലാണ്. അതുകൊണ്ട് നീ ഇന്ദ്രനെ ഇന്നുതന്നെ പോയി കാണുക. അദ്ദേഹം നിനക്ക് എല്ലാവിധ ശസ്ത്രവിദ്യകളും നൽകും.”

അർജുനൻ പുറപ്പെടുമ്പോൾ സഹോദരരായ പാണ്ഡവരെ കണ്ടു; പാഞ്ചാലി സവിശേഷമായി അർജുനനെ നല്ല വാക്കുകൾകൊണ്ട് യാത്ര യാക്കി.

ഗാണ്ഡീവചാപവും ഒടുങ്ങാത്ത അസ്ത്രങ്ങളുമേന്തി അർജുനൻ യാത്രതിരിച്ചു. മഞ്ഞുമൂടിയ ഹിമാലയപ്രദേശങ്ങളിൽക്കൂടി കടന്നുപോ കുമ്പോൾ ആരോ അർജുനനെ വിളിച്ചു. അത് തപസ്വിയുടെ വേഷം പൂണ്ട ഇന്ദ്രനായിരുന്നു. തന്റെ വരവിന്റെ ഉദ്ദേശ്യം അർജുനൻ ഇന്ദ്രനെ അറിയിച്ചു. ഇന്ദ്രൻ ഇങ്ങനെ പറഞ്ഞു:

"നീ എന്ന് ഭഗവാൻ ശ്രീപരമേശ്വരനെ തപസുചെയ്ത് പ്രീതിപ്പെടുത്തുന്നുവോ അന്ന് നിനക്ക് സിദ്ധികളെല്ലാം ഉണ്ടാവും. അതുകൊണ്ട് അതിനുവേണ്ടി പ്രയത്നിക്കുക."

അർജുനൻ ശിവനെ തപസുതുടങ്ങി. ഒരു മാസവും മൂന്നു ദിവസവും കായ്കൾ ഭക്ഷിച്ചു. പിന്നെ രണ്ടാം മാസത്തിൽ ഇതിൽ പകുതി ആഹാരമാക്കി. പിന്നെ രണ്ടാഴ്ച കൂടുമ്പോൾ അൽപ്പം ഭക്ഷണമായി. അങ്ങനെ മൂന്നാം മാസം കഴിച്ചുകൂട്ടി. നാലാം മാസമായപ്പോൾ വായുഭക്ഷണം മാത്രമാക്കി. അങ്ങനെ ഒന്നും തൊടാതെ കൈകൾ പൊക്കിപ്പിടിച്ച് ഉഗ്രമായ തപസിലേർപ്പെട്ടു. ഹിമാലയപാർശ്വത്തിൽ അർജുനൻ ഇങ്ങനെ തീക്ഷ്ണമായ തപസനുഷ്ഠിക്കുന്നുവെന്നും അയാളുടെ ഉദ്ദേശ്യമെന്താണെന്നറിയുന്നില്ലെന്നും മഹർഷികൾ പരമേശ്വരന്റെ മുമ്പാകെ ചെന്ന് ഉണർത്തിച്ചു. മുനിമാർ വ്യാകുലപ്പെടേണ്ടെന്നും അയാളുടെ ഇംഗിതം തനിക്ക് അറിയാമെന്നും അത് സാധിച്ചുകൊടുക്കുന്നുണ്ടെന്നും പരമശിവൻ അവരോടു പറഞ്ഞ് യാത്രയാക്കി.

സംവാദവും സമരവും

ശ്രീപരമേശ്വരൻ ഒരു കാട്ടാളന്റെ വേഷം കൈക്കൊണ്ടു. ശ്രീപാർവതീദേവി കാട്ടാളത്തിയുമായി. ഭൂതഗണങ്ങൾ, ഒട്ടേറെ സ്ത്രീകൾ എന്നിവർ അതേ വേഷത്തിൽ കൂടെ പുറപ്പെട്ടു. പന്നിയുടെ വേഷത്തിൽ ഒരു കാട്ടാളൻ അർജുനനെ ഹിംസിക്കാനായി പാഞ്ഞടുത്തു. അർജുനൻ വില്ലു കുലച്ചു. ഉടനെ കാട്ടാളരൂപം പൂണ്ട ശിവൻ തടഞ്ഞു: "ഞാൻ ഉന്നംവച്ച മൃഗമാണ്. ഞാൻതന്നെ അതിനെ നേരിടാം." അർജുനൻ അതു കേൾക്കാതെ അമ്പെയ്തു. അതേസമയംതന്നെ പരമശിവനും അമ്പയച്ചു. രണ്ട് അമ്പുകളും ഒരുമിച്ചുചെന്നുകൊണ്ട് പന്നി മരിച്ചു നിലത്തുവീണു.

അർജുനൻ ചോദിച്ചു:

"ഒട്ടേറെ സ്ത്രീകളുമായി ഈ ഘോരവിപിനത്തിൽ സഞ്ചരിക്കുന്ന നിങ്ങൾ ആരാണ്? ഞാൻ ഉന്നംവച്ച പന്നിയെ നിങ്ങൾ എയ്യുവാൻ കാരണമെന്താണ്? നിങ്ങൾ ചെയ്തത് നായാട്ടുധർമമല്ല. അതുകൊണ്ട് നിങ്ങളെയും ഞാൻ വധിക്കും."

ഉടനെ വേടൻ അർജുനനോടു സംസാരിച്ചു:

"ഞാൻമൂലം നീ പേടിക്കേണ്ട. ഞങ്ങൾക്കു പാർക്കാൻ ഈയിടം വളരെ ഉചിതമാണ്. നിങ്ങൾ എന്തിനാണ് ഇവിടെ വന്നു പാർക്കുന്നത്? ജന്തുക്കൾ നിറഞ്ഞ ഇവിടെയാണ് ഞങ്ങളുടെയൊക്കെ പാർപ്പിടം. അഗ്നിയെപ്പോലെ സുന്ദരനായ നിങ്ങൾ ഈ ദേശത്തൊക്കെ സഞ്ചരിക്കുന്നതെന്തിനാണ്?"

"എന്നെ കൊല്ലാൻ പന്നിയുടെ വേഷത്തിലെത്തിയ ഈ രാക്ഷസനെ ഞാൻ വധിച്ചു. അത്രതന്നെ" അർജുനൻ പറഞ്ഞു.

ശിവൻ പറഞ്ഞു: "ഈ പന്നി ചത്തത് ഞാൻ എന്റെ വില്ലിൽനിന്നു

വിട്ട തീക്ഷ്ണമായ അസ്ത്രമേറ്റിട്ടാണ്. ഞാൻ ഉന്നംവെച്ച മൃഗം എന്റെ അമ്പുകൊണ്ടാണ് ജീവനറ്റു വീണത്. നീ ഗർവ് പറയേണ്ട. ഗർവിഷ്ഠനായ നീ ബുദ്ധിയില്ലാത്തവനാണ്. നിന്നെ ഞാൻ ജീവനോടെ വിടുകയില്ല. ഞാൻ ഊക്കുള്ള അസ്ത്രങ്ങൾ എടുക്കുകയാണ്. നീ തടുത്തോളൂ."

അർജുനൻ കോപത്തോടെ അമ്പുകളെയ്യാൻ തുടങ്ങി. "ബുദ്ധിയില്ലാത്തവനേ എയ്തോളൂ. ഇനിയുമിനിയും എയ്തോളൂ" എന്നായി വേടൻ. രണ്ടുപേരും പരസ്പരം ഉഗ്രബാണങ്ങൾ വർഷിക്കുകയായി. പരമശിവൻ സന്തുഷ്ടനായിനിന്നു. അദ്ദേഹത്തിന് ഒരനക്കവുമില്ലായിരുന്നു; ഒരു കേടും പറ്റിയതുമില്ല. "കൊള്ളാം കൊള്ളാം" എന്നദ്ദേഹം പറഞ്ഞുകൊണ്ടിരുന്നു.

വിസ്മയംപൂണ്ട അർജുനൻ ആലോചിച്ചു, ആരാണിത്? യക്ഷനാണോ ദേവനാണോ അസുരനാണോ? ഈ മലയിൽ അങ്ങനെ പലതുമുണ്ടല്ലോ. ഞാൻ ഗാണ്ഡീവത്തിൽനിന്നു വിടുന്ന ഈ അസ്ത്രങ്ങൾ ശക്തനായ പരമശിവനല്ലാതെ മറ്റാരും തടയുകയില്ല. ആരായാലും ഞാൻ ഈ ശരങ്ങൾകൊണ്ടു വധിച്ചിട്ടുതന്നെ കാര്യം.

പിന്നെയും അയാൾ അസ്ത്രങ്ങളെയ്തു. പക്ഷേ, വേടന് അതൊന്നുമേൽക്കുന്നില്ല. അർജുനൻ ഖാണ്ഡവദാഹകാലത്ത് വില്ലു തന്ന അഗ്നിദഗവാനെ അനുസ്മരിച്ചു. താൻ എയ്യുന്ന അസ്ത്രങ്ങളെല്ലാം നഷ്ടപ്പെടുന്നു. അപ്പോൾ ഇതാരാണ്? അമ്പുകൾ തീർന്നപ്പോൾ വില്ലും എടുത്തു പ്രയോഗിച്ചു. വേടൻ ആ വില്ലുപിടിച്ചുവാങ്ങി. നിലവിട്ട അർജുനൻ വാളുമായി അടുത്തു. വാള് വേടന്റെമേൽ കൊണ്ട് ചിന്നിച്ചിതറിപ്പോയി. അപ്പോൾ വൃക്ഷങ്ങൾ പറിച്ചെടുത്തും പാറകൾ താങ്ങിയെടുത്തും പ്രയോഗിച്ചു. ഫലമുണ്ടായില്ല. അർജുനൻ സ്വന്തം കൈകളുപയോഗിച്ച് വേടനെ നേരിട്ടു. അപ്പോൾ ഇന്ദ്രന്റെ വജ്രംകൊണ്ടെന്നപോലെയുള്ള ഹസ്തങ്ങൾകൊണ്ട് ശിവൻ പാർഥനെ പീഡിപ്പിച്ചു. ആ മുഷ്ടിയുദ്ധത്തിൽ അർജുനൻ ക്ഷീണിതനായി. ചൈതന്യം കെട്ടു ചത്തതുപോലെ നിലത്തുവീണു.

തോറ്റ അർജുനൻ ഒരുവിധം എഴുന്നേറ്റ് മണ്ണുകൊണ്ട് ശിവന്റെ വിഗ്രഹമുണ്ടാക്കി അതിൽ പുഷ്പങ്ങളർപ്പിച്ചു. അപ്പോൾ ആ പുഷ്പങ്ങൾ കാട്ടാളന്റെ ശിരസിൽ ചെന്നുവീഴുന്നത് അർജുനൻ കണ്ടു. അയാൾ രോമാഞ്ചംകൊണ്ട് പരമശിവന്റെ കാൽക്കൽ വീണു നമസ്കരിച്ചു.

ശ്രീപരമേശ്വരൻ പറഞ്ഞു: "അല്ലയോ അർജുനാ, നീ അതിസമർഥനാണ്. ക്ഷത്രിയരൊന്നും നിന്നോടൊപ്പം നിൽക്കുകയില്ല. നിന്നിൽ ഞാൻ പ്രീതിപ്പെട്ടിരിക്കുന്നു. നിനക്കു ദിവ്യദൃഷ്ടി ഞാൻ തരും. നീ പൂർവകാല മഹർഷിയാണ്. നീ യുദ്ധത്തിൽ ശത്രുക്കളെയെല്ലാം, അവർ ദേവന്മാരായാലും, ജയിക്കും. ആർക്കും തടുക്കാനാവാത്ത അസ്ത്രം ഞാൻ നിനക്കു തരും. അതു ധരിക്കാൻ നീ അർഹനാണ്."

പരമശിവനെ പാർവതീദേവിയോടുകൂടി അർജുനൻ ദർശിച്ചു. അവരുടെ മുമ്പിൽ അയാൾ നമസ്കരിച്ചു. അവർക്കു സ്തുതിയർപ്പിച്ചു: "അവി

ടുത്തെ ദർശനത്തിനാണ് ഈ മല ഞാൻ കയറിയത്. എന്റെ സാഹസ ബുദ്ധികൊണ്ട് അവിടുത്തോടു മല്ലടിച്ചു. അത് എന്റെ കുറ്റമാകല്ലേ! ശരണം തേടിവന്ന എന്നോട് അവിടുന്നു ക്ഷമിക്കണം."

പരമശിവൻ, ചിരിച്ചുകൊണ്ട് അർജുനനെ എഴുന്നേൽപ്പിച്ചു. അദ്ദേഹം പറഞ്ഞു:

"അർജുനാ, നീ പണ്ട് പൂർവജന്മത്തിൽ നാരായണനായിരുന്നു. അന്നു നീ അനേകകാലം ബദരീകാശ്രമത്തിൽ തപസുചെയ്തു കഴിഞ്ഞു കൂടി. പരതേജസുള്ള നീ വിഷ്ണുവിനോടൊപ്പം ഇന്ദ്രന്റെ അഭിഷേക സമയത്തു ശത്രുക്കളായ ദൈത്യരെ ഹിംസിച്ചു. ആ ഗാണ്ഡീവമാണിത്. നിന്റെ കൈയ്ക്കിണങ്ങിയ ആ വില്ല് മായകൊണ്ട് ഞാൻ ഗ്രസിച്ചതാണ്. അമ്പൊടുങ്ങാത്ത ആവനാഴിയും നിനക്കു ചേർന്നതുതന്നെ. ഞാൻ നിന്നിൽ പ്രീതനായിരിക്കുന്നു. എന്നോടു വരം ചോദിച്ചോളൂ. ഭൂമിയിലും ആകാശത്തിലും നിന്റെ വീര്യം നിലനിൽക്കുന്നു."

അർജുനൻ അഭ്യർഥിച്ചു:

"മഹാപ്രഭോ, ദിവ്യമായ പാശുപതാസ്ത്രം എനിക്കു തരുവാൻ ദയവുണ്ടാകണം. അതുപോലെ ബ്രഹ്മശിരസെന്ന അസ്ത്രവും പ്രളയ കാലത്ത് ആവശ്യമായിവരും. അന്ന് കർണൻ, ഭീഷ്മർ, കൃപർ, ദ്രോണർ തുടങ്ങിയവരോട് എനിക്ക് യുദ്ധം ചെയ്യേണ്ടിവരുമല്ലോ. അവിടുത്തെ പ്രസാദംകൊണ്ട് അവരെയൊക്കെയും നേരിടേണ്ടിവരുന്ന മറ്റു ശത്രുക്ക ളെയും എനിക്കു തോൽപ്പിക്കാൻ കഴിയണം. ഇതാണ് എന്റെ അഭിലാ ഷം. അവിടുത്തെ പ്രസാദംകൊണ്ടുപോയി ഞാൻ എല്ലാം ചെയ്യുവാൻ കഴിവുള്ളനായിത്തീരണം."

പരമശിവൻ പറഞ്ഞു: "പാശുപതാസ്ത്രം നിന്റെ ആഗ്രഹംപോലെ ഞാൻ നിനക്കു നൽകുന്നു. ഇന്ദ്രനും യമനും യക്ഷരാജനുമൊന്നും ഇതിന്റെ രഹസ്യമറിയില്ല. പിന്നെ മനുഷ്യരുടെ കാര്യം പറയാനുണ്ടോ?"

ഇതുകേട്ട പാർഥൻ ശുദ്ധിയോടെ, ശ്രദ്ധയോടെ, ആ അസ്ത്രവും അതിന്റെ രഹസ്യവും ഏറ്റുവാങ്ങി. ഭൂമിയിലാകെ അതു സ്വീകരിച്ചതിന്റെ പ്രതിഫലനം ശംഖദുന്ദുഭിഘോഷങ്ങളോടെ പ്രത്യക്ഷപ്പെട്ടു. ഇടിയും മിന്ന ലുമുണ്ടായി.

അദ്ദേഹം തുടർന്ന് ഗാണ്ഡീവവും അർജുനനു തിരിച്ചു കൊടുത്തു. സ്വർഗത്തിലേക്കു ചെല്ലുവാൻ ഉപദേശിച്ചിട്ട് പരമശിവൻ ആ മലയുടെ സാനുക്കളിൽനിന്ന് ശ്രീപാർവതിയോടൊരുമിച്ച് ആകാശമാർഗത്തിൽ ഹിമാലയത്തിന്റെ ഉന്നതഭൂമികളിലേക്കു പോവുകയും ചെയ്തു.

അർജുനൻ ശിവനെ നേരിട്ടുകണ്ട് പാശുപതാസ്ത്രം വാങ്ങിയ കഥ ദിഗ്പാലന്മാർ അറിഞ്ഞു. അവർ വന്ന് ആ പാണ്ഡവനു പല ദിവ്യാസ്ത്ര ങ്ങളും ഉപദേശിച്ചു. ഇന്ദ്രൻ തന്റെ പുത്രനായ പാർഥനെ ദേവലോക ത്തേക്കു ക്ഷണിച്ചു.

ശ്രീപരമേശ്വരനിൽനിന്ന് അർജുനനു ലഭിച്ച ഈ അനുഗ്രഹവും

ദിവ്യാസ്ത്രവും കൗരവപാണ്ഡവ യുദ്ധത്തിൽ ആത്യന്തികമായി പ്രയോജനപ്പെടുന്നത് *മഹാഭാരത*ത്തിൽ പറഞ്ഞിട്ടുണ്ട്. പതിനെട്ടാം യുദ്ധത്തിൽ അർജുനന്റെ വിജയനിമിഷങ്ങളിലെല്ലാം ശ്രീപരമേശ്വരന്റെ ചൈതന്യം പ്രവർത്തിക്കുന്നതായി നാം കാണുന്നത് അതുകൊണ്ടാണ്.

21

മഹാഭാരതത്തിലെ ശിവനും കൃഷ്ണനും

*മഹാഭാരത*ത്തിലെ പ്രധാന കഥാപാത്രം ശ്രീകൃഷ്ണനാണ്. അദ്ദേഹം യുദ്ധത്തിന്റെ സമാരംഭത്തിൽത്തന്നെ തോഴനായ അർജുനനു സംഭവിച്ച വിഷാദയോഗത്തിൽനിന്ന് ഉണർത്താൻവേണ്ടി ഉപദേശിച്ച 'ഭഗവദ്ഗീത' ഭാരതത്തിലെ സുപ്രധാന ഭാഗമായി നിൽക്കുന്നു. കൃഷ്ണൻ വിഷ്ണുവിന്റെ അവതാരമാണെന്നുള്ളതു പ്രസിദ്ധമാണ് — ഒൻപതാമത്തെ അവതാരം. ആ കൃഷ്ണനാണ് ഭാരതയുദ്ധത്തെ വിജയിപ്പിക്കാനും ധർമം സ്ഥാപിക്കാനും ആധാരമായി നിന്നതെന്നും പ്രസ്താവിക്കപ്പെട്ടിരിക്കുന്നു. ഇതെല്ലാംകൊണ്ട് വൈഷ്ണവമാണ് *മഹാഭാരത*ത്തിന്റെ മുഖമുദ്രയെന്നു നാം കരുതുന്നു, വിശ്വസിക്കുന്നു.

എന്നാൽ, *മഹാഭാരത*ത്തിന്റെ കാതലായ എല്ലാ കഥാഭാഗങ്ങളിലും മറ്റൊന്നാണ് നാം കാണുന്നത്. എല്ലാറ്റിലും പ്രേരണയും ആശ്വാസവും അനുഗ്രഹവും ആലംബവുമായി നിൽക്കുന്നത് പരമശിവനാണ്. അത് വ്യാസഭാരതം വായിക്കുമ്പോൾ ഓരോ ഘട്ടത്തിലും നമുക്കു മനസിലാകുന്നു. ഭാരതത്തിൽ കാലാകാലങ്ങളിൽ വന്നുകൂടിയ വൈഷ്ണവ-ശൈവമതങ്ങളുടെ മാറ്റങ്ങളും ഭാവഭേദങ്ങളുംമൂലം അപ്പപ്പോൾ ആരോ അഭിമതമനുസരിച്ച് എഴുതിച്ചേർത്തതാവാം ഇതെന്നു പറയാൻ സാധ്യമല്ല. അത്രയ്ക്ക് അടിസ്ഥാനപരമായി കഥാഗതിയെയും സംഭവപരിണാമത്തെയും ബാധിക്കുന്ന വിധത്തിലാണ് വ്യാസഭാരതത്തിൽ ഈ ശൈവപ്രാമുഖ്യം നമുക്കു കാണാൻ കഴിയുന്നത്.

ശിവപദം

ശൈവമതത്തിനു പിൽക്കാലങ്ങളിൽ പല മാറ്റങ്ങളുണ്ടായിട്ടുണ്ടാവും. പക്ഷേ, ശിവൻ എന്ന ദൈവസങ്കൽപ്പത്തിന് ഭാരതീയ ചരിത്രത്തിൽ ഒരു

വലിയ പ്രാധാന്യമുണ്ട്. അതാണ് നമുക്കു താൽപ്പര്യമുള്ള വിഷയം. പ്രകൃതി, പുരുഷൻ എന്ന ഏറ്റവും പ്രാചീനമായ സങ്കൽപ്പത്തിൽ സ്ത്രീ എന്ന മഹാസത്യത്തിന്റെ ശക്തിയിൽ ഉണർത്തപ്പെടുന്ന ആദിചൈതന്യ മാണ് ശിവൻ. ഇന്നത്തെപ്പോലെ വികസിതരൂപത്തിലല്ലെങ്കിലും ആദിമ ജനതയുടെ വിശ്വാസമായിരുന്നു ഈ പ്രകൃതിയും പുരുഷനും. അത് പുരാതനങ്ങളായ ഗണ-ഗോത്രവ്യവസ്ഥയിലെ ദൈവമാണ്.

അവരുടെ പഴയ തത്വജ്ഞാനവുമാണ്. അതൊക്കെ വളരെ വിശദ മായി പറയാൻ ഇവിടെ ഇടമില്ലാത്തതുകൊണ്ടു ചുരുക്കുന്നു. പരമശി വൻ, ശ്രീപാർവതി, ഗണപതി, സുബ്രഹ്മണ്യൻ എന്നീ ദേവന്മാരും ദേവിയും ഒരു കുടുംബമാണ്. ഈ നാലു ദേവതകളുടെയും കഥകളും ഇന്ത്യയിലെ ഒരു ഭൂതകാലത്ത് സാധാരണ മനുഷ്യൻ ട്രൈബൽ (ഗണ ഗോത്രവ്യവസ്ഥ) ജീവിതം നയിച്ചിരുന്ന കാലത്തെ ദേവന്മാരായിരുന്നു അവരെന്ന് നമുക്ക് കാണിച്ചുതരുന്നു. ചുരുക്കിപ്പറഞ്ഞാൽ ശിവൻ പ്രാചീ നരായ ജനങ്ങളുടെ ഏകദൈവമായിരുന്നു. ഋഗ്വേദത്തിൽപ്പോലും ശിവനും ഗണപതിയും ഒന്നാണ് എന്ന സൂചനയുണ്ട്. ശ്രീപാർവതി പർവത പുത്രിയാണ്. അതായത്, ഗിരിവർഗജനതയുടെ ദേവിയാണ്. സുബ്രഹ്മ ണ്യൻ ആറു മാതാക്കളുടെ പരിചരണത്തിൽ വളർന്നതാണ്. ദുർഗയും പൃഥ്വിയും ഗംഗയുമൊക്കെയാണ് അവർ.

ഈ പൗരാണിക കഥകളും സങ്കൽപ്പവുമെല്ലാം ജനങ്ങളുടെ ദൈവ ത്തിലേക്കു വെളിച്ചം വീശുന്നു. അന്നു മതാടിസ്ഥാനത്തിലോ ജാതി അടിസ്ഥാനത്തിലോ വിഭജനമില്ല. അതായത്, സാമ്പത്തികമായ ഭിന്നത യില്ല എന്നർഥം. അതാണ് ശിവൻ 'ശ്രീപരമേശ്വര'നും 'പരമശിവനും' ആയത്. അതിനപ്പുറത്തു മറ്റൊരു ശക്തിയുമില്ല. ഇത് *മഹാഭാരത*ത്തിൽ ആദ്യന്തം സ്ഥാപിച്ചിരിക്കുന്നതാണ് നാം കാണുന്നത്.

ഈ സർവശക്തനായ ദൈവത്തിൽനിന്നാണ് പിൽക്കാലത്ത് വംശ ങ്ങളും കുലങ്ങളും എല്ലാമായിത്തീർന്ന ആര്യന്മാരും അവരുമായി ബന്ധ പ്പെട്ടവരും വളർന്നതും ശക്തിപ്രാപിച്ചതുമെന്ന് വേദവ്യാസൻ ഭാരതത്തിൽ വ്യക്തമാക്കുന്നു. അതാണ്, ശിവനിൽനിന്നാണ് ശ്രീകൃഷ്ണൻ പ്രബല നായിത്തീർന്നതെന്ന് ആ കാവ്യത്തിൽ അസന്ദിഗ്ധമായി പ്രസ്താവിച്ചി രിക്കുന്നത്. അതിലെ ഏറ്റവും പ്രധാനപ്പെട്ട ഒരു ഭാഗം ഇവിടെ പറയുക യാണ്.

*മഹാഭാരത*ത്തിലെ 'അനുശാസനപർവ'ത്തിൽ ഇതു വിശദമാക്കി യിരിക്കുന്നു. അതിലെ ദാനപർവത്തിൽ ഭീഷ്മരാണ് ഈ വിഷയം അവ തരിപ്പിക്കുന്നതും ചർച്ചചെയ്യുന്നതും. ഇവിടെ കൃഷ്ണൻ ധർമപുത്രരോട് ശിവന്റെ മാഹാത്മ്യം വർണിച്ചു കേൾപ്പിക്കുന്നു. ഉപമന്യു എന്ന മഹർഷി ശിവനെ പ്രാർഥിച്ചതും പ്രത്യക്ഷപ്പെടുത്തിയതും തുടർന്ന് കൃഷ്ണൻ ശിവനെ കണ്ടതുമാണു കഥാസാരം.

ശിവനും കൃഷ്ണനും

ദീർഘമായ ഒരു ഉപാഖ്യാനമാണത്. അതു മുഴുവനും ഇവിടെ കൊടുക്കുന്നില്ല. സംക്ഷിപ്ത വിവരമേ പറയുന്നുള്ളൂ. ഒരു പ്രത്യേക സന്ദർഭത്തിൽ ശ്രീകൃഷ്ണൻ കൈലാസത്തിലേക്കു പോകുന്നു. ആ മനോഹരമായ ഭൂമി കണ്ട് ശ്രീകൃഷ്ണൻ അത്ഭുതപ്പെടുന്നു. അവിടെ അനേകം ഋഷിമാരുടെ കൂട്ടത്തിൽ തേജസ്വിയായ ഉപമന്യു എന്ന മുനിയെ കണ്ടുമുട്ടി. അദ്ദേഹം പരമശിവനെ കാണുന്നതിലുള്ള മഹനീയത കൃഷ്ണനോടു പറഞ്ഞു മനസിലാക്കിക്കൊടുത്തു. ഉപമന്യു ശിവന്റെ സന്നിധാനത്തിലെത്തി. എന്തിനായി വന്നു എന്ന് ശിവൻ ചോദിച്ചു. അദ്ദേഹം പറഞ്ഞു:

ലോകമെനിക്കൊക്കേണമത്ഭുതം
ബലവും ദൈവതശ്രേഷ്ഠ, ശാശ്വതം നന്നുകോൾകമേ

ശിവന്റെയും പാർവതിയുടെയും വാക്യം

പരമശിവനെപ്പറ്റി ഉപമന്യു പറയുന്ന മറുപടി ശ്രദ്ധേയമാണ്. യാജ്ഞവൽക്ക്യമുനിയുടെയും വേദവ്യാസന്റെയും ബാലഖില്യമുനിമാരും ഭർത്താവായ അത്രിമുനിയെ പിരിഞ്ഞ ഭാര്യയുടെയും സോമരസം കവർന്നു കൊണ്ടുവന്ന സുപർണ (ഗരുഡന്റെയും ഗ്രന്ഥകാരനായ ശാകല്യന്റെയും) മനുഷ്യന്റെയും എല്ലാം ജന്മത്തിൽ ശിവൻ എന്തെല്ലാം നൽകിയെന്നാണ് അദ്ദേഹം വിവരിക്കുന്നത്. ശക്രൻ ശിവനെ ആരാധിച്ച് ഇന്ദ്രനായി. പല കഥകളിൽക്കൂടി ശിവന്റെ ഈ വൈഭവങ്ങൾ ഇവിടെ നമുക്ക് ഗ്രഹിക്കാൻ കഴിയുന്നു. ഉപമന്യുമുനി ഈ കഥകളെല്ലാം പറയുന്നത് വളരെ വിശദമായിട്ടാണ്.

ശ്രീകൃഷ്ണൻ ശ്രീപാർവതീസമേതനായി പരമശിവനെ ദർശിച്ചപ്പോൾ ശിവൻ പറഞ്ഞു:

അറിയും കൃഷ്ണാ, ശത്രുഘ്നാ, നമ്മിൽ നിൻ പരഭക്തി ഞാൻ
ആത്മശ്രേയസു ചെയ്താലും നിന്നിൽ പ്രീതിപെരുത്തുമേ.
പറകേട്ട വരം കൃഷ്ണാ, തരാമങ്ങേക്ക് സത്തമ!
സുദുർല്ലഭങ്ങൾ നീയിച്ഛിപ്പവ ചൊല്ലൂയദൂത്തമ!

ശ്രീകൃഷ്ണൻ പറഞ്ഞു:

ധർമേ ദൃഢത്വം യുധി ശത്രുഘാതം
പ്രശസ്തിയാം കീർത്തി പെരുത്തു ശക്തി
യോഗം പ്രയത്വം തവസന്നിധാനം
വരിയ്ക്കമേൽ പുത്രശതം ശതം ഞാൻ

ഇതാണ് അദ്ദേഹം ആഗ്രഹിച്ചത് – ധർമത്തിൽ സ്ഥിരത, യുദ്ധത്തിൽ വിജയം, പ്രശസ്തി, ശക്തി, തത്വബോധം... പിന്നെ ശ്രീപരമേശ്വരന്റെ സാന്നിധ്യം വേണംതാനും.

അങ്ങനെയാവട്ടെ, എന്ന് ശിവൻ കൃഷ്ണനെ അനുഗ്രഹിച്ചു.

അപ്പോൾ ശ്രീപാർവതി ശ്രീകൃഷ്ണനോട് അനുഗ്രഹപൂർവം പറഞ്ഞു:

"ഭഗവാൻ അങ്ങേക്ക് സാംബൻ എന്ന പുത്രനെ തന്നിരിക്കുകയാണ്. എട്ടു വരങ്ങൾ ചോദിക്കുക. ഞാനും ആ വരങ്ങൾ നൽകാം."

ശ്രീകൃഷ്ണൻ പറഞ്ഞു:

ദ്വിജാത്യകോപം പിതൃസുപ്രസാദം
ശതംസുതന്മാർ പരമങ്ങു ഭോഗം
കുലപ്രിയം fമാതൃമഹാ പ്രസാദം
വരിപ്പനശ്ശമവും ദാക്ഷ്യവും ഞാൻ.

അപ്പോൾ ഉമാദേവി പറഞ്ഞു:

"ഇതെല്ലാം അങ്ങേക്ക് ഞാൻ അനുഗ്രഹപൂർവം നൽകുന്നു. പതിനാറായിരം ഭാര്യമാർ അങ്ങേക്കുണ്ടാവും. അവരോടെല്ലാം അങ്ങേക്ക് പ്രിയമുണ്ടായിരിക്കും. ബന്ധുക്കളിൽ അങ്ങേക്ക് പ്രീതിയുണ്ടായിരിക്കും. അങ്ങ് സൗന്ദര്യമുള്ളവനായിരിക്കും. അങ്ങയുടെ ഗൃഹത്തിൽ നിത്യവും ഏഴായിരം വഴിപോക്കർ ഭക്ഷണം കഴിക്കും."

ചരിത്രാതീത ജീവിതത്തിലേക്ക് ദർശനം

എന്താണ് ഈ ശിവ-കൃഷ്ണ ഉപാഖ്യാനത്തിന്റെ പൊരുൾ? *മഹാഭാരത*ത്തിലെ ദീർഘമായ ഉപകഥകളിലൊന്നാണിത്. ഒരുതരത്തിൽ പറഞ്ഞാൽ എല്ലാ കഥകളുടെയും പിന്നിലുള്ള കഥ ഇതിലുണ്ട്. പ്രാചീനമായ ശിവശക്തിയിൽനിന്ന് പിൽക്കാലത്തെ ശ്രേഷ്ഠപുരുഷനായ ശ്രീകൃഷ്ണന് എന്തെല്ലാം ലഭിച്ചു?

ധർമത്തിലുള്ള ദൃഢത, യുദ്ധത്തിൽ വിജയിക്കുവാനുള്ള വഴി, പ്രശസ്തി, വലിയ ശക്തി, തത്വബോധം, പതിനാറായിരത്തെട്ടു ഭാര്യമാർ, അനേകം പുത്രപരമ്പരകൾ, ബന്ധുബലം, ദാനശീലം ഇതെല്ലാം ലഭിച്ചു. ഇതുതന്നെ അൽപ്പംകൂടി വിശദമാക്കിയാൽ ചരിത്രാതീതകാലത്തെ സമൂഹത്തിന്റെയും ജീവിതത്തിന്റെയും പ്രവാഹത്തെയും ഗതിയെയും സംബന്ധിച്ച വിപുലമായ വിവരങ്ങളിലേക്ക് ചെന്നെത്തും. പ്രപഞ്ചജ്ഞാനത്തിന്റെ സർവാധികാരിയായ ശിവൻ ശ്രീകൃഷ്ണന് അനേകം ജ്ഞാനങ്ങളുടെ വഴിതെളിച്ചുകൊടുത്തു. യുദ്ധതന്ത്രങ്ങളുടെ സിദ്ധികൊടുത്തു. ഭാര്യമാരെയും മക്കളെയും നൽകി പരമ്പരകളുടെ നിലനിൽപ്പിന് വഴി തെളിച്ചു. എന്നുവച്ചാൽ? ശൈവവിശ്വാസം നിറഞ്ഞിരുന്ന (ശിവനല്ലാതെ മറ്റൊരു മഹാപ്രഭുവില്ലെന്ന് ആവർത്തിച്ചാവർത്തിച്ച് മേൽപ്പറഞ്ഞ ഉപാഖ്യാനത്തിലും *മഹാഭാരത*ത്തിലാകെയും പറയുന്നുണ്ട്) ഭാരതീയ ജനസമൂഹത്തിൽനിന്നു പലഗോത്രങ്ങളും കുലങ്ങളും അവരുടെ തത്വചിന്തകളും വരികയും വളരുകയും ചെയ്തു എന്നാണ് ഇതിന്റെ പൊരുൾ. വേദവ്യാസന് ചരിത്രപരമായ ഒരു മനസും ദൃഷ്ടിയുമുണ്ടായിരുന്നുവെന്നാണ് ഇതുകൊണ്ട് നമുക്ക് അറിയാൻ കഴിയുന്നത്. അതാണ് അദ്ദേഹം

ഭാരതത്തിൽ എല്ലാ വംശങ്ങളുടെയും കുലങ്ങളുടെയും സങ്കീർണമായ കഥ ശത്രുമിത്രഭേദംകൂടാതെ ധർമത്തിന് പ്രധാനസ്ഥാനം നൽകി ക്കൊണ്ട് ആഖ്യാനം നിർവഹിച്ചിട്ടുള്ളത്. *മഹാഭാരതം* എല്ലാ ഇതിഹാ സത്തിനും മീതെയുള്ള ഇതിഹാസമായതും അതുകൊണ്ടാണ്.

22

പരശുരാമ കഥ: ബ്രാഹ്മണ-ക്ഷത്രിയവൈരം

വിഷ്ണുവിന്റെ അവതാരങ്ങളിൽ ആറാമത്തേതാണ് പരശുരാമമുനിയുടേത്. അഞ്ചാമത്തേത് വാമനനാണ്. അതിനുശേഷം പരശുരാമൻ വന്നത് ചരിത്രഗതിക്കൊത്തതായിരിക്കുന്നു. വാമനൻ മഹാബലിയെ നിഷ്കാസനംചെയ്ത് ഭൂമി കൈവശപ്പെടുത്തിയ ആളാണ്. രണ്ട് ചുവടുകൊണ്ട് സകല സ്ഥലവും അളന്നിട്ട് മൂന്നാമത്തെ ചുവട് മഹാബലിയുടെ ശിരസിൽവച്ചു എന്നാണ് പുരാണം. ഇതിന്റെ കഥ വ്യക്തമാണ്. വടക്കോട്ടുള്ള ഭൂപ്രദേശങ്ങൾ കൈവശപ്പെടുത്തിയ ആര്യന്മാർ മഹാബലിയുടെ നാടും തന്റെ അധീനതയിലാക്കി എന്നുതന്നെ. പുറകെ പരശുരാമൻ വന്നു. അദ്ദേഹം ക്ഷത്രിയവിരോധിയായ ബ്രാഹ്മണനായിരുന്നു. അദ്ദേഹം കേരളമെന്ന പ്രദേശത്ത് തന്റെ അനുയായികളായ ബ്രാഹ്മണരെ പാർപ്പിച്ചു എന്നതാണ് ചരിത്രം.

പരശുരാമന്റെ കഥ പ്രസിദ്ധമാണ്. ഇന്ത്യയുടെ തെക്കൻ പ്രദേശവുമായിട്ടാണ് അദ്ദേഹത്തിന് ബന്ധം. പുരാണത്തിലെ ചരിത്രാംശം പഠിക്കുവാൻ പരശുരാമൻ എന്ന അവതാരപുരുഷന്റെ കഥ വളരെ സഹായകമാണ്. ജമദഗ്നി എന്ന ബ്രാഹ്മണമഹർഷിയുടെ നാലു പുത്രന്മാർക്കു ശേഷം അഞ്ചാമത്തെ ആളായിരുന്നു അദ്ദേഹം. ഇതേകാലത്തു ജീവിച്ചിരുന്ന ഒരു സൂര്യവംശരാജാവാണ് പ്രസേനജിത്ത്. ഈ രാജാവിന്റെ പുത്രിയായിരുന്നു രേണുക. ആ പുത്രിയെയാണ് പ്രസേനജിത്ത് ജമദഗ്നിക്കു ഭാര്യയായി നൽകിയത്. ബ്രാഹ്മണനായ ജമദഗ്നി ക്ഷത്രിയപുത്രിയായ രേണുകയെ വിവാഹംചെയ്തു. അഞ്ചു മക്കളുണ്ടായതിനുശേഷമാണ് രേണുകയുടെ ചാരിത്ര്യത്തിന് ഭ്രംശം വന്നത്. ആ സംഭവത്തെപ്പറ്റി മഹാഭാരതത്തിൽ പറയുന്നത് ശ്രദ്ധേയമാണ്. ചിത്രരഥൻ എന്ന രാജാവും രേണുകയുമായിട്ടാണ് ലൈംഗികബന്ധമുണ്ടായത്. രേണുക കാമംപൂണ്ട്

വ്യഭിചാരം ചെയ്തു. ജമദഗ്നിമഹർഷി ഇതറിഞ്ഞ് കോപിഷ്ഠനായി. തന്റെ മക്കളോട് അമ്മയെ വധിക്കുവാൻ ആജ്ഞാപിച്ചു. ആദ്യത്തെ നാലുപേരും അതിന് തയാറായില്ല. അതുകൊണ്ട് അവർ ശാപത്തിനിരയായി. പരശുരാമൻ ശങ്കിക്കാതെ അതു ചെയ്തു. പുത്രന്റെ അനുസരണയിൽ പ്രീതനായ ജമദഗ്നി പരശുരാമന് വരം നൽകി. തന്റെ അമ്മയെ ജീവിപ്പിക്കണമെന്നും ജ്യേഷ്ഠന്മാരെ പൂർവസ്ഥിതിയിലാക്കണമെന്നും അദ്ദേഹം അപേക്ഷിച്ചു. ജമദഗ്നി അത് ചെയ്തു.

ഈ ജമദഗ്നീകോപത്തിൽനിന്ന് തെക്കേ ഇന്ത്യയിലെങ്കിലും ഒരു ബ്രാഹ്മണ-ക്ഷത്രിയകലാപം ആരംഭിക്കുകയാണ്. ചരിത്രാതീതകാലത്തെ ഒരു പ്രധാന സംഭവമാണതെന്നു നമുക്കു കാണാം. കാരണം, ആര്യന്മാർ തെക്കൻപ്രദേശങ്ങൾ ഇതോടെ ക്ഷത്രിയരെ തോൽപ്പിച്ചു വെട്ടിപ്പിടിക്കുകയാണ്. കേരളംവരെയുള്ള ഭൂമി പരശുരാമൻ കൈവശപ്പെടുത്തിയ കഥ അതു വ്യക്തമാക്കുന്നു. ശിവഭക്തനായിരുന്നു പരശുരാമൻ. ശിവനിൽനിന്നാണദ്ദേഹത്തിനു മഴു കിട്ടിയത്. ഈ സംഗതിക്കു വലിയ പ്രാധാന്യമുണ്ട്. ശിവൻ ബ്രാഹ്മണ്യത്തിന്റെ ദേവനല്ല, ഇന്ത്യാചരിത്രത്തിലെ ഒരു മുഖ്യകാര്യമാണിത്. ഭാരതത്തിലെ ആദിമജനതയുടെ ദൈവമാണദ്ദേഹം. പരശുരാമൻ അന്നത്തെ കാർഷികജനവർഗങ്ങളെ സ്വാധീനിച്ചിരുന്നു. ക്ഷത്രിയരെ എതിരിടാൻ ആ വർഗങ്ങളുടെ പിന്തുണ വേണമെന്ന് അദ്ദേഹത്തിനറിയാമായിരുന്നു. പരശുരാമൻ 'അവതരിച്ചതു' തന്നെ ക്ഷത്രിയനിഗ്രഹത്തിനാണെന്ന് പുരാണപ്രസിദ്ധമാണ്. ഇരുപത്തൊന്നു തവണയാണ് അദ്ദേഹം ക്ഷത്രിയരാജാക്കന്മാരെ ആക്രമിച്ചു കീഴ്പ്പെടുത്തിയതെന്നാണ് വിവരിക്കപ്പെടുന്നത്. ബ്രാഹ്മണരുടെ പിന്തുണകൊണ്ടു മാത്രം ഇതു സാധ്യമാണോ? ഒരു ക്ഷത്രിയനായ ചിത്രരഥൻമൂലമാണ് തന്റെ അമ്മയ്ക്കു പതനം സംഭവിച്ചതെന്ന വിചാരവും ഈ പ്രതികാരത്തിന്റെ പിന്നിൽ പ്രവർത്തിച്ചിരിക്കാം. ഇരുപത്തൊന്നു തവണ ക്ഷത്രിയവധം എന്നുവെച്ചാൽ, അതു ദീർഘകാലം നീണ്ടുനിന്ന ഒരു യുദ്ധമായിരുന്നു എന്നർഥം.

പരശുരാമന്റെ കാലം

ഈ സംഭവങ്ങളുടെ കാലം നമുക്കു കണക്കുകൂട്ടാൻ പ്രയാസമാണെങ്കിലും ഊഹിക്കാം. പരശുരാമനും ശ്രീരാമനും തമ്മിൽ ഏറ്റുമുട്ടുന്നതു പുരാണത്തിലുണ്ട്. ദ്രോണർ പരശുരാമനിൽനിന്ന് ആയുധവിദ്യ അഭ്യസിക്കുന്നത് *മഹാഭാരത*ത്തിലുണ്ട്. കർണനും പരശുരാമശിഷ്യനാണ്. അപ്പോൾ പരശുരാമൻ, ശ്രീരാമൻ, ബലഭദ്രരാമൻ, ശ്രീകൃഷ്ണൻ എന്നിവർ ഏതാനും വർഷങ്ങളുടെ വ്യത്യാസത്തിൽ ജീവിച്ചിരുന്നവരാണ്. ബ്രാഹ്മണരും ക്ഷത്രിയരും തമ്മിലും മറ്റു നാനാതരം കുലങ്ങളും ഗോത്രങ്ങളും തമ്മിലും യുദ്ധവും പകകളും വൈരനിര്യാതനങ്ങളും എല്ലാം നടന്നിരുന്ന ഒരു കാലമാണത്. അതിൽ ബന്ധുക്കളും ശത്രുക്കളും എല്ലാം കൂടി മറിഞ്ഞു കിടന്നിരുന്നു. വൈദികാധികാരികൾ രാജ്യഭരണത്തിന്റെ

കൈയുടമകളുമായി അധികാര സ്ഥാപനത്തിനുവേണ്ടി ഉഗ്രയുദ്ധങ്ങൾ നടത്തുകയും ചെയ്തു. അതാണ് പരശുരാമന്റെ ക്ഷത്രിയനിഗ്രഹകഥ. ഇങ്ങനെ പലതും മഹാഭാരതകാലമായപ്പോൾ അതായത്, ശ്രീകൃഷ്ണന്റെ നേതൃത്വഘട്ടത്തിൽ മൂർധന്യത്തിലെത്തി. അതു നിർണായകമായ ഒരു പോരാട്ടമാവുകയും ചെയ്തു. അതാണ് *മഹാഭാരത*ത്തിലെ പതിനെട്ടാം യുദ്ധം. പ്രാചീനകാലത്തെ ചരിത്രത്തിന്റെ ഏതാണ്ടു തെളിഞ്ഞ ചിത്രം തന്നെ നമുക്ക് ഇതിൽനിന്നു ലഭിക്കുന്നു. ഇതിന്റെ വിശദാംശങ്ങൾ പഠിക്കാവുന്നതാണ്, പഠിക്കേണ്ടതാണ്.

കാർത്തവീര്യൻ എന്ന ഹേഹയരാജ്യത്തെ രാജാവിനെയാണ് പരശുരാമൻ ആദ്യം വധിച്ചതെന്നു തോന്നുന്നു. കാർത്തവീര്യൻ പ്രബലനായ ഒരു രാജാവായിരുന്നു. സ്വർണവിമാനവും അനേകം സൈന്യങ്ങളും എല്ലാമുണ്ടായിരുന്ന അദ്ദേഹം ഒരിക്കൽ പ്രബലനായ രാവണനെത്തന്നെ കാരാഗൃഹത്തിലാക്കിയത്രെ (ആ കാലസാമ്യം ശ്രദ്ധിക്കുക): ഹേഹയരാജ്യം നർമദാ തീരത്തായിരുന്നു. അവിടത്തെ പ്രധാന നഗര (തലസ്ഥാനം) മായ മാഹിഷ്മതിയിലാണ് കാർത്തവീര്യൻ ജനിച്ചത് (കാർത്തവീര്യാർജുനൻ എന്നും ഇദ്ദേഹത്തിന് പേരുണ്ട്). ഈ രാജാവ് ഒരിക്കൽ ജമദഗ്നിയുടെ ആശ്രമത്തിൽ ചെന്നു. അത് മഹർഷിയോടുള്ള ഭക്തികൊണ്ടു വന്ദിക്കാൻ ചെന്നതല്ല. അയാൾ ആശ്രമത്തിലെ ഹോമപ്പശുവായ കാമധേനുവിനെ ബലാൽക്കാരമായി പിടിച്ചുകെട്ടി. വലിയ മരങ്ങൾവരെ തല്ലിത്തകർത്തു. അന്നത്തെക്കാലത്ത് ആശ്രമത്തിലെ പശുവിന് വലിയ സ്ഥാനമാണ്. അതുകൊണ്ട് അതിനെ അപഹരിക്കുകയെന്നാൽ, മഹർഷിയോടു വിരോധം പ്രഖ്യാപിക്കുകയാണ്. ഇത് ജമദഗ്നിമഹർഷി, പരശുരാമൻ വന്നപ്പോൾ അറിയിച്ചു. കോപാക്രാന്തനായി കാർത്തവീര്യനോടു യുദ്ധം ചെയ്ത്, അയാളെ വധിച്ചു. കാർത്തവീര്യാർജുനൻ ആശ്രമത്തെ ആക്രമിച്ചത് ഒരു പശുവിനെ കൈക്കലാക്കാനല്ല, സർവാഭീഷ്ടങ്ങളും നൽകുന്ന പശുവിനെന്ന പുരാണകീർത്തനം കാർത്തവീര്യന്റെ ആക്രമണോദ്ദേശ്യം മറ്റൊരുതരത്തിലാക്കാനേ സഹായിക്കൂ. കാർത്തവീര്യന്റെ മക്കൾ വെറുതെയിരുന്നില്ല. അവർ വന്ന് പരശുരാമനില്ലാതിരുന്ന സന്ദർഭത്തിൽ ജമദഗ്നിമഹർഷിയെ വധിച്ചു. ഇതറിഞ്ഞ പരശുരാമൻ ദുഃഖിതനായി. അദ്ദേഹം, അച്ഛനെ കൊന്ന ക്ഷത്രിയരുടെ വംശത്തെയാകെ നശിപ്പിക്കാൻ ഇറങ്ങിത്തിരിച്ചു.

പൂർവികകഥ

ആദ്യം അച്ഛന്റെ അനന്തരകർമങ്ങൾ നിർവഹിച്ചിട്ട് പടയ്ക്കൊരുങ്ങി. നേരെ കാർത്തവീര്യന്റെ മക്കളെ വധിച്ചു. തുടർന്ന്, അവരുടെ സഹായികളായ എല്ലാ ക്ഷത്രിയരാജാക്കന്മാരെയും യുദ്ധത്തിൽ തോൽപ്പിക്കുകയും വധിക്കുകയും ചെയ്തു. എന്നിട്ട് ഭൂമിയൊക്കെ ഋത്വിക്കുകൾക്കായി നൽകിയെന്നാണ് പറയുന്നത്. ഋത്വിക്കുകൾ എന്നുവച്ചാൽ യാഗം ചെയ്യുന്നവർ എന്നർഥം. അതായത്, ബ്രാഹ്മണർക്കു നൽകി.

പരശുരാമന്റെയും ജമദഗ്നിയുടെയും പൂർവികരുടെ കഥ ശ്രദ്ധേയമാണ്. ജമദഗ്നിയുടെ പിതാവ്, ഋചീകൻ എന്നു പേരുള്ള ഒരു ബ്രാഹ്മണനായിരുന്നു. അദ്ദേഹം ക്ഷത്രിയസ്ത്രീയായ സത്യവതിയെയാണ് വിവാഹം ചെയ്തത്. ഈ സത്യവതി വിശ്വാമിത്രന്റെ സഹോദരിയായിരുന്നു. ക്ഷത്രിയസ്ത്രീയെ വിവാഹം ചെയ്തെങ്കിലും ഋചീകന് ബ്രാഹ്മണ്യത്തിന്റെ വികാരവും ജീവിതശൈലിയും മാറിയില്ല. തനിക്ക് ഒരു പുത്രനുണ്ടാകുന്നത് ബ്രാഹ്മണഗുണത്തോടുകൂടിയുള്ളവനായിരിക്കണമെന്ന് അയാൾ ആഗ്രഹിച്ചു. അതുകൊണ്ടു ബ്രാഹ്മണസന്തതിയുണ്ടാവാൻ ഉപകരിക്കുന്ന ആഹാരങ്ങൾ തന്റെ ഭാര്യയ്ക്കു കൊടുത്തു പോന്നു. അതേസമയം ക്ഷാത്രഗുണങ്ങളോടുകൂടിയ ഭക്ഷണം ക്ഷത്രിയപത്നിയായ തന്റെ ശ്വശ്രുവിനു കൊടുത്തു, ഭാര്യയുടെ അമ്മയ്ക്ക്. പക്ഷേ, ഭക്ഷണം തമ്മിൽ മാറിപ്പോയി. അതുകൊണ്ട് ക്ഷത്രിയഭാര്യ ഗർഭം ധരിച്ചു പ്രസവിച്ചത് ബ്രാഹ്മണഗുണങ്ങളോടുകൂടിയ വിശ്വാമിത്രനെയായിരുന്നു. സത്യവതിയുടെ പുത്രൻ ജമദഗ്നി, ക്ഷാത്രവീര്യം നിറഞ്ഞ ആളാവുകയും ചെയ്തുവത്രെ. പരശുരാമന് ആയുധങ്ങളിലും യുദ്ധത്തിലും പ്രാവീണ്യം വന്നത് അതുകൊണ്ടാവണം. ബ്രാഹ്മണകുലങ്ങളും ക്ഷത്രിയവംശങ്ങളും തമ്മിൽ ധാരാളം ബന്ധങ്ങളുണ്ടായിരുന്നു. പക്ഷേ, അവർ തമ്മിൽ താൽപ്പര്യവൈരുധ്യം വളരെയായിരുന്നു. ഇതേപ്പറ്റി പുരാണങ്ങളിലും ഇതിഹാസങ്ങളിലും അനേകം കഥകളുണ്ട്.

കർണനും പരശുരാമനും

പരശുരാമന്റെ ഈ ക്ഷത്രിയവിരോധം കർണന്റെ കഥയിലും നീണ്ടുപോകുന്നു. ആ കഥ പ്രസിദ്ധമാണ്. കർണൻ ആയുധമഭ്യസിക്കുവാൻ പരശുരാമന്റെ അടുത്തെത്തി. താൻ ബ്രാഹ്മണനാണെന്ന് പരശുരാമനോടു പറഞ്ഞു. അല്ലെങ്കിൽ പരശുരാമൻ അയാളെ ശിഷ്യനായി സ്വീകരിക്കുകയില്ല. ഒരിക്കൽ ഗുരു ശിഷ്യന്റെ മടിയിൽ തലവെച്ച് ഉറങ്ങുകയായിരുന്നു. അപ്പോൾ ദേവേന്ദ്രൻ ഒരു വണ്ടിന്റെ രൂപത്തിൽ അവിടെ പറന്നെത്തി. കർണന്റെ തുടയിലിരുന്ന് അവിടെ തുളച്ചു. കഠിനമായ വേദന ഉണ്ടായിരുന്നെങ്കിലും ചോര വാർന്നൊഴുകുന്ന തുടയുമായി കർണൻ ഗുരുവിന്റെ നിദ്രയ്ക്കു ഭംഗം നേരിടാതെ അതേപടി ഇരുന്നു. പരശുരാമൻ ഉണർന്നപ്പോൾ ഇതു കണ്ടു. ഒരു ക്ഷത്രിയനല്ലാതെ ഇങ്ങനെ ധീരത കാട്ടാൻ സാധ്യമല്ലെന്നു മനസിലാക്കിയ പരശുരാമൻ സത്യസ്ഥിതി അറിഞ്ഞു. പരശുരാമൻ കർണനെ, “പഠിച്ചത് ആവശ്യപ്പെടുമ്പോൾ തോന്നാതെ പോകട്ടെ” എന്നു ശപിച്ചു.

ഈ കഥയുടെ അർഥം നാം അന്വേഷിക്കേണ്ടതാണ്. കർണൻ സൂര്യന്റെ പുത്രനാണ്. സൂര്യന്റെ വംശംതന്നെ ക്ഷത്രിയകുലത്തിന്റേതാണ്. അതു സംശയിക്കേണ്ട കാര്യമില്ല. ഇന്ദ്രനോ? രണ്ടു തരത്തിൽ നമുക്ക് വ്യാഖ്യാനിക്കാം. ഇന്ദ്രൻ ദേവന്മാരുടെ അധീശനാണ്. ദേവന്മാർ ബ്രാഹ്മണ്യത്തിന്റെ പ്രതിനിധികളാകാനേ തരമുള്ളല്ലോ. ഒരിക്കൽ ഇന്ദ്രൻ

കർണന്റെ അടുക്കൽ ചെല്ലുന്നുണ്ട്. അത് സൂര്യൻ മുൻകൂട്ടി അറിയിച്ചതാണെന്നാണ് പറയുന്നത്. എന്തായാലും ബ്രാഹ്മണവേഷത്തിൽ ചെന്ന ദേവേന്ദ്രൻ കർണനോട് ജന്മസിദ്ധമായി കിട്ടിയ കവചകുണ്ഡലങ്ങൾ യാചിച്ചു. ധർമിഷ്ഠനായ കർണൻ അതു കൊടുക്കുകയും ചെയ്തു. ആ കവചകുണ്ഡലങ്ങൾ പോയതോടെ കർണന്റെ ശക്തി കുറയുകയാണു ചെയ്തത്. തനിക്ക് ഒരു വൈരിയെമാത്രം യുദ്ധത്തിൽ തോൽപ്പിക്കേണ്ടതുണ്ടെന്ന് കർണൻ ദേവേന്ദ്രനോട് പറയുന്നുണ്ട്. അർജുനനെപ്പറ്റിയാണ് കർണൻ പറയുന്നത്. അത് ഇന്ദ്രന് മനസിലായി. അർജുനെ രക്ഷിക്കാൻ ഒരു മഹാത്മാവുണ്ട് — ശ്രീകൃഷ്ണൻ അല്ലെങ്കിൽ പരമശിവനുമാകണം — എന്ന് ഇന്ദ്രൻ പറയുന്നു. കർണൻ തന്റെ കവചകുണ്ഡലങ്ങൾ ബ്രാഹ്മണ വേഷത്തിലുള്ള ദേവേന്ദ്രനു കൊടുക്കുന്നു. ഇവിടെ *മഹാഭാരത*ത്തിൽ ഇങ്ങനെയാണു പറഞ്ഞിരിക്കുന്നത്.

അപ്പോളിന്ദ്രൻ ഹാസമോടും ചതിച്ചു
ലോകത്തിങ്കൽ കീർത്തി കർണ്ണന്നു കൂട്ടീ
ചെയ്തു കാര്യം പാണ്ഡവർക്കെന്നുമോർത്താ
നതിൽപ്പിന്നെ ദേവലോകത്തുമെത്തി

അതായത്, കർണനെ മനഃപൂർവം ദുർബലനാക്കി അർജുനനെ രക്ഷിച്ചു.

പരശുരാമനും ചെയ്തത് ഇതുതന്നെയാണ്. ആവശ്യം വരുമ്പോൾ പഠിച്ചതു മറന്നുപോകാനുള്ള ശാപമാണ് അദ്ദേഹം കർണനെതിരായി കൊടുത്തത്. ഭാരതയുദ്ധത്തിൽ കർണന് അതു ഫലിക്കുകയും ചെയ്തു. പരശുരാമനെ സംബന്ധിച്ചിടത്തോളം കർണന്റെ ആദ്യത്തെ തെറ്റ് അയാൾ ക്ഷത്രിയവംശത്തിൽപ്പെട്ടവനായിരുന്നു എന്നതുതന്നെയാണ്. ഒരിക്കൽ ബ്രാഹ്മണനായിച്ചെന്ന് കവചകുണ്ഡലങ്ങൾ വാങ്ങിയ അതേ ഇന്ദ്രൻതന്നെയാണ് പരശുരാമന്റെ മടിയിൽ തലവെച്ചുറങ്ങുമ്പോൾ അവിടെയെത്തിയത്. അയാളാണ് കർണൻ ക്ഷത്രിയനാണെന്ന വിവരം പരശുരാമനെ ധരിപ്പിക്കാൻ കാരണമായി പ്രവർത്തിക്കുന്നത്. കർണൻ മുജ്ജന്മത്തിൽ 'സഹസ്രകവചൻ' ആയിരുന്നു. അയാൾ ഒരു അസുരനായിരുന്നുവെന്നും പുരാണത്തിൽ കാണുന്നു. അസുരൻ പിൽക്കാലത്ത് സൂര്യനിൽ ചേർന്നു ലയിച്ചു എന്നാണ് കഥ.

23

യാദവകഥ

ശ്രീകൃഷ്ണന്റെ ജീവിതത്തിൽ അതായത്, ബാല്യം, കൗമാരം, യൗവനം എന്നീ ദശകളിൽ, അനവധി സംഭവങ്ങൾ നടക്കുന്നുണ്ട്. അവയെല്ലാം അദ്ദേഹത്തിന്റെ കുട്ടിക്കളിയും കൗമാരലീലകളും യൗവനവികാരങ്ങളും ഇതോടെല്ലാമൊപ്പം യാദവവംശത്തിന്റെ ഭാവി നിർണയിക്കുന്ന വലിയ സംഭവങ്ങളും ഇടകലർന്നതാണ്. അമ്പാടിയിലും വൃന്ദാവനത്തിലും പിന്നെ മഥുരയിലും ഇതു നടക്കുന്നു. യൗവനകാലത്ത് ദ്വാരകയിലേക്കു ചെന്നെത്തുന്നു.

കൃഷ്ണനും യാദവരും ദ്വാരകയിലേക്കു പാർപ്പു മാറ്റിയതിന്റെ പ്രധാന കാരണം ജരാസന്ധനെക്കൊണ്ടുള്ള ശല്യമാണ്. കംസന്റെ മകളുടെ ഭർത്താവായിരുന്നു ജരാസന്ധൻ. കംസനെ കൊന്നതോടെയാണ് അയാൾ ശ്രീകൃഷ്ണന്റെ ശത്രുവായത്. അയാൾ പിന്നീട് മിഥുരാപുരിക്കു സ്വസ്ഥത കൊടുക്കാത്തവിധം ആക്രമണങ്ങൾ തുടങ്ങി. അയാൾ ശക്തനായിരുന്നു. അതുകൊണ്ട് അയാളെ ഉടനെ തോൽപ്പിക്കാൻ കഴിഞ്ഞില്ല. കൃഷ്ണൻ ദ്വാരകയിലേക്കു മാറിയപ്പോൾ ആക്രമണങ്ങൾ ദ്വാരകയ്ക്കെതിരായിട്ടായി. പല രാജാക്കന്മാരെയും അയാൾ കൂട്ടിനായി തന്റെ കൂടെ ചേർത്തു.

ശ്രീകൃഷ്ണനും ബലഭദ്രനും സാന്ദീപനി മുനിയുടെ അടുക്കൽ വിദ്യാഭ്യാസം കഴിഞ്ഞു തിരിച്ചെത്തിയപ്പോൾ തുടങ്ങി ജരാസന്ധന്റെ ആക്രമണങ്ങൾ.

ആദ്യം മഥുര വളഞ്ഞു. ആ യുദ്ധത്തിൽ ജരാസന്ധന്റെ പക്ഷത്ത് വലിയ നാശനഷ്ടങ്ങൾ ഉണ്ടായി. പതിനെട്ടു വട്ടം ഇങ്ങനെ ജരാസന്ധൻ യുദ്ധം തുടർന്നു. ജരാസന്ധന്റെ ഈ യുദ്ധസന്നാഹസമയത്ത് ഒരിക്കൽ വികദ്രു എന്ന വൃദ്ധനായ ഒരു യാദവൻ യദുവംശത്തിന്റെ കഥ പറയു

ന്നുണ്ട്. ഇതു നമുക്കു സഹായകമായതുകൊണ്ട് ഇവിടെ പരാമർശിക്കുകയാണ്. വികദ്രു ഈ കഥ പറയുന്നത് ശ്രീകൃഷ്ണനോടാണ്. മഥുരാപുരിയുടെ രാജാവായ ഉഗ്രസേനനും അതു കേട്ടിരിക്കുന്നുമുണ്ട്.

ഇക്ഷ്വാകുവംശക്കാരനായി ഹര്യശ്വൻ എന്ന ഒരു രാജാവ് പണ്ടുണ്ടായിരുന്നു. അയാളുടെ ഭാര്യ മധു എന്ന ദൈത്യന്റെ (അബ്രാഹ്മണനായ ദാനവൻ) പുത്രിയായ മധുമതിയായിരുന്നു. അവൾ സുന്ദരിയായ സ്ത്രീയായിരുന്നു. ഇക്ഷ്വാകുവംശം സൂര്യവംശമാണ്. അയോധ്യയിലാണ് അവർ ഭരിച്ചിരുന്നത്. ഹര്യശ്വന് ഒരിക്കൽ രാജ്യം നഷ്ടപ്പെട്ടു. അയാൾ നാടുവിട്ടുപോയി. ഏതാനും ചില അനുയായികളുമായി ഹര്യശ്വനും മധുമതിയും കാട്ടിൽ പാർത്തുവന്നു.

ഹര്യശ്വന്റെ ജ്യേഷ്ഠനാണ് അയാളെ പുറത്തേക്കോടിച്ചത്. ഒരു ദിവസം മധുമതി പറഞ്ഞു: "ഹര്യശ്വരാജാവേ, അങ്ങയുടെ ജ്യേഷ്ഠൻ ഇങ്ങനെ ചെയ്തതിൽ ഒട്ടും ദുഃഖിക്കേണ്ട. നമുക്ക് ഈ കാട്ടിൽ ഇങ്ങനെ പാർക്കുകയും വേണ്ട, എന്റെ അച്ഛനായ മധുവിന് രാജ്യമുണ്ട്. അദ്ദേഹത്തിന് എന്നെയും നിങ്ങളെയും ഇഷ്ടമാണ്. എന്റെ ഇഷ്ടമെന്തോ അതനുസരിച്ച് എന്റെ ജ്യേഷ്ഠൻ ലവണനും പ്രവർത്തിക്കും. നമുക്ക് അങ്ങോട്ടുപോയി സുഖമായി ജീവിക്കാം."

ഭാര്യയുടെ നിർബന്ധത്തിന് ഹര്യശ്വൻ വഴങ്ങി. ദൈത്യരാജാവായ മധുവിന്റെ നാട്ടിലെത്തി. മകളെയും ഭർത്താവിനെയും മധു സന്തോഷപൂർവം സ്വീകരിച്ചു. അയാൾ മരുമകനെയും മകളെയും മകനെയും രാജ്യം ഏൽപ്പിച്ചിട്ട് ലവണസമുദ്രതീരത്ത് തപസിന് പോയി. ആ രാജ്യം കടൽക്കരയിലുള്ളതായിരുന്നു.

ഹര്യശ്വൻ തന്റെ നയത്താലും നല്ല നടപടികളാലും രാജ്യത്തെ ഭംഗിയായി ഉയർത്തിക്കൊണ്ടുവന്നു. കാലാന്തരത്തിൽ അയാൾക്ക് ഒരു മകനുണ്ടായി, യദു.

അങ്ങനെ കഴിയുമ്പോൾ ഹര്യശ്വൻ മരിച്ചു. യദു രാജാവായി. വളരെ ശോഭയോടെ രാജ്യം ഭരിച്ചു. അപ്പോഴൊരിക്കൽ കടലിൽ കുളിക്കാൻ പോയപ്പോൾ ധൂമ്രവർണൻ എന്ന നാഗരാജാവ് അയാളെ പിടിച്ചുകൊണ്ട് ആഴത്തിലേക്കു പോയി. ഇതിന്റെ അർഥം നാഗരാജാക്കന്മാരിലൊരാൾ യദു എന്ന രാജാവിനെ തോൽപ്പിച്ച് തന്റെ രാജ്യത്തേക്കു കൊണ്ടുപോയി എന്നാണ്. പക്ഷേ, അതു ശത്രുതയായിരുന്നില്ല. തന്റെ നല്ലവരായ അഞ്ചു മക്കളെ താൻ ദാനം ചെയ്യുന്നുവെന്ന് ധൂമ്രവർണൻ യദുവിനോട് പറഞ്ഞു. അതുപ്രകാരം യദു അതു സ്വീകരിക്കുകയും ചെയ്തു. ഹര്യശ്വൻ ഒരു വലിയ വംശം സൃഷ്ടിച്ചിരിക്കുകയാണെന്നും അതു നിലനിർത്തേണ്ടത് പുത്രനായ യദുവാണെന്നും ധൂമ്രവർണൻ പറഞ്ഞു. ഭൈമന്മാർ, കുകുരന്മാർ, ഭോജർ, അന്ധകർ, യാദവർ, ദാശാർഹർ, വൃഷ്ണികൾ എന്ന് ഏഴു ശാഖകളായ ഈ വംശം പേരുകേട്ട് വളരുമെന്നും അയാൾ യദുവിനെ അനുഗ്രഹിച്ചു.

അഞ്ചു കന്യകകളെയും സ്വീകരിച്ച്, വിവാഹംചെയ്ത് സന്തോഷപൂർവം പാർത്തു. അവർക്ക് അഞ്ചു പുത്രന്മാരുണ്ടായി. മുചുകുന്ദൻ, പത്മ

വർണൻ, മാധവൻ, സാരസൻ, ഹരിതൻ എന്നിവരാണ് ഈ അഞ്ചു കന്യകകളിലുണ്ടായത്. ഇവിടെ ഒരു കാര്യം ശ്രദ്ധിക്കേണ്ടതുണ്ട്. ദൈത്യരാജാവായ യദുവിന് നാഗവംശരാജാവായ ധൂമ്രവർണന്റെ പുത്രികളിൽ മക്കളുണ്ടായി. രണ്ടു വംശങ്ങൾ തമ്മിലുള്ള സംയോജനവും കുലവർധനയുമായിരുന്നു അത്.

പ്രായമായപ്പോൾ, ഈ അഞ്ചു മക്കൾ യദുവിനോടു ചോദിച്ചു:

"അച്ഛാ, ഞങ്ങൾ അഞ്ചുപേരും പ്രായപൂർത്തിയുള്ളവരായി. ഇനി ഞങ്ങൾ എന്താണു ചെയ്യേണ്ടത്?"

യദു പറഞ്ഞു: "വിന്ധ്യാപർവതങ്ങളിലായി എന്റെ മകൻ മുചുകുന്ദൻ രണ്ടു നഗരങ്ങൾ നിർമിച്ച് അവിടെ വാഴട്ടെ. സഹ്യപർവതത്തിൽ, തെക്കൻ ദിക്കിൽ, പത്മവർണൻ അവന്റെ ആസ്ഥാനം സ്ഥാപിക്കട്ടെ. അതിനപ്പുറം ചമ്പകദേശത്ത് എന്റെ മകൻ സാരസനും നഗരമുണ്ടാക്കട്ടെ. ഹരിതൻ നാഗരാജാവിന്റെ ദ്വീപിൽ സ്ഥാനമുറപ്പിച്ച് ആ പ്രദേശം സംരക്ഷിക്കട്ടെ. എന്റെ മൂത്തമകനായ മാധവൻ യുവരാജാവായിരുന്ന് നമ്മുടെ നഗരം കാത്തുകൊള്ളണം."

ഇതിൻപ്രകാരം മുചുകുന്ദൻ വിന്ധ്യപർവത്തിന്റെ മധ്യത്തിൽ മനോഹരമായ പുരി നിർമിച്ച് എല്ലാ സൗകര്യങ്ങളും ചെയ്ത് വാസമായി. നർമദാനദിയുടെ തീരത്തെ മാഹിഷ്മതീപുരമായിരുന്നു അത്. പത്മവർണൻ, സഹ്യസാനുക്കളിൽ പത്മാവതം എന്ന ജനപദമുണ്ടാക്കി. സാരസൻ തീർത്തത് ക്രൗഞ്ച എന്ന നഗരമായിരുന്നു. ഹരിതൻ കടലിലെ ദ്വീപിലാണ് രാജസ്ഥാനം കെട്ടിയുയർത്തിയത്. അവിടെ മുക്കുവർ സഞ്ചരിക്കുകയും കടലിൽനിന്ന് ശംഖും അഞ്ജനക്കല്ലും പവിഴവും പൊന്നും മുത്തും സംഭരിക്കുകയും ചെയ്തു. അത് ഐശ്വര്യപൂർണമായ രാജ്യമായിരുന്നു. അവർ തോണിയും കപ്പലുംകൊണ്ട് കച്ചവടം നടത്തി ധനമുണ്ടാക്കി.

ഇങ്ങനെ ഇക്ഷ്വാകുവംശത്തിൽനിന്ന് യദുവംശമുണ്ടായി. യദുവിന്റെ മക്കളിൽനിന്ന് നാലു വംശങ്ങൾകൂടി പിരിഞ്ഞു. മാധവനിൽ യദുരാജ്യം നിലനിന്നു, വളർന്നു, യദു മരിച്ചു. മാധവന്, സത്വതൻ എന്ന ഗുണശീലമുള്ള മകനുണ്ടായി. ആ സത്വതരാജാവിന് ഭീമൻ എന്ന പേരിൽ പുത്രനുണ്ടായി. അയാളിൽനിന്നാണ് സത്വതപുത്രന്മാർ (സാത്വതർ) ഭൈമരായിത്തീർന്നത്. ആ കുലത്തിൽപ്പെട്ടതാണ് ശ്രീരാമൻ, ഭരതൻ, ലക്ഷ്മണൻ, ശത്രുഘ്നൻ എന്നിവർ. അവരിൽ ശത്രുഘ്നൻ മധുവനം എന്ന സ്ഥലത്തെത്തി കാടു തെളിച്ച് ഉണ്ടാക്കിയതാണ് മഥുരാപുരി എന്ന യാദവകേന്ദ്രം.

സാത്വതകുലക്കാരനായ ഭീമന്റെ മകനായിരുന്നു അന്ധകൻ. അന്ധകന്റെ മകൻ രൈവതൻ. രൈവതന്റെ മകന് മൂന്നു ഭാര്യമാരായിരുന്നു. അവർക്ക് നാലു പുത്രന്മാരുണ്ടായി. വസു, സഭ്രം, സുഷേണൻ, സഭാഷൻ എന്നിവരായിരുന്നു അവർ നാലുപേർ. അവരുടെ സന്തതികളായിരുന്നു വസുദേവനും പാണ്ഡുപത്നിയായ കുന്തിയും ചേദിരാജാവായ ദമഘോഷന്റെ പത്നി സുപ്രീയും.

24

പാണ്ഡവസഭയും ശിശുപാലവധവും

പാണ്ഡവർക്കുവേണ്ടി മയൻ എന്ന അസുരൻ നിർമിച്ച സഭ, ഭാരതത്തിലെ ഒരു പ്രധാന കാര്യമാണ്. ആ സഭയുടെ എങ്ങും കണ്ടിട്ടില്ലാത്ത നിർമാണചൈതന്യവും ശോഭയും കൗരവന്മാർക്ക് പാണ്ഡവരോട് അസൂയ വളർത്തിയ സംഗതികളിലൊന്നാണ്. ആ സഭാനിർമാണത്തിന്റെ സാഹചര്യവും അതിന്റെ മേന്മയും താരതമ്യവിവരണവും ഒന്നറിയുന്നത് നന്നായിരിക്കും.

പാഞ്ചാലീവിവാഹം കഴിഞ്ഞ് ദ്രുപദന്റെ അനുമതിയോടും കൃഷ്ണന്റെ ആലോചനയോടുംകൂടി പാണ്ഡവന്മാർ ഹസ്തിനപുരത്തിലെത്തുന്നു. കൗരവന്മാർ ആഹ്ലാദം പ്രകടിപ്പിച്ചു. കുറെക്കാലം കഴിഞ്ഞ് ധൃതരാഷ്ട്രർ രാജ്യം രണ്ടായി പകുത്ത് പാണ്ഡവരെ ഇന്ദ്രപ്രസ്ഥത്തിലേക്ക് അയയ്ക്കുന്നു. അവർ അവിടെ നല്ല ഒരു നഗരം നിർമിച്ചു. ഭീഷ്മർ ആ കർമത്തിന് നേതൃത്വം നൽകി. അംബരചുംബികളായ സൗധങ്ങളും ഉദ്യാനങ്ങളും മറ്റു വൃക്ഷങ്ങളും വീഥികളും എല്ലാമുണ്ടായിരുന്നു. പാണ്ഡവർ അവിടെ താമസിച്ചു. അവരെ അവിടെ വാഴിച്ചതിനുശേഷം ശ്രീകൃഷ്ണൻ ദ്വാരകയിലേക്കു മടങ്ങി.

ഇതിനിടയ്ക്കാണ് അർജുനന് ഒരു വർഷത്തേക്ക് തീർഥയാത്ര പോകേണ്ടിവന്നത്. പാഞ്ചാലിയുടെ കാര്യത്തിൽ അഞ്ചു സഹോദരന്മാരും എടുത്ത പ്രതിജ്ഞയിൽ ഒരു സാധുബ്രാഹ്മണന്റെ രക്ഷയ്ക്കുവേണ്ടിയുള്ള ശ്രമത്തിനിടയിൽ ഒരു ലംഘനം നടത്തിയതുമൂലമാണ് ആ തീർഥയാത്രവേണ്ടിവന്നത്. ആയിടയ്ക്കാണ് അർജുനൻ സുഭദ്രയെ കാണുന്നതും മോഹിക്കുന്നതും. കൃഷ്ണന്റെ അനുമതിയോടും ആശിസോടുംകൂടി സുഭദ്രാർജുനവിവാഹം നടന്നു.

അർജുനന് സുഭദ്രയിൽ അഭിമന്യു എന്ന പുത്രനുണ്ടായി. ധർമപു

ത്രാദികൾക്ക് പാഞ്ചാലിയിൽ പ്രതിവിന്ധ്യൻ മുതലായി അഞ്ചു മക്കളും ജനിക്കുന്നു. അക്കാലത്തൊരിക്കൽ ശ്രീകൃഷ്ണനും അർജുനനുംകൂടി യമുനാതീരത്തിരിക്കുമ്പോഴാണ് ഖാണ്ഡവവനം അവരുടെ പ്രത്യേകമായ ശ്രദ്ധയിൽപ്പെട്ടത്. മാനും കുറുക്കനും പുലിയും ചെന്നായും കരടിയും സിംഹവും പക്ഷികളും എല്ലാമുള്ള ആ വനം കണ്ടുകണ്ട് നടക്കുമ്പോൾ ആ വനം നശിപ്പിക്കപ്പെടാനുള്ള കാലമായി എന്ന് ശ്രീകൃഷ്ണനു മനസിൽ തോന്നി. വനം തെളിച്ചെടുക്കണമെന്ന വിചാരമായിരിക്കണം അതു സൂചിപ്പിക്കുന്നത്. തീയിട്ടു ദഹിപ്പിക്കുക എന്ന് ആലോചിച്ചിരിക്കണം. ഏതായാലും അത് ഖാണ്ഡവദാഹത്തിലാണ് പര്യവസാനിക്കുന്നത്. ഖാണ്ഡവദാഹത്തെപ്പറ്റി മറ്റൊരിടത്തു വിശദമായി പറഞ്ഞിട്ടുണ്ട്. കാട് കത്തിക്കഴിഞ്ഞപ്പോൾ മയൻ എന്ന ശിൽപ്പിയും തക്ഷകപുത്രനായ അശ്വസേനനും നാല് ശാർങ്ഗകപ്പക്ഷികളുമാണ് ജീവനോടെ അവശേഷിച്ചത്. മയനെ അർജുനനാണ് രക്ഷിക്കുന്നത്.

തന്റെ ജീവൻ രക്ഷിച്ച കൃതജ്ഞതയോടെ മയൻ ഇന്ദ്രപ്രസ്ഥത്തിൽ ചെല്ലുന്നു. കൃഷ്ണനെയും അർജുനനെയും കാണുന്നു. എന്നിട്ട് അർജുനനോട് വിനയപൂർവം പറഞ്ഞു: “അല്ലയോ കുന്തീപുത്രാ, ക്രുദ്ധനായി നിന്ന കൃഷ്ണനിൽനിന്നും കത്തുന്ന തീയിൽനിന്നും ഖാണ്ഡവവനത്തിൽവച്ച് അങ്ങ് എന്നെ രക്ഷിച്ചു. അതിനു പ്രത്യുപകാരമായി ഞാൻ എന്തു ചെയ്യണമെന്ന് അങ്ങു പറഞ്ഞാലും.”

അന്ന് അതൊക്കെ ചെയ്തുവെന്നും തന്നോടു സ്നേഹമായിരുന്നാൽ മതിയെന്നും തങ്ങൾക്കും അങ്ങോട്ടു പ്രീതിയേ ഉള്ളുവെന്നും അർജുനൻ മറുപടി പറഞ്ഞു.

“പക്ഷേ, ചെറുതായ എന്തെങ്കിലും ചെയ്യണമെന്ന് എനിക്ക് ആഗ്രഹമുണ്ട്. ദാനവന്മാരുടെ വിശ്വകർമാവായ ശിൽപ്പശാസ്ത്രകാരനാണ് ഞാൻ. എനിക്ക് ചിലതു ചെയ്യാൻ കഴിയണമെന്നു ഞാൻ ആഗ്രഹിക്കുന്നു” മയൻ പറഞ്ഞു.

“കൃഷ്ണനുവേണ്ടി എന്തെങ്കിലും ചെയ്യൂ. ഞാൻ അതു സ്വീകരിക്കുന്നതു ശരിയല്ല. കൃഷ്ണനു ചെയ്യുന്നത് എനിക്ക് ചെയ്യുന്നതുതന്നെയാണ്” അർജുനൻ പറഞ്ഞു.

അപ്പോൾ കൃഷ്ണൻ ആലോചിച്ചിട്ട് പാണ്ഡവർക്ക് ഒരു സഭാതലം നിങ്ങൾ നിർമിച്ചുകൊടുക്കണമെന്നു പറയുന്നു. ധർമപുത്രർക്ക് ചേർന്ന വിധമുള്ള ഒരു സഭയായിരിക്കണം, അത്. മനുഷ്യർക്കും മറ്റാർക്കും അങ്ങനെയൊന്ന് വേറെ നിർമിക്കാൻ സാധിക്കരുത്. ആസുരവും മാനുഷവുമായ ശിൽപ്പവൈദഗ്ധ്യം അതിൽ മനോധർമപൂർവം ചേർന്നിരിക്കണം.

ഇതുകേട്ട മയൻ അത് ഏറ്റു. അങ്ങനെ പാണ്ഡവർക്കുവേണ്ടി ‘വിമാനശ്രീ’ പൂണ്ട ഒരു സഭ ഉണ്ടാക്കി എന്നാണ് *മഹാഭാരത*ത്തിൽ പറഞ്ഞിരിക്കുന്നത്. വിമാനതുല്യമായ എന്നാണ് അതിനർഥം. വായുസഞ്ചാരത്തിനുള്ള വാഹനത്തിന്റെ സങ്കൽപ്പം എന്തായിരുന്നു എന്നു നമുക്കിപ്പോൾ പറയാൻ പ്രയാസമാണ്. എന്നാൽത്തന്നെയും ഒരു സഭയ്ക്ക് ആ

രൂപകൽപ്പന ചെയ്തുവെന്നു പറയുമ്പോൾ അതിന്റെ ഏകദേശസ്വരൂപം അവ്യക്തമായെങ്കിലും നമ്മുടെ മനസിൽ വരുന്നുണ്ട്. 'പത്തു കിഷ്കുസഹസ്രം ചുറ്റളവിൽ അതിനുവേണ്ടി കുറ്റി നാട്ടി എന്നു കാണുന്നു. കിഷ്കു എന്നാൽ, മുഴക്കോലാണ്. പത്തു മുഴക്കോൽ വീതിയും ആയിരം മുഴക്കോൽ നീളവുമുള്ള സഭ എന്നു വിചാരിക്കാമെന്നു തോന്നുന്നു. ഈ സഭയുടെ പണി ഒരു പുണ്യദിനത്തിൽ ദാനധർമാദികൾ നിർവഹിച്ച് ആരംഭിച്ചു. എന്നിട്ട് കൃഷ്ണൻ എല്ലാവരോടും യാത്രപറഞ്ഞ് ദ്വാരകയ്ക്കു പോവുകയും ചെയ്തു.

പതിനാലു മാസങ്ങൾകൊണ്ട് മയൻ പാണ്ഡവർക്കുവേണ്ടിയുള്ള ആ സഭ പണിഞ്ഞു തീർക്കുന്നു. മൈനാകത്തിൽ നിന്ന് ഭീമൻ ഗദയും അർജുനന് ഗാണ്ഡീവവും ശംഖും ഇതിനിടയ്ക്ക് മയൻ കൊണ്ടുവന്നു നൽകി. വൃഷപർവാവിന്റെ പക്കൽനിന്നു സ്ഫടികനിർമിതങ്ങളായിട്ടുള്ള സഭാദ്രവ്യങ്ങളും അയാൾ സംഭരിച്ചുകൊണ്ടുവന്ന് സഭയുടെ പണി നടത്തി. അതിന്റെ നിർമാണം പൂർത്തിയായപ്പോൾ അതു ഗംഭീരമായ ഒരു സഭാതലമായിത്തീർന്നു. ആകാശത്തിൽ വ്യാപിച്ചു കിടക്കുന്നതുപോലെ തോന്നി, ആ സൗധം. നീളവും വീതിയും വിസ്താരവുമൊക്കെ തികഞ്ഞത്. രത്നങ്ങൾ പതിച്ച മതിലും അതിനു ചുറ്റും ഉണ്ടായിരുന്നു. യമന്റെ അനുയായികളായ എണ്ണായിരംപേർ പണിക്കു സഹായിക്കാനുണ്ടായിരുന്നു. സഭയ്ക്കുള്ളിൽ പൊയ്ക, താരമപ്പൂക്കൾ, സ്ഫടികക്കൽപ്പടവുകൾ, ഇന്ദ്രനീലക്കല്ലു പതിച്ച തിണ്ണകൾ; പണിതീർന്ന വിവരം മയൻ ധർമപുത്രരെ അറിയിച്ചു.

പാണ്ഡവർ സഭയിൽ പ്രവേശിച്ചു. അന്ന് അവിടെ നൽകിയ വിഭവങ്ങൾ ആ കാലഘട്ടത്തിലെ രീതികൾ നമുക്കു മനസിലാക്കിത്തരുന്നു. പതിനായിരം പേർക്കു ഭക്ഷണം നൽകിയെന്നാണു കാണുന്നത്. നെയ്യും പായസവും തേനും ഉണ്ടായിരുന്നു. മാനിന്റെയും പന്നിയുടെയും ഇറച്ചി, എള്ളും അരിയും പാലും ചേർത്ത് ഉണ്ടാക്കുന്ന ചോറ്, കൂട്ടുകറി; വരിനെല്ലിന്റെ ചോറു പ്രത്യേകം. കടിച്ചു തിന്നാനുള്ള തരത്തിൽ പാകം ചെയ്ത പലതരം മാംസങ്ങൾ. വലിച്ചു കുടിക്കാനുള്ള ഇനങ്ങൾ. കുടിക്കാനുള്ള പലതരം സാധനങ്ങൾ.

വാദ്യമേളങ്ങളുണ്ടായിരുന്നു. എല്ലാവർക്കും അനേകം പശുക്കളെയും ദാനം ചെയ്തുവത്രെ.

ദിവസങ്ങൾ കഴിഞ്ഞ് നാരദമുനി ഇന്ദ്രപ്രസ്ഥത്തിൽ വന്നു. മയൻ നിർമിച്ച പുതിയ സഭ കണ്ടു. പിന്നെ സംസാരത്തിനിടയിൽ ഇതുപോലെ ഒരു സഭ വേറെ കണ്ടിട്ടുണ്ടോ എന്ന് നാരദനോടു ചോദിച്ചു. കണ്ടിട്ടില്ല എന്ന് അദ്ദേഹം തീർത്തു പറഞ്ഞു. നാരദൻ ത്രിലോകസഞ്ചാരിയാണ്. അതുകൊണ്ടദ്ദേഹം എല്ലായിടത്തെയും എല്ലാ സഭകളും കണ്ടിട്ടുണ്ട്. ഇന്ദ്രന്റെ സഭ, യമധർമന്റെ സഭ, വരുണന്റെ സഭ, വൈശ്രവണന്റെ സഭ, ബ്രഹ്മാവിന്റെ സഭ തുടങ്ങിയ സ്ഥലങ്ങൾ നാരദൻ വിശദമായി വർണിക്കുന്നു. അങ്ങനെ ബ്രഹ്മസഭയിൽ പോയ വിവരം പറയുമ്പോൾ ഒരു

പ്രധാന കാര്യവും നാരദൻ അറിയിക്കുന്നു.

മഹിമാതിരേകം നിറഞ്ഞ ബ്രഹ്മസഭയിൽ ഒരിക്കൽ പോയപ്പോൾ, അവിടെവച്ച് നാരദൻ പാണ്ഡുവിനെ കണ്ടു. പാണ്ഡു ധർമപുത്രരെ അറിയിക്കാൻ ഒരു സന്ദേശം നൽകി. എന്തെന്നാൽ, ധർമപുത്രർ ഉടനെതന്നെ ഒരു രാജസൂയയാഗം ചെയ്യണം. അതു ചെയ്താൽ താൻ അനേകവർഷങ്ങൾ ഹരിശ്ചന്ദ്രനെപ്പോലെ ഇന്ദ്രസദസിൽ കഴിഞ്ഞുകൂടും.

പാണ്ഡുവിന്റെ ഈ ആഗ്രഹം നാരദൻ പറഞ്ഞതു കേട്ടപ്പോൾ പാണ്ഡവന്മാർ അതേപ്പറ്റി ഗൗരവമായി ആലോചനചെയ്തു. ഈ സംഭവത്തിനു വലിയ പ്രാധാന്യമുണ്ട്. അത് ശ്രീകൃഷ്ണനെ സംബന്ധിക്കുന്നതാണ്. ഈ രാജസൂയം നടത്തുന്നവേളയിൽ അതുമായി ബന്ധപ്പെട്ടു പലതും നടന്നു. രാജസൂയം തുടങ്ങുന്നതിനുമുമ്പ് എല്ലാ രാജാക്കന്മാരെയും കീഴടക്കി കപ്പം വാങ്ങണം. മിക്കവരെ സംബന്ധിച്ചും പേടിക്കേണ്ടതില്ല. പക്ഷേ, ജരാസന്ധനെ കീഴടക്കുന്നത് അത്ര എളുപ്പമല്ല. പക്ഷേ, അയാളെ തോൽപ്പിക്കുകയും അയാളുടെ കാരാഗൃഹത്തിൽ കിടക്കുന്നവരെ മോചിപ്പിക്കുകയും ചെയ്യാതെ രാജസൂയത്തിന് ഒരുങ്ങിയിട്ട് കാര്യമില്ല. ശ്രീകൃഷ്ണനാണ് ഇത് ധർമപുത്രരോടും സഹോദരന്മാരോടും പറഞ്ഞത്. ശ്രീകൃഷ്ണനും ഭീമനും അർജുനനുംകൂടി ചെന്ന് ജരാസന്ധനെ കീഴടക്കണമെന്ന് ഒടുവിൽ തീരുമാനിക്കുന്നു. ധർമപുത്രർ അതേപ്പറ്റി ശങ്കിച്ചു.

ഒടുവിൽ മഗധയിൽ പോയി കൃഷ്ണനും പാണ്ഡവരും ചേർന്ന് ജരാസന്ധനെ വധിച്ചു. ഭീമനാണ് കാലുകളിൽ പിടിച്ച് അയാളെ രണ്ടായി കീറി കൊന്നത്. തുടർന്ന് അർജുനൻ വടക്കേ ദിക്കിലും ഭീമൻ കിഴക്കേ ദിക്കിലും സഹദേവൻ തെക്കേ ദിക്കിലും നകുലൻ പടിഞ്ഞാറേ ദിക്കിലും ദിഗ്വിജയം നടത്തി. പിന്നെയാണ് മറ്റൊന്നു നടന്നത്. രാജസൂയത്തിന് ധർമപുത്രർ ഭീഷ്മരുടെ അനുമതിയോടുകൂടി ശ്രീകൃഷ്ണനെയാണ് അഗ്രപൂജയ്ക്ക് തെരഞ്ഞെടുത്തത്. ശിശുപാലന് ഇത് സഹിച്ചില്ല. അയാൾ പാണ്ഡവരോടെതിർക്കാൻ സൈന്യവുമായി ഒരുങ്ങുന്നു. അയാൾ ഭീഷ്മരെ അധിക്ഷേപിക്കുന്നു. അധിക്ഷേപം നിറുത്തി ആർക്കെങ്കിലും ധൈര്യമുണ്ടെങ്കിൽ കൃഷ്ണനോടെതിർക്കാൻ ഭീഷ്മർ രാജാക്കന്മാരോടു പറയുന്നു. ശിശുപാലൻ മുമ്പോട്ടുവന്ന് കൃഷ്ണനോടെതിരിട്ടു. കടുത്ത യുദ്ധത്തിൽ കൃഷ്ണൻ ശിശുപാലനെ വധിച്ചു.

ഇതെല്ലാം കഴിഞ്ഞാണ് ദുര്യോധനൻ പാണ്ഡവരുടെ പുതിയ സഭ കാണുന്നത്. കൂടെ ശകുനിയുമുണ്ടായിരുന്നു. സഭയുടെ പല ഭാഗങ്ങളും കണ്ടപ്പോൾ ദുര്യോധനന് സ്ഥലംതെറ്റി, ആകെ വിഷമത്തിലായി. സ്ഫടികക്കൽത്തളം കണ്ട് വെള്ളമാണെന്നു കരുതി വസ്ത്രം ചുരുട്ടിക്കയറ്റി നടന്നു. മറിഞ്ഞുവീണു. കുളം കണ്ട് അതു സ്ഫടികമാണെന്നുവെച്ച് അതിൽ ചെന്നു ചാടി, ദുര്യോധനന് ഇതെല്ലാംകൊണ്ട് പാണ്ഡവരോടുള്ള അസൂയ വർധിച്ചു.

25

പിതൃത്വം സങ്കൽപ്പങ്ങളുടെ പിന്നിൽ

ഇതിഹാസങ്ങൾ മിത്തുകളാണ്. അനേകം മിത്തുകൾ ചേർന്നാണല്ലോ അവയ്ക്ക് രൂപം നൽകുന്നത്. *മഹാഭാരത*വും അങ്ങനെതന്നെ. ലോകത്തിലെ ഇതിഹാസങ്ങൾ എല്ലാം വായിക്കുമ്പോൾ നമുക്ക് മനസിലാകും. ഈ പുരാവൃത്തങ്ങളിൽ നമുക്ക് വിശ്വസിക്കാൻ വയ്യാത്ത പലതും കാണാൻ കഴിയുന്നു. അതേപ്പറ്റിയാണ് ഇപ്പോൾ പറയാൻ ആഗ്രഹിക്കുന്നത്. വിശ്വസിക്കാൻ കഴിയാത്ത കാര്യങ്ങളാണ് ഇവയെന്ന് ഇതിഹാസം എഴുതിയ മഹാകവികൾക്കും അറിഞ്ഞുകൂടെ?

ചില ഉദാഹരണങ്ങൾ പറയാം.

അയാൾ സ്വർഗത്തിൽച്ചെന്ന് ഏതെങ്കിലും ദേവനെ അല്ലെങ്കിൽ ദേവന്മാരെ കണ്ട് സങ്കടം ഉണർത്തിച്ചു.

അവന് ആയിരം സന്താനങ്ങളുണ്ടായി.

അവൾക്ക് രണ്ടു മാംസഖണ്ഡങ്ങളാണ് പ്രസവത്തിൽ ഉണ്ടായത്.

അഗ്നി വന്ന് ആ വനം ആഹരിച്ച് സംതൃപ്തനായി മടങ്ങി.

ജലം മാറിക്കൊടുത്തു. അപ്പോൾ മനുഷ്യർ അതിലേ കടന്ന് അടുത്ത കരയിലേക്കു പോയി.

ഇങ്ങനെ നൂറ്, നൂറ്, ആയിരമായിരം, സംഭവങ്ങൾ ഇതിഹാസങ്ങളിൽ നാം വായിക്കുന്നു. എന്താണ് ഇവയുടെയെല്ലാം അർഥം?

*മഹാഭാരത*ത്തെ ഇനിയും കൂടുതൽ മനസിലാക്കാൻവേണ്ടി ഇത്തരം കാര്യങ്ങളെ സംബന്ധിച്ച് ചിലതു പറയുവാനാണ് ആഗ്രഹിക്കുന്നത്. അതിൽ പറഞ്ഞിരിക്കുന്ന കഥകളെല്ലാം ഏതെങ്കിലും കാലത്ത് ഏതെങ്കിലും രൂപത്തിൽ നടന്ന സംഭവങ്ങളാണ്. അവിടെനിന്നാണ് നാം ആരംഭിക്കേണ്ടത്. എങ്കിൽ അവ ഇന്നത്തെ രൂപത്തിൽ എഴുതിയതിന്റെ പിന്നിലുള്ള വസ്തുതകൾ നാം അന്വേഷിച്ചു കണ്ടുപിടിക്കണം. അന്വേഷിച്ചാൽ നമുക്ക് കണ്ടെത്താൻ കഴിയും.

കുന്തിയുടെ മക്കൾ

എപ്പോഴും നമ്മെ അലട്ടുന്ന ഒരു പ്രശ്നമാണ് കുന്തിക്ക് ഉണ്ടാവുന്ന മക്കൾ. കർണൻ സൂര്യനിലുണ്ടായ മകനാണ്. യുധിഷ്ഠിരൻ യമധർമനിൽ; ഭീമൻ വായുഭഗവാനിൽ; അർജുൻ ദേവേന്ദ്രനിൽ, നകുലസഹദേവന്മാർ അശ്വിനീദേവന്മാരിൽ. ഇനിയും ഈ വിഷയം ചർച്ചചെയ്യണോ? ഇപ്പോൾ നാം കാര്യകാരണബന്ധമൊന്നും ആലോചിക്കാതെതന്നെ ചിലതൊക്കെ അതേപ്പറ്റി വിശ്വസിച്ചിരിക്കുന്നു. അത് അതുപോലെ നിലനിർത്തിയാൽ പോരേ? മതി. കൂടുതൽ ആലോചിക്കേണ്ട. എന്നാൽ, കൂടുതൽ അന്വേഷിക്കുന്നതിൽ തെറ്റുണ്ടോ? അതിന്റെ പിന്നിൽ എന്തു തത്വം കിടക്കുന്നു എന്നറിയുന്നതു നല്ലതല്ലേ?

ശൂരൻ എന്ന യാദവവംശരാജാവിന്റെ മകളായിട്ടാണ് കുന്തി പിറന്നത്. ശൂരന്റെ സഹോദരിക്ക് മക്കളില്ല. അതുകൊണ്ട് ശൂരന് ആദ്യമുണ്ടാകുന്ന സന്തതിയെ കൊടുക്കണമെന്ന് ശൂരൻ വാഗ്ദാനം ചെയ്തിരുന്നു. അതനുസരിച്ച് അവളെ കുന്തിഭോജന് നൽകി. ആ വിധം അവൾ വളർന്നു. സഹോദരീഭർത്താവായ കുന്തിഭോജൻ എന്ന ആ രാജാവാണ് അവളെ വളർത്തിയത്. അതുമൂലം അവൾ കുന്തിയായി. ചെറുപ്പകാലത്ത് കുന്തിഭോജന്റെ കൊട്ടാരത്തിൽ ദുർവാസാവ് എന്ന മഹർഷി പാർത്തിരുന്നു. അദ്ദേഹത്തെ ശുശ്രൂഷിക്കാൻ കുന്തിയെയാണ് ഏർപ്പെടുത്തിയത്. തൃപ്തികരമാംവണ്ണം അവൾ ആ കർമം നിർവഹിച്ചതുകൊണ്ട് ദുർവാസാവ് സന്തുഷ്ടനായി. അദ്ദേഹം അവൾക്ക് ഒരു മന്ത്രം ചൊല്ലിക്കൊടുത്തു. അതിതാണ്:

ഈ മന്ത്രം ചൊല്ലിയേതേതു ദേവാവാഹനചെയ്‌വൂ നീ
അതാതു ദേവപ്രീത്യാനേ പുത്രനുണ്ടായി വന്നിടും.

കുന്തിയുടെ മൂന്നു മക്കളും ഇങ്ങനെയാണുണ്ടായത്. ഇങ്ങനെ സംഭവിക്കാൻ ഒരു ന്യായവുമുണ്ടായിരുന്നു. പാണ്ഡുവിനു പുത്രന്മാരുണ്ടാവുകയില്ല; ഉണ്ടാവാൻ പാടില്ല. അങ്ങനെയാണ് പാണ്ഡുവിന് ഒരു ശാപം കിട്ടിയിരിക്കുന്നത്. ശേഷിച്ച രണ്ടു പാണ്ഡവമക്കൾ ഉണ്ടായത് മാദ്രിയിലാണ്. കുന്തിയിൽനിന്ന് ആ മന്ത്രം ലഭിച്ച് അശ്വനീദേവന്മാരെ പ്രാപിക്കുകയായിരുന്നു, അവൾ.

ഇവിടെ ഒരു കാര്യം ഓർമിക്കണം. ദുർവാസാവിന്റെ മന്ത്രം ആഭിചാരമന്ത്രമാണ്. അത് പ്രത്യേകം പറയുന്നുണ്ട്. ആഭിചാരം ആവാഹനമാണ്. മന്ത്രം ജപിച്ചുവരുത്തലാണ്. അങ്ങനെ സൂര്യനെ വരുത്തി. അപ്പോൾ സ്ത്രീ പുരുഷനെ വുരുത്തുകയാണ്. പുരുഷൻ വന്ന് അവളെ അഭിസരിക്കുകയല്ല. ഇതുതന്നെ അറിഞ്ഞായാലും അറിയാതെയായാലും മോശമല്ലേ എന്നാണ് നമുക്ക് ആദ്യം തോന്നുക. പിന്നീട് യമധർമൻ, വായു, ഇന്ദ്രൻ എന്നിവരുടെയെല്ലാം കഥയിൽ നമുക്ക് പൊതുവെ ഈ വിചാരം ഉണ്ടാകാവുന്നതാണ്.

പിതൃത്വം സംബന്ധിച്ച് പുരാവൃത്തം

സാഹചര്യം എന്തായാലും കുന്തിക്ക് പുത്രന്മാരുണ്ടാവുന്നത് മറ്റുള്ളവരിലാണ്, പാണ്ഡുവിലല്ല. പാണ്ഡുവിന്റെ ഒരു ദുർബലത മൂലമാണ് ഇത് സംഭവിക്കുന്നതെന്ന് സമ്മതിക്കാം. എങ്കിൽ പല ചോദ്യങ്ങളും നമുക്കു ചോദിക്കാവുന്നതാണ്. പാണ്ഡുവിനും കുന്തിക്കും പുത്രന്മാർ വേണ്ടെന്നുവച്ചു ജീവിക്കരുതായിരുന്നോ? ഒരുപക്ഷേ, വംശം നിലനിർത്താനാണെങ്കിൽ പ്രതാപശാലിയായ കുന്തിഭോജ രാജാവിന് മറ്റൊരു രാജാവിനെ കുന്തിക്ക് ഭർത്താവായി ലഭിക്കുകയില്ലായിരുന്നോ? മറ്റൊരാളിൽ സന്താനമുണ്ടാക്കാൻ ഭർത്താവായ പാണ്ഡുതന്നെ കുന്തിയെ നിർബന്ധിക്കുന്ന സ്ഥിതിക്ക് ഇതിൽ അപാകതയില്ലല്ലോ. അത് സൂര്യനും യമനും ഇന്ദ്രനുംതന്നെ വേണമെന്ന് എന്താണു നിർബന്ധം വന്നത്? പ്രത്യേകിച്ചും ഒരാളല്ല പലർ?

'മാതാവ് സത്യം, പിതാവ് സങ്കൽപ്പം' എന്ന് ഒരു ചൊല്ലുണ്ട്. ഇത് ഇന്ന് ഒരു ഫലിതമായിട്ടാണ് പറയാറുള്ളത്. എന്നാൽ, മനുഷ്യചരിത്രം പഠിക്കുന്നവർക്ക് അതു മുഴുവൻ അങ്ങനെ ഒരു ഫലിതമല്ല. ഇവിടെയാണ് കുന്തീപുത്രന്മാരുടെ പിതൃത്വത്തെപ്പറ്റി സാമൂഹ്യചരിത്രത്തിൽ അന്വേഷിക്കേണ്ടിയിരിക്കുന്നത്.

പിതൃത്വം സംബന്ധിച്ച ട്രൈബൽ ജീവിതകാലത്തെ ഒരു സ്മരണയും ആചാരവുമാണ് ഈ കുന്തീകഥയിൽ അടങ്ങിയിരിക്കുന്നത്. ആദിമകാലത്ത്, പല രാജ്യങ്ങളിലെയും പുരാണങ്ങളിൽ ദൈവമോ അദ്ദേഹത്തിന്റെ പൂജാരികളോ ഒന്നും ഉണ്ടായിരുന്നില്ല. അന്ന് സ്ത്രീ എന്ന കഥാപാത്രം മാത്രമേയുള്ളൂ. പ്രപഞ്ചത്തിന്റെ അധിശക്തി അവളാണ്. പിതൃത്വം എന്നൊന്ന് അറിയുന്നില്ല. അതിനെ ആരും ബഹുമാനിക്കുന്നുമില്ല. അവൻ ഭയംപൂണ്ടു കഴിഞ്ഞുകൂടുന്നു. അന്നു സ്ത്രീ ഗർഭം ധരിക്കുന്നത് മറ്റു രീതികളിലാണ്. പ്രധാന മാധ്യമം വായുവാണ്. അല്ലെങ്കിൽ പയറ് തുടങ്ങിയ സസ്യവർഗങ്ങളോ പഴങ്ങളോ ഒരു പ്രാണിയോ അവളുടെ ഉദരത്തിൽ ചെല്ലുന്നതുകൊണ്ടാണ് അവൾ ഗർഭിണിയാകുന്നത്. സ്ത്രീയിൽക്കൂടിയാണ് പ്രപഞ്ചത്തിലെ സകലതും, സ്വത്തും ധനങ്ങളും എല്ലാം, തലമുറകളിലേക്കു പകരുന്നത്. ഗ്രീക്ക് പുരാണത്തിൽ ഈ സ്ത്രീ 'യൂറിനോമി' ആണ്. ഈ വാക്കിന്റെ അർഥം 'വിപുലമായും വിശാലമായും സഞ്ചരിക്കുന്നവൾ' എന്നാണ്. മനുഷ്യന് കാണത്തക്കത് ചന്ദ്രനെയാണ്. ആ പ്രകൃതിശക്തിയുടെ പ്രതീകമാണ് യൂറീനോമി. പിന്നെ കുറേക്കാലംകഴിഞ്ഞ് അവളെ രണ്ടായിട്ടു വീതിച്ചുവെന്നാണ് പുരാണം. അതു പകലും രാത്രിയുമായി.

പിതൃത്വത്തെപ്പറ്റി ഈ സങ്കൽപ്പമില്ലായ്മ കാലാന്തരത്തിൽ സങ്കൽപ്പമായി മാറി. അപ്പോഴും അച്ഛൻ എന്നതു മാനുഷികാവസ്ഥയ്ക്കും അപ്പുറത്താണു നിന്നത്. അതു പ്രകൃതിശക്തികളിൽ ലയിച്ചുകിടക്കുന്ന മഹാപ്രതിഭാസമായിട്ടാണ് സങ്കൽപ്പിച്ചത്. ഭൂമിയിൽ ദേവന്മാരെയും രാക്ഷസന്മാരെയും മിത്തുകളിൽ രൂപപ്പെടുത്തിയത് ഈ മാറ്റത്തിൽക്കൂടിയാണ്.

അതും അടിസ്ഥാനമില്ലാതെയല്ല. പ്രാചീന ബാബിലോണിയൻ-പലസ്തീനിയൻ ജ്യോതിശാസ്ത്രം ഇതിൽ വലിയ പങ്കുവഹിച്ചിട്ടുണ്ട്. സൂര്യനെ അടിസ്ഥാനമാക്കി ആണ്ടും മാസവും ആഴ്ചകളും വന്നു. ജ്യോതിശാസ്ത്രം (ജ്യോതിർഗോളങ്ങളെ അടിസ്ഥാനമാക്കിയുള്ള അറിവ്) വളർന്നപ്പോൾ ഏഴു ദിവസങ്ങൾ എന്നതു പ്രധാനമായിത്തീർന്നു. അതിന്റെ അടിസ്ഥാനത്തിൽ നക്ഷത്രങ്ങൾക്ക് ഓരോ ഗുണങ്ങൾ നിർണയിച്ചു: സൂര്യൻ പ്രകാശത്തിന്റെ ദേവനായി; ചന്ദ്രൻ ആകർഷണശക്തിയുടെ; ചൊവ്വ വളർച്ചയുടെ; ബുധൻ വിജ്ഞാനത്തിന്റെ; വ്യാഴം നിയമനത്തിന്റെ; വെള്ളി പ്രേമത്തിന്റെ; ശനി സമാധാനത്തിന്റെ. ഇന്നും ലോകത്തിൽ ഗ്രീക്ക്, ലത്തീൻ, ഫ്രഞ്ച്, സ്പാനിഷ് തുടങ്ങിയ രാജ്യങ്ങളിൽ ഈ ധാരണകൾ നിലനിൽക്കുന്നുണ്ട്.

ജനിക്കുന്ന ആൺകുട്ടികൾക്ക് പിതൃത്വത്തിന് ഈ ശക്തികളിൽനിന്നുള്ള ഗുണങ്ങൾ ആരോപിക്കുക ഒരു സമ്പ്രദായമായി. ഇവരെല്ലാം മനുഷ്യാതീതശക്തിയുള്ള ദേവന്മാരാണ്. അതുകൊണ്ട് വീരപുരുഷന്മാർ അങ്ങനെയാണ്. മനുഷ്യസ്വഭാവത്തിലെ പ്രകാശശക്തിയുടെ പ്രതീകമാണ് കർണ്ണൻ. ത്യാഗം, ഔദാര്യം, സത്യസന്ധത തുടങ്ങിയവ അയാളിൽ ഒത്തുചേർന്നിരിക്കുന്നു. ജന്മങ്ങളിലെ ധർമാധർമങ്ങൾ നിർണയിക്കുന്ന പ്രതീകമാണ് കാലം. അതായത്, കാലൻ (യമധർമൻ). വായു ജീവനെ വഹിക്കുന്ന ശക്തിയാണ്. ഭൂമിയിൽ ജീവൻ മനുഷ്യനിലും സസ്യലോകത്തിലും ജന്തുക്കളിലും പരിസംക്രമിക്കുന്നത് വായു (കാറ്റ്) ആണ്. അതാണ്, ഭീമന്റെ പിതാവ്. ഇന്ദ്രൻ എല്ലാ ദേവന്മാരുടെയും രാജാവാണ്. ബലവാനാണ്. മനുഷ്യസഹജമായ എല്ലാ ദൗർബല്യങ്ങളുടെയും നിധിയാണ്. അതോടൊപ്പം മേഘത്തിന്റെ ശക്തിയായ ഇടിമിന്നൽ അയാളുടേതാണ്. വജ്രഹസ്തനാണ്. അതിന്റെ സന്തതിയാണ് അർജ്ജുനൻ. നകുലസഹദേവന്മാർ രോഗസാന്ത്വനത്തിന്റെ ദേവന്മാരായ അശ്വിനികളുടെ സന്തതികളാണ്.

അപ്പോൾ, പഴയ ഈ ട്രൈബൽ (ഗണഗോത്ര വ്യവസ്ഥയിൽ മനുഷ്യൻ ജീവിച്ചിരുന്ന കാലം) വ്യവസ്ഥയിലുണ്ടായിരുന്ന വിശ്വാസങ്ങളുടെ ബാക്കിയായ സങ്കൽപ്പമാണ്. കർണ്ണൻ, ധർമപുത്രർ, ഭീമൻ, അർജ്ജുനൻ, നകുലസഹദേവന്മാർ എന്നിവരുടെ ജന്മത്തിൽ *മഹാഭാരത*ത്തിൽ സന്നിവേശിപ്പിച്ചിരിക്കുന്നത് ഇതിഹാസത്തിൽ കിടക്കുന്ന ഈ മിത്തിന്റെ സാരാംശം ഗ്രഹിച്ചാലേ നമുക്ക് അതിന്റെ രചനയ്ക്കുള്ള കാരണം മനസിലാവൂ.

26

അഗസ്ത്യനും ലോപാമുദ്രയും

ഇതിഹാസങ്ങളിലെ (ലോകത്തുള്ള) പല കഥകൾക്കും സാമ്യങ്ങളുണ്ടാകാറുണ്ട്. പ്രത്യേകിച്ചും, സ്ത്രീ-പുരുഷബന്ധങ്ങളിലെ ഒട്ടേറെ കഥകൾക്കു തമ്മിൽ രൂപസാദൃശ്യം കാണും. അതിൽ കുറെയെങ്കിലും പഠിച്ച് സാധർമ്യങ്ങൾ വിശകലനംചെയ്ത് ആരെങ്കിലും എഴുതിയാൽ രസകരവുമാണ്. അത് ഒരു വിഷയമായി ചർച്ച ചെയ്യാനല്ല ഇവിടെ ഒരുങ്ങുന്നത്. പുരാണപ്രസിദ്ധനായ അഗസ്ത്യമുനിയുടെ കഥ ഈ വിഷയം ഓർമിപ്പിച്ചു.

അഗസ്ത്യമുനിയുടെ വിവാഹവും അനന്തര സംഭവങ്ങളും ഒരു മിത്ത് എന്നതിനെക്കാൾ ആ കാലത്തെ യഥാർഥ ജീവിതകഥയുടെ ഒരു ഭാഗമാണെന്നു തോന്നുന്നു. അതുകൊണ്ട് അത് അൽപ്പം വിശദമായി ഇവിടെ എഴുതാം. ഇല്വലൻ, വാതാപി എന്ന രണ്ട് അസുരസഹോദരന്മാരുമായി ഈ അഗസ്ത്യകഥയ്ക്ക് ബന്ധമുണ്ട്. ഈ സഹോദരന്മാരെപ്പറ്റി ജമദഗ്നിയുടെയും പരശുരാമന്റെയും കഥ എഴുതിയപ്പോൾ ഞാൻ സൂചിപ്പിച്ചിരുന്നു. പാണ്ഡവരുടെ വനവാസകാലത്ത് പാണ്ഡവർ നൈമിശാരണ്യത്തിലെത്തി. അവിടെ അവർ പല തീർഥസ്ഥാനങ്ങളിലും സ്നാനംചെയ്യുന്നു. ബ്രഹ്മശിരസ് എന്ന സ്ഥലത്ത് 'ചാതുർമാസ്യം' (ഒരു ആചാരം) കഴിച്ചുകൂട്ടുന്നു. അവിടെനിന്നും അഗസ്ത്യാശ്രമപ്രദേശത്തേക്ക് അവർ പോകുന്നു. അവിടെ 'ദുർജ്ജയ' എന്ന സ്ഥലത്താണ് പാണ്ഡവർ താമസിക്കുന്നത്.

'ദുർജ്ജയ'യിൽ ലോമശൻ എന്ന മുനിയോടാണ് ധർമപുത്രർ ചില വിവരങ്ങൾ ചോദിക്കുന്നത്. അഗസ്ത്യനും ഇല്വലൻ, വാതാപി എന്നീ അസുരസഹോദരന്മാരും തമ്മിലുണ്ടായ എതിർപ്പും തുടർന്നുള്ള ചില കഥകളും ധർമപുത്രർ കേട്ടിരിക്കാം. ഇതിന്റെ യഥാർഥ സംഗതികൾ

എന്തെല്ലാമാണെന്ന് യുധിഷ്ഠിരൻ ലോമശമുനിയോട് ചോദിക്കുന്നു. അദ്ദേഹം ആ കഥ വിവരിച്ചുകൊടുക്കുകയാണ്.

പണ്ട് ഇല്വലൻ എന്നും വാതാപി എന്നും രണ്ടു ദൈത്യസഹോദരന്മാരുണ്ടായിരുന്നു. തനിക്ക് ഇന്ദ്രനു തുല്യനായ ഒരു പുത്രനുണ്ടാകണമെന്ന് ഇല്വലന് ആഗ്രഹം ജനിച്ചു. അതിന് തപശക്തി ഉള്ള ഒരു ബ്രാഹ്മണനോട് അയാൾ പ്രാർഥിച്ചു. ബ്രാഹ്മണൻ അതിനു തയാറായില്ല. അതുകൊണ്ട് തന്റെ അനുജനായ വാതാപിയെ സൗന്ദര്യമുള്ള ഒരു ആടാക്കി മാറ്റി. അതിനെ കൊന്ന് തന്നെ നിരാകരിച്ച അതേ ബ്രാഹ്മണനെത്തന്നെ വിളിച്ചു വരുത്തി അതിന്റെ മാംസം അയാൾക്കു ഭക്ഷിക്കാൻ കൊടുത്തു. എന്നിട്ട് ഇല്വലൻ തന്റെ അനിയനെ വിളിച്ചു. വാതാപി ബ്രാഹ്മണന്റെ വയറുകീറി പുറത്തു വരികയും ചെയ്തു. ഈ മായയാണ് ഇല്വലൻ പ്രയോഗിച്ചത്. ഇല്വലൻ ഇതേ വിദ്യതന്നെ തുടർന്നും നടത്തിവന്നു. അനേകം ബ്രാഹ്മണരെ അങ്ങനെ കൊന്നു.

ഇങ്ങനെ അനേകം ബ്രാഹ്മണപ്രേതങ്ങൾ ഒരു ഇടുക്കിൽ തലകീഴായിക്കിടക്കുന്നത് ഒരിക്കൽ അഗസ്ത്യമുനി അതിലേ വന്നപ്പോൾ കണ്ടു. അവർ ഇങ്ങനെ കിടക്കുന്നതെന്താണെന്ന് അഗസ്ത്യൻ ആ ബ്രാഹ്മണരോട് അന്വേഷിച്ചു. തങ്ങൾ സന്താനദുഃഖത്തിലാണെന്നും ഒരു നല്ല സന്താനത്തെ ഞങ്ങൾക്കു തരികയാണെങ്കിൽ തങ്ങളുടെ ഈ നരകം തീരുമെന്നും ആ ബ്രാഹ്മണർ പറഞ്ഞു. തന്റെ പിതൃക്കളായ അവർ ദുഃഖിക്കേണ്ടെന്നും അവരുടെ ആഗ്രഹം സാധിച്ചുകൊടുക്കാമെന്നും പറഞ്ഞ് അഗസ്ത്യൻ അവിടെനിന്നും പോയി.

അഗസ്ത്യൻ പലയിടത്തും അന്വേഷിച്ചിട്ടും തനിക്കൊത്ത ഒരു സന്താനത്തെ ലഭിക്കാൻ മാർഗം കണ്ടില്ല. അതുകൊണ്ട് ഒടുവിൽ അദ്ദേഹം സ്വയം ഒരു സന്തതിയെ സൃഷ്ടിക്കാൻ തീരുമാനിച്ചു. സകല ജീവജാലങ്ങളുടെയും ഏറ്റവും സുന്ദരമായ അവയവങ്ങൾ എടുത്തു പെൺകുട്ടിയെ രൂപപ്പെടുത്തി. അവൾ എല്ലാവിധത്തിലും ഒരു ഉത്തമസ്ത്രീയായിത്തീർന്നു. ഒരു കുട്ടിക്കുവേണ്ടി തപസുചെയ്തുകൊണ്ടിരുന്ന വിദർഭരാജാവിന് അഗസ്ത്യമുനി ആ പെൺകുട്ടിയെ കൊടുത്തു. അവൾക്ക് ലോപാമുദ്ര എന്നാണ് അദ്ദേഹം നാമകരണം ചെയ്തത്. അഴകുകൊണ്ട് പ്രകാശിക്കുന്ന ശരീരസൗഭാഗ്യത്തോടെ ലോപാമുദ്ര ആ കൊട്ടാരത്തിൽ വളർന്നു.

വെള്ളത്തിൽ താമരപോലെ, അഗ്നിജ്വാലപോലെ ഐശ്വര്യചൈതന്യം പൂണ്ട യൗവനത്തിലേക്ക് അവൾ വളർന്നു. അവളെ എപ്പോഴും പരിചരിക്കാൻ നൂറു കന്യകകളും കൂടാതെ നൂറു ദാസികളും ഉണ്ടായിരുന്നു. അവളുടെ ചൈതന്യവും അവളുടെ പിതൃസ്ഥാനത്തുള്ള രാജാവിന്റെ പേരിലുള്ള ഭയവുംമൂലം ആരും യൗവനയുക്തയായ അവളെ പാണീഗ്രഹണം ചെയ്യാൻ ധൈര്യപ്പെട്ടില്ല. അവളാണെങ്കിൽ അച്ഛനെയും സ്വജനങ്ങളെയും സന്തോഷിപ്പിക്കുമാറ് ജീവിക്കുകയും ചെയ്തു.

പക്ഷേ, ആർക്കാണ് താൻ തന്റെ മകളെ കൊടുക്കുക? വിദർഭരാ

ജാവ് ഈ ചിന്തയുമായി ഇരുന്നു.

ഇങ്ങനെ കഴിയുമ്പോൾ ലോപാമുദ്ര ദാമ്പത്യജീവിതത്തിനു തക്ക വണ്ണം വളർന്നിരിക്കുന്നു എന്നറിഞ്ഞ് അഗസ്ത്യൻ വിദർഭരാജാവിന്റെ അടുത്തുചെന്ന് 'ലോപാമുദ്ര വിവാഹപ്രായത്തിലെത്തിയിരിക്കുന്നു, അതുകൊണ്ട് അവളെ എനിക്കു കല്യാണം കഴിച്ചുതരണം' എന്നാവശ്യപ്പെട്ടു. രാജാവ് ആലോചിച്ചു. അദ്ദേഹത്തിന് ആ അഭ്യർഥന ഇഷ്ടപ്പെട്ടില്ല. അതായത്, ലോപാമുദ്രയെ അഗസ്ത്യനു കൊടുക്കാൻ അദ്ദേഹത്തിനു മനസില്ലായിരുന്നു.

ഇവിടെ നമുക്കു രണ്ടു സംശയങ്ങൾ ഉണ്ടാകാനിടയുണ്ട്. ഒന്നാമത് ലോപാമുദ്രയെ സൃഷ്ടിച്ചത് അഗസ്ത്യമുനിയാണ്. വിദർഭരാജാവിന്റെ കൊട്ടാരത്തിൽ ജനിച്ചു എന്നു പറഞ്ഞിട്ടുണ്ടെങ്കിലും അഗസ്ത്യൻ തന്റെ ഇഷ്ടവും തെരഞ്ഞെടുപ്പുമനുസരിച്ച് അവൾക്ക് രൂപംനൽകി എന്നുള്ളതു വ്യക്തമാണ്. തനിക്ക് ഭാര്യയാകാൻ വേണ്ടിയാണ് അദ്ദേഹം അവളെ നിർമിച്ചത് എന്നർഥം? മറ്റു പല രാജ്യങ്ങളിലെയും പുരാണങ്ങളിൽ (ഉദാഹരണം: ഈജിപ്ത്, ഗ്രീക്ക്, ബാബിലോണിയൻ) ഇത്തരം മിത്തുകൾ കാണാവുന്നതാണ്. അതിന് ഒരൊറ്റ വ്യാഖ്യാനമേ കാണുന്നുള്ളൂ. പിതാവു പുത്രിയെ വിവാഹം കഴിച്ചിരുന്ന ഒരു പ്രാകൃതദശ ഏതായാലും ഉണ്ടായിരുന്നു. ആ അതിപ്രാചീന കാലത്തെ ആചാരത്തിലെ ബാക്കിയായ കഥയാണ് ഇത്തരം ഉപാഖ്യാനങ്ങളിൽ കാണുന്നത്.

രണ്ടാമത് ഒരു സംഗതി അഗസ്ത്യമുനി ഗംഭീരനായ ഒരു ബ്രാഹ്മണവംശജനായിരുന്നുവത്രെ. വിദർഭരാജാവാണെങ്കിൽ ബ്രാഹ്മണരെ ബഹുമാനിക്കുന്ന ആളും. എന്നിട്ടും എന്തുകൊണ്ട് അഗസ്ത്യന് ലോപാമുദ്രയെ കൊടുക്കാൻ വിസമ്മതിച്ചു. കാരണം, വ്യക്തമല്ല. ഇക്കാര്യം നേരെ പറയാൻ വിദർഭരാജാവിനു ഭയമുണ്ട്. അക്കാര്യം അദ്ദേഹം പത്നിയോടു പറയുന്നുമുണ്ട്. ഈ മുനി തന്റെ അഭിപ്രായമറിഞ്ഞ് ശപിച്ചാലോ? എന്തു ചെയ്യും? ഇത് അറിഞ്ഞ ലോപാമുദ്രതന്നെയാണ് ആ സന്ദർഭത്തിനു പരിഹാരം കാണുന്നത്. അവൾ രാജാവിന്റെ അടുക്കൽ ചെന്ന് തന്നെക്കുറിച്ച് അങ്ങനെ ആകുലപ്പെടേണ്ടതില്ലെന്നും തന്നെ അഗസ്ത്യമുനിക്ക് വിവാഹംചെയ്തു കൊടുക്കണമെന്നും അങ്ങനെ ആത്മരക്ഷ ചെയ്യണമെന്നും അഭ്യർഥിച്ചു. അതിൻപ്രകാരം രാജാവ് മഹാനായ അഗസ്ത്യന് ലോപാമുദ്രയെ വിവാഹംകഴിച്ചുകൊടുത്തു.

തന്റെകൂടെ പോന്ന ലോപാമുദ്രയോടു വിലയേറിയ ആഭരണങ്ങളും വസ്ത്രങ്ങളും ഉപേക്ഷിക്കണമെന്ന് അഗസ്ത്യൻ ആവശ്യപ്പെട്ടു. ലോപാമുദ്ര അതുപടി ചെയ്തു. മരവുരിയും തോലും അവൾ ധരിച്ചു. കഠിനമായ വ്രതമാചരിച്ചു ജീവിക്കുകയും ചെയ്തു. അഗസ്ത്യൻ സന്തുഷ്ടനായി, ഗംഗാമുഖത്തെത്തി. തീവ്രമായ തപസുമായി പത്നിയോടൊത്ത് അദ്ദേഹം കഴിച്ചു. ഭാര്യയുടെ നിഷ്ഠയിൽ അഗസ്ത്യൻ സന്തോഷിച്ചു. അദ്ദേഹത്തിന്റെ തപസിനെ അവൾ മാനിച്ചു കഴിഞ്ഞുകൂടി.

കുറച്ചുനാൾ കഴിഞ്ഞപ്പോൾ ഋതുസ്നാനംചെയ്ത അവളിൽ

പുത്രോൽപ്പാദനം ചെയ്യാൻ അഗസ്ത്യൻ നിശ്ചയിച്ചു. അവളെ വിളിച്ചു. പക്ഷേ, അപ്പോൾ അവൾ പറഞ്ഞു:

“പുരുഷൻ ഭാര്യയെ കൈക്കൊള്ളുന്നതു സന്തതിക്കുവേണ്ടിയാണ്. പക്ഷേ, എനിക്ക് അങ്ങയോടുള്ള പ്രീതി അങ്ങറിഞ്ഞു പ്രവർത്തിക്കണം. നാം ഒരുമിച്ചു ചേരുന്നത് എന്റെ അച്ഛന്റെ കൊട്ടാരത്തിലേതുപോലുള്ള മെത്തയിലായിരിക്കണം. പൂമാലയും ആഭരണവുമണിഞ്ഞ അങ്ങയെ ദിവ്യാഭരണങ്ങൾ ധരിച്ചുകൊണ്ട് സംഗമിക്കാനാണ് ഞാനാഗ്രഹിക്കുന്നത്. അല്ലാതെ ചീരവസ്ത്രയായിട്ട് അങ്ങയോടു ചേരാനിടവരരുത്. എന്റെ ഈ ദിവ്യമായ വേഷം അശുദ്ധമാക്കാൻ പാടില്ല.”

തങ്ങൾക്ക് ഇതിനൊന്നും പഞ്ഞമില്ലല്ലോ എന്ന് അഗസ്ത്യൻ പറഞ്ഞു. പക്ഷേ, ധന്യനും എല്ലാമുണ്ടാക്കാൻ കഴിവുള്ളവനുമാണല്ലോ അദ്ദേഹം എന്ന് അവൾ ഓർമിപ്പിച്ചു. തന്റെ തപസിനു ക്ഷീണം വരാത്തവിധം അവളുടെ ആഗ്രഹം സാധിച്ചു കൊടുക്കാനുള്ള മാർഗം താൻ അന്വേഷിക്കാമെന്നു പറഞ്ഞ് അഗസ്ത്യൻ ധനസമ്പാദനത്തിനുള്ള മാർഗം തേടാൻ പോയി.

അഗസ്ത്യൻ പലയിടത്തും ധനത്തിനുവേണ്ടി അഭ്യർഥിച്ചു. ലഭിച്ചില്ല. അദ്ദേഹം രാജാക്കന്മാരെ സമീപിച്ചു. അവർ ധനികനായ ഇല്വലന്റെ പേരാണു പറഞ്ഞത്. അയാൾക്കു ധനം തരാൻ കഴിയും. തങ്ങളും കൂടെ വരാം. അങ്ങനെ അഗസ്ത്യനും രാജാക്കന്മാരുംകൂടി ഇല്വലന്റെ സമീപത്തെത്തി. ഇല്വലൻ അഗസ്ത്യനെ കണ്ടിട്ട് പതിവുപോലെ ബ്രാഹ്മണവധത്തിന് ഒരുങ്ങി. ആടിന്റെ രൂപം ധരിച്ച വാതാപിയെ കഷണിച്ച് വേവിച്ചു ഭക്ഷണം കൊടുത്തു. പിന്നെ ഇല്വലൻ, വാതാപിയെ വിളിച്ചു. അഗസ്ത്യന്റെ വയറു കീറി, അനുജൻ പുറത്തു വരുമെന്നാണ് ഇല്വലൻ വിചാരിച്ചത്. പക്ഷേ, അഗസ്ത്യമുനി ചിരിച്ചുകൊണ്ടു പറഞ്ഞു: “അവൻ എന്റെ വയറ്റിൽ കിടന്നു ദഹിച്ചുപോയി. ഇനി ജീവിക്കുവാൻ സാധ്യമല്ല” ഇല്വലൻ അതുകേട്ട് അത്യന്തം ദുഃഖത്തിലായിപ്പോയി. അയാൾ അഗസ്ത്യനെ തൊഴുതു. താൻ എന്തു ചെയ്യണമെന്ന് അന്വേഷിച്ചു. അഗസ്ത്യൻ തനിക്കാവശ്യമായ ദ്രവ്യത്തെപ്പറ്റി പറഞ്ഞു. ഇല്വലൻ ധനവും തേരും കുതിരകളും ഉൾപ്പെടെ ഉള്ള ധനം മുനിക്കു കൊടുത്തു.

അഗസ്ത്യമുനി തിരിച്ചുപോയി ലോപമുദ്രയുടെ ആഗ്രഹപ്രകാരം പ്രവർത്തിച്ചു. അവർക്ക് അതിപ്രഗത്ഭനായ ഒരു മകനുണ്ടായി. അന്നുമുതൽക്കാണത്രെ അഗസ്ത്യാശ്രമം പ്രസിദ്ധമായത്. വാതാപി എന്ന ദൈത്യൻ അഗസ്ത്യനിൽ ലയിച്ചു. പുണ്യയായ ഭാഗീരഥിനദി അഗസ്ത്യാശ്രമ പരിസരത്തിൽ തെക്കൻദിക്കിന്റെ അമ്മയെപ്പോലെ വിരാജിച്ചു എന്നും പറഞ്ഞിരിക്കുന്നു. ഇതെല്ലാം ദണ്ഡകാരണ്യ പ്രദേശത്താണു നടന്നത്. അഗസ്ത്യൻ ദാക്ഷിണാത്യനാണ്.

ഈ അഗസ്ത്യകഥയുടെ മുഴുവൻ അർഥം ഇവിടെ വിവരിക്കാൻ പ്രയാസമാണ്. ഒരു മുനി ധനം സമ്പാദിക്കുവാൻ പലയിടത്തും സഞ്ചരിക്കുന്നു. അത് സ്വന്തം ഭാര്യ തന്റെ സന്താനോൽപ്പാദനം പ്രതാപപൂർവം

ആഭരണധനാദികളോടുകൂടി വേണമെന്നു ഭർത്താവിനോടു നിർബന്ധം പറയുന്നതുകൊണ്ടാണ് വേണ്ടിവരുന്നത്. സ്ത്രീയുടെ മനോവികാരം എപ്പോഴും അങ്ങനെയായിരിക്കും എന്നു വ്യക്തമാക്കാനാണോ ഈ ഉപകഥ? അല്ലെങ്കിൽപ്പിന്നെ ലോകത്തിലെ ജന്തുവർഗത്തിന്റെ എല്ലാം സൗന്ദര്യം ചേർന്ന അവൾക്ക് ഈ ധനപ്രതാപമോഹം എങ്ങനെ, എന്തിന്, ഉണ്ടായി. എല്ലാ ജീവികളുടെയും അംശമുള്ള ലോപാമുദ്ര ഒരു ജാതിയിലും (ബ്രാഹ്മണൻ, ക്ഷത്രിയൻ, വൈശ്യൻ, ശൂദ്രൻ തുടങ്ങി) പെട്ടവളാകാൻ തരമില്ലല്ലോ. അവളെ സൃഷ്ടിച്ച അഗസ്ത്യമുനി ബ്രാഹ്മണനാണോ? എന്നല്ല അയാളിൽ ഒടുവിൽ ദൈത്യനായ വാതാപി ലയിക്കുകയും ചെയ്യുന്നു.

അഗസ്ത്യന്റെ പൗരാണികകഥയെല്ലാം അയാൾ ദക്ഷിണേന്ത്യനും അബ്രാഹ്മണനുമാണെന്നാണു സൂചനകൾ നൽകിയിട്ടുള്ളത്.

അഗസ്ത്യന്റെ പേരുകൾകൊണ്ട് ആ മുനിയുടെ വംശാദികൾ കുറെ വ്യക്തമാകുന്നുണ്ട്. അഗസ്ത്യദിക്ക് എന്നുവച്ചാൽ തെക്കു ദിക്കാണ്. തെക്കൻ പ്രദേശത്തുകാരൻ എന്നു സാരം. അഗസ്തീശ്വരം എന്ന് തെക്കൻ തിരുവിതാംകൂറിൽ (ഇപ്പോൾ തമിഴ്നാട്) ഒരു പ്രദേശം വന്നതും ഈ അടുപ്പത്തെത്തന്നെ സൂചിപ്പിക്കുന്നതാണ്. അഗസ്ത്യൻ കുംഭസംഭവനാണ്. അതായത്, കുടത്തിൽനിന്നു ജനിച്ചവൻ. കുടത്തിൽനിന്നു ജനിക്കുകയില്ലല്ലോ. കുലാലവംശത്തിൽ (കുശവവംശത്തിൽ, മൺകുടമുണ്ടാക്കുന്നവരുടെ വംശത്തിൽ) ജനിച്ചവൻ എന്നു നമുക്കനുമാനിക്കാം. മിത്രനും വരുണനും അപ്സരസായ ഉർവശിയെ കണ്ടു മോഹിച്ച് അവർക്ക് അവളിലുണ്ടായ കുട്ടിയാണത്രെ അഗസ്ത്യൻ. മിത്രൻ എന്നാൽ സൂര്യനാണ് (സർവരുടെയും സർവത്തിന്റെയും സ്നേഹിതൻ). വരുണൻ ജല (സമുദ്രം)വുമാണ്. ഉർവശി ഭൂസമ്പർക്കമുണ്ടായ അപ്സരസാണ്. ഉന്നതകുലത്തിൽപ്പെട്ട ഏതോ ഒരു കന്യക. അവൾക്ക് സൂര്യജലസമ്പർക്കത്തിൽക്കഴിഞ്ഞ് അതായത്, അതുമായി എപ്പോഴും ബന്ധപ്പെട്ട് തൊഴിൽ ചെയ്തു കഴിഞ്ഞ ഏതോ സമൂഹത്തിൽപ്പെട്ടവനിൽ ഉണ്ടായതാവാം അഗസ്ത്യൻ. അദ്ദേഹത്തിന്റെ പിറവിയെ അതു സൂചിപ്പിക്കുന്നു. അൽപ്പംകൂടിയുണ്ട് – ഉർവശിയുടെ പുത്രനാണെങ്കിലും, ഏതെങ്കിലും കുശവസ്ത്രീ അദ്ദേഹത്തെ വളർത്തിക്കാണാം. എല്ലാംകൂടി അദ്ദേഹം ബ്രാഹ്മണകുലജീവിയായിരുന്നു എന്നു കരുതാൻ മാർഗമില്ല.

വിന്ധ്യകൂടൻ എന്ന് അഗസ്ത്യനെ വിളിക്കുന്നു. വിന്ധ്യപർവതം വണങ്ങിയ ആൾ എന്നർഥം. ആ പ്രദേശത്ത് അദ്ദേഹത്തിനു ലഭിച്ച ആദരവും ബഹുമാനവുമാണല്ലോ അതു സൂചിപ്പിക്കുന്നത്. അതിന്റെ കഥ പുരാണത്തിലുണ്ട്. അതിൻപ്രകാരവും ആ പ്രദേശത്തുനിന്ന് അദ്ദേഹത്തിനു കിട്ടിയ ആദരവുതന്നെയാണ് ധ്വനിക്കുന്നത്.

അതിപ്രധാനമായ മറ്റൊരു കാര്യംകൂടിയുണ്ട്. തമിഴ്ഭാഷയ്ക്ക് ആദ്യമായി ഒരു വ്യാകരണഗ്രന്ഥം രചിച്ചത് അഗസ്ത്യനാണ്. ആ ഭാഷയ്ക്ക് ലിപികളും മറ്റു വ്യവസ്ഥകളും ഉണ്ടാക്കിയതും അദ്ദേഹംതന്നെ. ആദ്യ

കാലങ്ങളിൽ തെക്കൻ ഇന്ത്യയിൽ വിപുലമായി സഞ്ചരിക്കുകയും പാർക്കുകയും ചെയ്ത ആയുധവിദഗ്ധനും വിജ്ഞാനിയുമായിരുന്നു അദ്ദേഹം. ലോപാമുദ്രയെ എല്ലാ ജീവികളിലുംനിന്നു സൃഷ്ടിച്ചു എന്നു പറയുന്നത് ട്രൈബൽ കാലഘട്ടത്തിന്റെ ധ്വനിയാണ് നൽകുന്നത്. പാണ്ഡ്യ രാജവംശവുമായി അദ്ദേഹം എതിരിട്ടതായും കഥകളുണ്ട്. ഇല്വലനെയും വാതാപിയെയും അദ്ദേഹം കൊന്നു എന്നു ചില പുരാണഭാഗങ്ങളിൽ പറയുന്നു. പക്ഷേ, ഇല്വലൻ എന്ന ദൈത്യരാജാവിൽനിന്ന് അഗസ്ത്യൻ ധാരാളം ധനം സ്വീകരിച്ചതായിട്ടാണ് *മഹാഭാരത*ത്തിൽ പറയുന്നത്. വാതാപിയെ ആടാക്കി എന്നതിനു തീർച്ചയായും മറ്റ് അർഥമുണ്ട്. ഒരു നായാടിയോ കന്നാലിവളർത്തലുകാരനോ (അല്ലെങ്കിൽ അങ്ങനെ ഒരു വംശക്കാരൻ) ആവാം അയാൾ. ഒടുവിൽ പ്രഹ്ലാദവംശക്കാരനായ (ദൈത്യൻ) അയാളുമായി അഗസ്ത്യൻ ലയിച്ചു (അല്ലെങ്കിൽ അയാൾ അഗസ്ത്യനിൽ ലയിച്ചു — അതാണ് മഹാഭാരതപ്രകാരം കുറച്ചുകൂടി ശരി) എന്നുതന്നെയാവണം അർഥം.

തമിഴ് ഭാഷയുടെ കുലപതിയായതുകൊണ്ടുതന്നെ അഗസ്ത്യൻ ദ്രാവിഡവംശക്കാരനായിരുന്നു എന്നു വിചാരിക്കാവുന്നതാണ്.

27

തീർഥാടനം: മഹാഭാരതത്തിലെ സഞ്ചാരസാഹിത്യം

സഞ്ചാരം മനുഷ്യനെ പുതിയ മനസുള്ളവനാക്കുന്നു. സഞ്ചാരത്തിലെ അനുഭവങ്ങൾ പലപ്പോഴും മുഴുവനും വിവരിക്കാൻ സാധ്യമല്ല. അതിനു പല കാരണങ്ങളുമുണ്ട്. ഒന്നാമത്, പല ദേശത്തെയും ആചാരമര്യാദകൾ മറ്റു ദേശങ്ങളിൽ രുചിച്ചുവെന്നു വരികയില്ല. പല പദങ്ങളും ഭാഷാരീതിയും സുഖകരങ്ങളാവുകയില്ല. സഞ്ചരിക്കുന്ന ആളിന്റെ ഇഷ്ടാനിഷ്ടങ്ങളും രസനീരസങ്ങളും അതേപടി പറയേണ്ടിവന്നാൽ സഞ്ചാരവിവരണം പല ദൂഷ്യങ്ങളും ചെയ്തുവെന്നും വരും.

എങ്കിലും സഞ്ചാരംകൊണ്ടുള്ള നന്മയാണ് സഞ്ചാരസാഹിത്യത്തിലേക്കു നയിച്ചത് എന്നു തോന്നുന്നു. രാജ്യങ്ങളും ജനങ്ങളും തമ്മിലുള്ള വൈവിധ്യം പറഞ്ഞുകേൾപ്പിക്കാനുള്ള മൗലികമായ മനുഷ്യതാൽപ്പര്യവും ഈ സാഹിത്യത്തിന് പ്രേരണയായി നിന്നിട്ടുണ്ടാവാം. ഇതെല്ലാം ഇപ്പോൾ പറഞ്ഞത്, മഹാഭാരതത്തിൽ ധാരാളം സഞ്ചാരസാഹിത്യം ഉള്ളതുകൊണ്ടാണ്. പക്ഷേ, ഇത് സഞ്ചാരസാഹിത്യം എന്നുള്ള നിലയ്ക്കല്ല എഴുതിയിരിക്കുന്നത്, തീർഥാടനങ്ങൾ എന്ന നിലയ്ക്കാണ്. സഞ്ചാരസാഹിത്യവും അതുതന്നെയല്ലേ? 'തീർഥം' എന്നുവച്ചാൽ പുണ്യസ്ഥലം എന്നാണർഥം. ഒരു സ്ഥലം പുണ്യസ്ഥലമാകുന്നത് എങ്ങനെയാണ്. ശരീരത്തിന്റെയും മനസിന്റെയും ശുദ്ധിക്ക് ഉപകരിക്കുന്ന സ്ഥലമാണ് പുണ്യസ്ഥലം. നല്ല ജലമുണ്ടായിരിക്കുക, നമ്മുടെ മനസിന് ആശ്വാസമുണ്ടാക്കുന്ന എന്തെങ്കിലും അവിടെയുണ്ടായിരിക്കുക – ഇതു രണ്ടുമാണ് ഇതിന്റെ പ്രധാന അടിസ്ഥാനങ്ങൾ. ശരീരശുദ്ധിയും മനസ്സമാധാനവും. നദിയും ക്ഷേത്രങ്ങളും ഇതിന്റെ രണ്ടുപാധികളാണ്. തീർഥം എന്നതിന് അധ്യയനം എന്നും അർഥമുണ്ട്. പുതിയ അറിവുകൾ കിട്ടുന്ന സ്ഥലവും പുണ്യസ്ഥലമാണ് എന്നു സാരം. തീർഥത്തിന് ശാസ്ത്ര

മെന്നും അർഥം പറയുന്നുണ്ട്. ശാസ്ത്രം പ്രകൃത്യനുസാരിയായ സത്യമാണ്, യാഥാർഥ്യമാണ് അപ്പോൾ പ്രകൃത്യനുസാരിയായ സത്യങ്ങളെ കണ്ടെത്താൻ സഹായിക്കുന്ന സഞ്ചാരവുമാണ് പുണ്യസ്ഥല സന്ദർശനം, തീർഥാടനം.

എല്ലാ സഞ്ചാരകഥകളുടെയും പ്രസക്തിയും ലക്ഷ്യവും ഇതാണ്, ആയിരിക്കണം. ദേശമനുഷ്യസന്ദർശനംകൊണ്ട് മനുഷ്യമനസിനെ ശുദ്ധീകരിക്കുക. ഈ അർഥത്തിൽത്തന്നെയാണ് *മഹാഭാരത*ത്തിൽ തീർഥാടനങ്ങളെപ്പറ്റി പറയുന്നത്. പലയിടത്തും ഇത് ആ കൃതികളിൽ വർണിക്കുന്നുണ്ട്. അതെല്ലാം ഇവിടെ വിവരിക്കുന്നില്ല. ഒരു ഭാഗത്തെ ദേശസന്ദർശനത്തെപ്പറ്റിമാത്രം പറയുന്നു.

പാണ്ഡവർ വനവാസകാലത്ത് കാമ്യകവനത്തിൽ കഴിഞ്ഞുകൂടുന്നു. ഇതിനിടയ്ക്ക് അർജുനൻ തപസിനു പോകുന്നു. ശിവനെ പ്രീതിപ്പെടുത്തുവാൻവേണ്ടി ഉഗ്രതപസു നടത്തുകയാണ്. കിരാതസ്വരൂപിയായ ശിവനും അർജുനനും തമ്മിൽ കണ്ടുമുട്ടുന്നു. ശിവൻ അർജുനന് പാശുപതാസ്ത്രം നൽകി അനുഗ്രഹിക്കുന്നു. ഇങ്ങനെ കാലം കുറച്ചുകഴിയുമ്പോൾ അർജുനന്റെ അസാന്നിധ്യംകൊണ്ട് പാണ്ഡവർ ദുഃഖിതരാകുന്നു. പാഞ്ചാലി തന്റെ മനഃസന്തോഷമില്ലായ്മ തുറന്നുപറഞ്ഞു. അർജുനനില്ലാതെ ഇവിടെ പാർപ്പു വേണ്ടെന്ന് നകുലൻ പറഞ്ഞു. പാർഥനില്ലാത്തതുകൊണ്ട് ഈ കാടുവിട്ടു പോകുന്നതാണു നല്ലതെന്നും ഇവിടെ നമുക്കു രമ്യമല്ലെന്നും സഹദേവൻ പറഞ്ഞു.

ധർമപുത്രരും ദുഃഖിതനായി.

അപ്പോഴാണ് നാരദമുനിയുടെ വരവ്; അവിടെ നാരദൻ വന്നതിന്റെ ഔചിത്യവും അർഥവും സവിശേഷമാണ്. ത്രിലോകസഞ്ചാരിയാണ് നാരദൻ. അദ്ദേഹം പോകാത്ത സ്ഥലമില്ല. ആ നാരദമുനി തീർഥാടനങ്ങളുടെ മാഹാത്മ്യം പലതും ധർമപുത്രരെ പറഞ്ഞുകേൾപ്പിക്കുന്നു. പുലസ്ത്യന്റെ തീർഥയാത്രകളുടെ കഥ, ധൗമ്യന്റെ യാത്രകൾ, ലോമശ മഹർഷിയുടെ തീർഥാടനങ്ങൾ, അഗസ്ത്യകഥ തുടങ്ങി അനവധി കാര്യങ്ങളാണ് ഈ *മഹാഭാരതാ*ധ്യായങ്ങളിലുള്ളത്. ധർമപുത്രരും കൂട്ടരും കാമ്യകവനത്തിൽനിന്ന് സഞ്ചരിച്ച് നൈമിശാരണ്യത്തിലെത്തി. മാഹേന്ദ്രപർവതം, പയോഷ്ണി, വൈഡൂര്യപർവതം, നർമദ, പ്ലക്ഷാവതരണം (യമുനാതീർഥം), സരസ്വതി, ഗന്ധമാദനം തുടങ്ങി അനേക സ്ഥലങ്ങൾ കടന്നുപോവുകയാണ് പാണ്ഡവർ. അതിനിടയ്ക്ക് അർജുനൻ തന്റെ സഞ്ചാരമെല്ലാം കഴിഞ്ഞ് പാണ്ഡവരോട് ഒത്തുചേരുന്നു. അർജുനൻ ഇതിനിടയ്ക്ക് അഞ്ചുവർഷം ദേവേന്ദ്രന്റെ രാജമന്ദിരത്തിൽ കഴിച്ചുകൂട്ടി. ആഗ്നേയം, വാരുണം, സൗമ്യം, വായവ്യം, വൈഷ്ണവം, ഐന്ദ്രം, പാശുപതം, ബ്രാഹ്മം, പാരമേഷ്ട്യം തുടങ്ങിയ നാമധേയങ്ങളിലുള്ള അസ്ത്രങ്ങൾ പഠിച്ചു. അതിനുശേഷമാണ് ഗന്ധമാദനത്തിൽ പാണ്ഡവരുടെ അടുത്തേക്കെത്തിയത്.

പാണ്ഡവരുടെ വനവാസകാലം ഒരു സഞ്ചാരകഥയായി *മഹാഭാരത*

ത്തിൽ ആഖ്യാനം ചെയ്തിരിക്കുന്നു. ആ സഞ്ചാര കഥയാവട്ടെ, സംഭവ ജ്ഞാനമുള്ള മുനിമാരുടെ കഥാകഥനങ്ങളും പാണ്ഡവരുടെതന്നെ നേരിട്ടുള്ള അനുഭവങ്ങളുംകൊണ്ട് നിബിഡമാണ്. കാലംകൊണ്ടും ദേശംകൊണ്ടും വിദൂരസ്ഥലങ്ങളായ കഥകൾ പറയുമ്പോഴും അവ പാണ്ഡവ-കൗരവജീവിതങ്ങളെ സ്പർശിക്കുന്നവയും ഭാവിയിൽ അവയുടെ ഗതിവിഗതികൾക്ക് ഉദാഹരണങ്ങളായി ഭവിക്കുന്നവയുമായിരിക്കുന്നു. സഞ്ചാരസാഹിത്യം എന്നതുകൊണ്ട് നാം വിവക്ഷിക്കുന്ന ഏറ്റവും നല്ല സ്വഭാവവും (ആഖ്യാനരീതിയും) ഉള്ളടക്കവും (സംഭവം തുടങ്ങിയ) ഈ ഭാഗത്ത് മഹാഭാരതത്തിൽ നമുക്കു ദർശിക്കാൻ കഴിയുന്നു.

പുഷ്കരം, ജംബുമാർഗം, കാളികാശ്രമം, കണ്വാശ്രമം, യയാതിപതനസ്ഥലം, ഗൗരിപ്രതിസ്ഥാണുതീർഥം, നർമദാനദി, ചർമണ്വതി, വസിഷ്ഠാശ്രമം, പിംഗതീർഥസ്നാനം, പ്രഭാസതീർഥം, വരദാനതീർഥം, ദ്വാരക, സിന്ധുസാഗരസംഗം, സലിലേശ്വരതീർഥം, ദമി, വസോർധാര, പുണ്യവസു, സിന്ധൂത്തമം, ഭദ്രതുംഗം, രേണുകാതീർഥം, പഞ്ചനദം എന്നിങ്ങനെ അനേകം സ്ഥലനാമങ്ങൾ ഇതിന്റെ തുടക്കത്തിൽ തന്നെയുണ്ട്. അതിന്റെ തുടർച്ചയായി പിന്നെ എണ്ണമറ്റവിധം സ്ഥലപ്പേരുകൾ നാം കാണുന്നു.

ധൗമ്യമഹർഷി (ഇദ്ദേഹം പാണ്ഡവരുടെ ആചാര്യനാണ്) വിവരണങ്ങൾ നൽകുമ്പോൾ ദക്ഷിണപ്രദേശം, ഉത്തരദേശം, പശ്ചിമദേശങ്ങൾ, പൂർവദേശങ്ങൾ എന്നിവയെല്ലാം പ്രത്യേകം പ്രത്യേകം വിവരിക്കുന്നുണ്ട്. ഇതു വിവരിക്കുന്നതിനിടയ്ക്കാണ് ലോമശമഹർഷി പാണ്ഡവരുടെ അടുക്കലെത്തുന്നത്. അദ്ദേഹം തപസിനുപോയ അർജുനന്റെ സഞ്ചാരങ്ങളും പാശുപതലബ്ധിയും ആ പാണ്ഡവസഹോദരൻ ഇന്ദ്രന്റെ കൊട്ടാരത്തിൽ കഴിച്ചുകൂട്ടുന്നതും വിവരിക്കുന്നു. ആ കഥാവതരണ സമ്പ്രദായം മൂലം, നാലു പാണ്ഡവരുടെയും സ്ഥലത്തില്ലാത്ത അർജുനന്റെയും വിവരങ്ങൾ ഒരേ സമയത്തും തുടർച്ചയായും നമുക്കു ഗ്രഹിക്കുവാനും കഴിയുന്നു.

ഇതിനിടയ്ക്ക്, എന്നുവച്ചാൽ ഈ സഞ്ചാരകഥയിലെ അനേകം സംഭവാഖ്യാനങ്ങൾക്കിടയ്ക്ക്, ഒന്നുമാത്രം ഇവിടെ പ്രത്യേകം പരാമർശിക്കുവാൻ ഞാനാഗ്രഹിക്കുന്നു. ഉപാഖ്യാനങ്ങളിൽ പലതും നമുക്ക് മനസിലാക്കാൻ പ്രയാസമാണ്. പക്ഷേ, അവയ്ക്കെല്ലാം വ്യഖ്യാനങ്ങളുണ്ട്. അതിനുവേണ്ടി നാം മെനക്കെടാറില്ല. അവധാനപൂർവം മനുഷ്യകഥയുടെയും സാമൂഹ്യപശ്ചാത്തലത്തിന്റെയും അടിസ്ഥാനത്തിൽ അവ പഠനവിഷയമാക്കണം. എങ്കിലേ അതിന്റെ മാർഗങ്ങൾ, അർഥങ്ങൾ, ഗ്രഹിക്കാനാവൂ. അങ്ങനെ ഒരു ഭാഗമാണ് ഇവിടെ എഴുതുന്നത്. പലതും നമുക്ക് അന്വേഷിച്ച് ഏകദേശമെങ്കിലും കണ്ടുപിടിക്കാൻ കഴിയും. കഴിയണം എന്നുദേശിച്ചാണ് ഇത് എഴുതുന്നത്.

ലോമശന്റെ തീർഥയാത്രാകഥനത്തിൽ ഒരു ഭാഗമുണ്ട് – 'വജ്രനിർമാണകഥനം' എന്നാണ് അതിന്റെ പേര്. വൃത്രൻ എന്ന ഒരു അസുരനുണ്ടായിരുന്നു. ഈ അസുരന്റെ അനുചരന്മാരോടുകൂടി ദേവന്മാരെ ഉപദ്രവിച്ചപ്പോൾ വൃത്രനെ വധിക്കാൻവേണ്ടി വജ്രായുധം നിർമിച്ച ഒരു കഥ

യാണ് വജ്രനിർമാണകഥനം എന്ന ഭാഗത്തു പറഞ്ഞിട്ടുള്ളത്.

എന്തായിരിക്കാം ഈ കഥയുടെ യഥാർഥ ഉള്ളടക്കം?

കഥ ഇങ്ങനെയാണ്. വൃത്രനും അനുയായികളുംകൂടി നാനാശസ്ത്രങ്ങളുമായി ദേവന്മാരെ വളഞ്ഞ് ആക്രമിച്ചു. ഈ വൃത്രനെ വധിക്കുവാൻവേണ്ടി ഇന്ദ്രനും ദേവന്മാരും ഒരുങ്ങി പുറപ്പെട്ടു. അതിനുള്ള മാർഗം ആരായുവാൻ ബ്രഹ്മാവിന്റെ അടുക്കൽ ചെന്നു. ദധീചി എന്ന പേരുള്ള ഉദാരമതിയായ ഒരു മുനി ഉണ്ട്. അയാളെക്കണ്ട് ഒരു വരം ചോദിക്കണം. മൂന്നു ലോകത്തിന്റെയും ആവശ്യത്തിനായി സ്വന്തം അസ്ഥികൾ ദാനം ചെയ്യാനാണ് ദധീചിയോട് അപേക്ഷിക്കേണ്ടത്. അദ്ദേഹം സ്വന്തം ദേഹം ഉപേക്ഷിച്ച് അസ്ഥികൾ തരും. അതുകൊണ്ട് ഘോരമായ 'ഷഡസ്ത്രം' ഉണ്ടാക്കണം. ആറു കോണുകളുള്ള അസ്ത്രമാണത്. കഠിനമായ ശബ്ദമുള്ളതാണ് അത്. അതുകൊണ്ട് ഇന്ദ്രന് വൃത്രനെ വധിക്കാൻ സാധിക്കും. ഇതാണ് ബ്രഹ്മാവ് ഉപദേശിച്ചത്. അതുപോലെ ദധീചിയെ കണ്ട് അഭ്യർഥിച്ച് അതു വാങ്ങി വജ്രായുധമുണ്ടാക്കി, വൃത്രനെ കൊന്നു. ഇതാണ് കഥ.

ഗ്രീഷ്മകാലത്ത് ആകാശത്തിൽ ഇരുണ്ടുകൂടുന്ന കറുത്ത മേഘങ്ങൾ ഭൂമിയിലേക്ക് വെള്ളം കൊടുക്കാതെ തടഞ്ഞുവച്ചുകൊണ്ടിരിക്കുന്നു എന്ന സങ്കൽപ്പത്തിൽ ആ മേഘപടലത്തെ ഒരു അസുരനായി സങ്കൽപ്പിച്ചുവെന്നും അതിനെ 'വൃത്രൻ' എന്നു വിളിച്ചിരുന്നുവെന്നും ഋഗ്വേദത്തിൽനിന്നു വ്യക്തമാകുന്നു. വേനൽക്കാലത്താണ് വെള്ളം ഭൂമിക്കു കൊടുക്കാതെ വച്ചുകൊണ്ടിരിക്കുന്നു എന്നു പറയുന്നത്. അത് പ്രകൃതിയുടെ ഒരു ഭാഗമാണെന്നു നമുക്കറിയാം. ഇന്ദ്രൻ വജ്രമിളക്കി ഈ 'വൃത്രനെ' പ്രഹരിക്കുമ്പോൾ വെള്ളമെല്ലാം കീഴോട്ടു വിട്ടയയ്ക്കുന്നുവെന്നും അതു മഴയായി പെയ്യുന്നു എന്നുമാണ് ഋഗ്വേദത്തിലെ കഥ. ഇനി മറ്റൊരു കഥയുണ്ട്. അത് ഭാഗവതത്തിലാണ്. ഒരിക്കൽ ശിവനും പാർവതിയും സല്ലപിച്ചിരിക്കുമ്പോൾ ആക്ഷേപിക്കുകമൂലം പാർവതി ശപിക്കുകയാൽ വൃത്രൻ അദ്ദേഹത്തിന്റെ മുജ്ജന്മത്തിൽ അസുരനായി ത്തീർന്നു. ജന്മാന്തരത്തിൽ ശിവഭക്തിമൂലം വൃത്രൻ സർവശാസ്ത്രജ്ഞാനത്തോടുകൂടി ജനിച്ചു. അങ്ങനെ ജനിച്ചതാകട്ടെ ത്വഷ്ടാവ് (ബ്രഹ്മാവ്) ഇന്ദ്രനെ സംഹരിക്കാൻ നടത്തിയ ഒരു ഹോമത്തിൽനിന്നാണ്.

ഈ കാലത്താണ് വൃത്രനെ വധിക്കാൻ ഇന്ദ്രൻ ബ്രഹ്മാവിന്റെ സഹായം തേടിയത്. വൃത്രൻ സർവശാസ്ത്രജ്ഞാനിയായിരുന്നു.

ഇന്ദ്രനും ദേവകളും ദധിചിയെ ചെന്നു കണ്ടു. ഈ ദധീതിയെപ്പറ്റിയാണ് ഇനി പറയാനുള്ളത്. ദധീചി ഇന്ദ്രനിൽനിന്ന് ഒരു വിദ്യ അഭ്യസിച്ചു. ഇന്ദ്രൻ അത് പഠിപ്പിച്ചപ്പോൾ മറ്റാർക്കും അതു പറഞ്ഞുകൊടുക്കരുതെന്ന് നിഷ്കർഷിച്ചിരുന്നു. പക്ഷേ, ദധീചി അത് അശ്വനീദേവന്മാർക്ക് പറഞ്ഞുകൊടുത്തു. ഇന്ദ്രൻ കോപിച്ചതുമൂലം അശ്വനീദേവന്മാർ ദധീചിയുടെ ശിരസുമാറ്റി അവിടെ കുതിരത്തലവച്ചുകൊടുത്തു. ഇന്ദ്രൻ ആ തല വെട്ടിക്കളഞ്ഞു. അപ്പോൾ അശ്വിനികൾ ദധീചിക്ക് അദ്ദേഹത്തിന്റെ സ്വന്തം

തലതന്നെ വച്ചുകൊടുത്തു.

അശ്വനീദേവന്മാർ കുതിരയുടെ രൂപത്തിലുള്ള 'അശ്വിനി'യിൽ (സംജ്ഞ എന്നും പേരുണ്ട്) ജനിച്ചവരാണ്. സൂര്യനിലാണ് ജനിച്ചത്. അവരും ദധീചിയുമായി ബന്ധമുണ്ടെന്ന് നാം കഥയിൽ കാണുന്നു. അശ്വിനികൾ (സത്യനും ദസ്രനും) വൈദ്യശാസ്ത്രജ്ഞന്മാരാണ്. അവരാണ് ദധീചിയെ രക്ഷിച്ചത്. ദധീചി അസ്ഥി നൽകി എന്നു പറയുന്നത് സങ്കൽപ്പമാവാനേ തരമുള്ളു. ആയുധസംബന്ധമായ ഏതെങ്കിലും ശാസ്ത്രജ്ഞാനം നൽകിയതാവാം. അതിന്റെ സഹായത്തോടെ വജ്രായുധം നിർമിച്ചിരിക്കാം. അശ്വം എന്ന വാക്കിനുതന്നെ വേഗത എന്നതുമായിട്ട് ബന്ധമുണ്ട്. കുതിരയ്ക്കു ആ പേരു വന്നതും അങ്ങനെതന്നെയാണ്.

വൃത്രനും ഇന്ദ്രനും തമ്മിലുള്ള പോര്, അശ്വവേഗതയുള്ള യുദ്ധതന്ത്രം, അല്ലെങ്കിൽ ആയുധം തമ്മിലുള്ള ഏറ്റുമുട്ടലിന്റെ അർഥമാണ് നമുക്കു നൽകുന്നതെന്നു തോന്നുന്നു. ഗ്രീഷ്മകാലത്തെ ഇരുണ്ട മേഘങ്ങളുടെ കഥ പഴയ മിത്തിന്റെ (പുരാണസങ്കൽപ്പകഥ) സ്വഭാവത്തിലുള്ളതാണ്. അത് കൂടുതൽ അന്വേഷിക്കുവാനും പഠിക്കുവാനും സാധിക്കേണ്ടതാണ്.

സംജ്ഞ മനസാണ്. സൂര്യപത്നിയായ അവൾ അശ്വിനി (കുതിര)യുമാണ്. സൂര്യന്റെ വാഹനം കുതിരയാണ്. സൂര്യന്റെയും അശ്വിനിയുടെയും മക്കൾ അശ്വിനികുമാരന്മാർ. അവർ ബ്രാഹ്മണരല്ല. ശൂദ്രത്വമാണ് അവർക്ക് കൽപ്പിച്ചിട്ടുള്ളത്. വൃത്രനും അസുരനാണ്. അശ്വിനീദേവന്മാർ ഇന്ദ്രനെതിരായി ദധീചിയെ ഒന്നിലധികം തവണ സഹായിക്കുന്നു. (ആദ്യം കുതിരത്തല നൽകി. പിന്നെ സ്വന്തം തല നൽകി) ഇങ്ങനെയാണ് പുരാണേതിഹാസങ്ങളിൽ പറയുന്നത്.

ഇന്ദ്രനും ദേവന്മാരും പ്രതിനിധീകരിക്കുന്നത് യാഗാദികർമങ്ങളെയാണ്. അശ്വിനീദേവന്മാരും വൃത്രനും പ്രതിനിധീകരിക്കുന്നത് ശാസ്ത്രങ്ങളെയാണ്. അശ്വിനീകുമാരന്മാർ സൂര്യദത്തമായ ശാസ്ത്രങ്ങൾ; വൃത്രനും അങ്ങനെതന്നെ. മേഘത്തിൽ അന്തർഭവിച്ചിരിക്കുന്ന പ്രകൃതിശക്തിയെപ്പറ്റിയുള്ള സൂചന അതാണ് കാണിക്കുന്നത്.

ഇവർ തമ്മിലുള്ള സംഘട്ടനമാണ് ഈ പുരാണകഥയിൽ അന്തർഭവിച്ചിരിക്കുന്നത്. അതായത് വൈദികധർമവും പ്രകൃതിനിയമ (ശാസ്ത്ര)വും തമ്മിലുള്ള സംഘട്ടനം.

ഈ സംഘട്ടനത്തിൽ ദധീചിയെയാണ് വൈദികധർമക്കാരായ ഇന്ദ്രനും ദേവന്മാരും അഭയംപ്രാപിക്കുന്നത്. ഇന്ദ്രനെ സംബന്ധിച്ച് ഒരു വസ്തുതയുണ്ട്. ഇന്ദ്രൻ ഒരാളല്ല. അത് പലർക്കും പുറകേ പുറകേ മാറിവരുന്ന ഒരു പേരാണ്. അങ്ങനെയാണ് പുരാണങ്ങൾകൊണ്ട് മനസിലാവുന്നത്. ബ്രഹ്മാവാണ് ഒരു ഘട്ടത്തിൽ ഇന്ദ്രനെ നിഗ്രഹിക്കാൻവേണ്ടി ഹോമം നടത്തുന്നത്. അതിൽനിന്നാണ് ദധീചി ജനിച്ചത്. അതു കൃതയുഗത്തിലായിരുന്നു. പിന്നെ ത്രേതായുഗം കഴിഞ്ഞ് ദ്വാപരയുഗത്തിലാണ് ഒരു ഇന്ദ്രനെയും ദേവകളെയും രക്ഷിക്കാൻവേണ്ടി അതേ ബ്രഹ്മാവ് ദധീ

ചിയെ ആശ്രയിക്കാൻ അവരോട് പറയുന്നത്. ബ്രഹ്മാവ് എന്നുവച്ചാൽ എല്ലാറ്റിന്റെയും സ്രഷ്ടാവ് എന്നർഥം. കാലവും ദേവേന്ദ്രനും മാറി എന്നു സ്പഷ്ടം.

ഈ പശ്ചാത്തലത്തിലെ നമുക്ക് മഹാഭാരതത്തിലെ വൃത്രനെയും ദേവേന്ദ്രനെയും മനസിലാക്കാൻ കഴിയൂ. ദധീചിയിൽനിന്ന് അതികഠിന മായ ശബ്ദമുള്ള ഒരു ആയുധത്തിന്റെ നിർമാണമാണ് ദേവന്മാർക്ക് ലഭി ക്കുന്നത്. മേഘഗർജനം ശബ്ദവേഗതയെ മറികടക്കുന്ന ഒരു ശബ്ദമാണ്. അതിനെയും മറികടക്കുന്ന ശബ്ദമുണ്ടാക്കുന്ന ഒരായുധം. കുറച്ചുകൂടി വ്യക്തമായി നമുക്ക് ഒരു നിഗമനത്തിലെത്താം. മഴമേഘത്തിലെ വെള്ളം തടഞ്ഞുനിർത്തിയ വൃത്രൻ ചെയ്തത് തങ്ങൾക്കു പ്രയോജനകരമായ വിധം അണംക്കെട്ടു നിർമിച്ചു വെള്ളം നിയന്ത്രിച്ച് വേണ്ട സ്ഥലങ്ങളിൽ എത്തിച്ചിരിക്കാം. അയാൾക്കറിയാവുന്നത് എൻജിനീയറിംഗ് ആയിരിക്കാം. ദധീചി നൽകിയ വിവരം അണക്കെട്ട് തകർക്കാനുള്ള സ്ഫോടനവസ്തു വിനെ സംബന്ധിച്ചുള്ളതുമാവണം.

ദധീചി ഈ ശാസ്ത്രപാരമ്പര്യത്തിന്റെ ആളാണ്. ആ ശാസ്ത്രീയ മായ അറിവിനെ വൃത്രനെതിരായി ഉപയോഗിക്കുവാൻ ദേവന്മാർ ദധീചി യെ സമീപിക്കുകയാണ്. ബ്രാഹ്മണ്യത്തിൽപ്പെടാത്ത അശ്വിനീകുമാരന്മാ രിൽ നിന്നു ലഭിച്ച ഒരു ജ്ഞാനശക്തിയെത്തന്നെയാവണം ദധീചി ദേവ ന്മാർക്ക് നൽകുന്നത്. ദേവന്മാർ അസുരന്മാർക്കെതിരായി നടത്തുന്ന ഒരു യുദ്ധംതന്നെയാണ് ഇതിലെയും ഉള്ളടക്കം.

മറ്റൊന്നുകൂടി. ഈ അശ്വിനീകുമാരന്മാരുടെ മക്കളാണ് നകുലനും സഹദേവനും. ബ്രാഹ്മണത്വമില്ലാത്തവരുടെ സന്തതികൾ.

9 789385 0187

Printed by Libri Plureos GmbH in Hamburg,
Germany